இதய வாசல்

யத்தனபூடி சுலோசனாராணி

தமிழில்: கௌரி கிருபானந்தன்

வானவில் புத்தகாலயம்

உங்கள் வண்ணக் கனவுகள் நனவாக...

10/2 (8/2) போலீஸ் குவார்ட்டர்ஸ் சாலை
(தியாகராயநகர் பேருந்து நிலையத்திற்கும் காவல் நிலையத்திற்கும் இடைப்பட்ட சாலை)
தியாகராயநகர், சென்னை – 600 017
தொலைபேசி : 24342771, 65279654
கைபேசி: 7200073082
மின்னஞ்சல்: vanavilputhakalayam@gmail.com

Publisher
P. Karthikeyan

Editor
R. Muthukumar

Layout
P.S. Sukumar

Printed at :
Ganapathi Enterprises
Chennai - 600 005.

No part of this book may be reproduced or transmitted in any form without permission in writing from the author or publisher

நீங்கள் Smart Phone உபயோகிப்பவராக இருந்தால் QR Code Reader Application மூலம் இதை Scan செய்தால் நேரடியாக எமது இணையதளத்திற்கு சென்று மேலும் எங்கள் வெளியீடுகள் பற்றிய விவரங்களைப் பெறலாம்.

ISBN : 978-93-82578-70-3

Title:
Idaya Vasal

Author:
Ethnapudi Sulochanarani

Translator:
Gowri Kirubanantham

Address:
VANAVIL PUTHAKALAYAM
10/2(8/2) Police Quarters Road,
(Between Thiyagaraya Nagar Bus Stop &
Police Station)
Thiyagaraya Nagar, Chennai - 17
Phone: 24342771, 65279654
Cell: **72**00**73** 0**82**
6 th sense_karthi
e-mail : vanavilputhakalayam@gmail.com

Edition:
First : Sep 2015
Price : 199

தலைப்பு
இதய வாசல்

ஆசிரியர்
யத்தனபூடி சுலோசனாராணி

தமிழில்: கௌரி கிருபானந்தன்

பக்கங்கள் : 280

விலை : ரூ.199

உரிமை :
© யத்தனபூடி சுலோசனாராணி

முதற்பதிப்பு
செப்டம்பர் 2015

வானவில் புத்தகாலயம்
10/2 (8/2) போலீஸ் குவார்ட்டர்ஸ் சாலை
(தியாகராயநகர், பேருந்து நிலையத்திற்கும் காவல்
நிலையத்திற்கும் இடைப்பட்ட சாலை)
தியாகராய நகர், சென்னை - 600 017
தொலைபேசி : 24342771, 65279654
கைபேசி: **72**00**73** 0**82**

மின்னஞ்சல்
vanavilputhakalayam@gmail.com

இந்தப் புத்தகத்திலுள்ள எந்த ஒரு பகுதியையும் பதிப்பாளர் மற்றும் எழுத்தாளர் அனுமதியை எழுத்து மூலம் பெறாமல் பதிப்பிக்கக் கூடாது.

பதிப்புரை

இதயம் ஓர் அதிசயப் படைப்பு. தாயின் இதயம் அன்பு நிறைந்தது. தகப்பனின் இதயம் தியாக உணர்வுகளின் இருப்பிடம். காதலர்களின் இதயம் கனவுகளின் பிறப்பிடம். உறவுகளின் இதயம் எதிர்பார்ப்புகளின் குவியல். உடன் பிறந்தவர்களின் இதயம் பாசப்பிணைப்புகளால் ஒன்றுக்கொன்று பின்னிப்பிணைக்கப்பட்டிருக்கும் பலவிதமலர்களைக் கொண்டு தொடுக்கப்பட்ட கதம்பமாலை. இதில் உள்ள ஒரு மலர் உதிர்ந்துவிட்டாலும் அதன் அழகு குறைந்துவிடும். அதைத் தொடர்ந்து மற்றவையும் வாடிவிடும்.

இந்தக் கதை தாய், தகப்பன், அண்ணன், தங்கை, இன்ன பிற உறவுகளுக்கிடையே நடைபெறும் உணர்ச்சிப் போராட்டங்களை மையமாகக் கொண்டு நகர்கிறது. இதில்வரும் கதாபாத்திரங்கள் ஒவ்வொருவரும் அவரவருடைய இதயவாசல் திறந்து கொள்ளும் போது வெளிப்படும் மன உணர்வுகளின் வழிகாட்டுதலின்படி நடக்க முற்படு கிறார்கள்.

இதனால் அடுத்தடுத்து ஏற்படும் சிக்கல்கள் அவிழ்க்கமுடியாத முடிச்சுகளாக மாறி முடிவில்லாத இலக்கை நோக்கி அவை பயணிப்பவையாக இருக் கின்றன. ஒருமர்ம நாவலுக்கே உரிய எதிர்பாராத திருப்பங்கள், அதிர்ச்சிகள் இந்தக் கதை நெடுகிலும் இருக்கின்றன.

ஒரு சிக்கலான நூல் கண்டின் ஒருமுனை எங்கே இருக்கிறது என்பதைக் கண்டுபிடித்து விட்டால் அதன் அடுத்த நுனியை ஓரளவு முயற்சித்து அந்த சிக்கலை அவிழ்த்து விடலாம். ஆனால் எதுவுமே கண்ணுக்கு தெரியாத நிலையில் நாயகன் அனிருத் திண்டாடுகிறான்.

நாயகன் முடிச்சுகளை அவிழ்த்தானா? அதன் முடிவில் அவன் நினைத்தது நடந்ததா? அவன் பிரச்சனை களுக்குத் தீர்வு கிடைத்ததா? என்பதைத் தெரிந்து கொள்ளும் ஆவலைத் தூண்டும் வகையில் தெலுங்கு உலகின் கதை ராணி என்று கொண்டாடப் படும் யத்தனபூடி சுலோச்சனா ராணி அவர்கள் எழுதி யுள்ளார்கள்.

தெலுங்கு மொழியில் வெளிவந்துள்ள ஒரு நாவலை அதன் சுவை சிறிதும் குறையாமல் மொழிபெயர்ப்பது சவாலான ஒரு காரியம். அந்தத் திறன் இவருக்குக் கைவரப்பெற்றிருப்பது மகிழ்சியை அளிக்கிறது. திருமதி கௌரி கிருபானந்தன் அவர்களுக்கு எங்கள் மனமார்ந்த நன்றிகள்.

கார்த்திகேயன் புகழேந்தி
வானவில் புத்தகாலயம்

வெயில் காலம் ஆரம்பித்துவிட்டது. ஜனங்கள் விசிறிக்காகவும், குளிர்ந்த நீருக்காகவும் தவிக்கத் தொடங்கிவிட்டார்கள். மாலையில் குளிர்ந்த காற்று வந்து வீசினால் அப்பாடா என்று சந்தோஷப்பட்டுக் கொண்டு நிம்மதியடைந் தார்கள். கார்ப்பொரேஷன் குழாய்களும், மின் விளக்கு களும் அடிக்கடி நின்று போய் ஏற்கெனவே கோடைப் புழுக்கத்தால் தவித்துக் கொண்டிருந்த ஜனங்களை மேலும் துன்புறுத்திக் கொண்டிருந்தன. இத்துடன் கல்யாண சீசனும், பரீட்சைகளின் பரபரப்பும் வந்து சேர்ந்து கொண்டன.

கீழே ஹாலில் படித்துக் கொண்டிருந்த சமீரா, விளக்கு திடீரென்று அணைந்து விட்டதால் மேஜைமீது புத்த கத்தை வைத்துவிட்டு நாற்காலியில் பின்னால் சாய்ந்து கொண்டாள். மின்விசிறியின் வேகம் படிப்படியாகக் குறைந்துகொண்டே போய் இறுதியில் நின்றுவிட்டது. காற்று இல்லாததால் புழுக்கமாக இருந்தது. சமீரா எரிச்சலை அடக்கிக் கொண்டு மெல்ல எழுந்து மேல் மாடிக்கு வந்தாள். அங்கே குளிர்ந்த காற்று வீசிக் கொண்டிருந்தது மிகவும் இதமாக இருந்தது.

சமீராவின் வீட்டுக்கு எதிர் வரிசையில் தென்னை மரங்கள் சூழ்ந்திருந்த மூன்றாவது வீட்டின் முன்னால் பந்தல் போடப்பட்டிருந்தது. அந்த வீட்டுத் தம்பதியருடைய மூத்த மகனுக்குத் திருமணம். அன்று இரவு பதினோரு மணிக்கு முகூர்த்தம். சமீபத்தில்தான் அவர்கள் அந்த வீட்டை விலைக்கு வாங்கிக் கொண்டு புதிதாகக் குடிவந்திருந்தார்கள். வீட்டுப் பெரியவரின் பெயர் நாராயணன். அந்த வீட்டில் நிறையப் பேருடைய நடமாட்டம் காணப்பட்டது. அவர்களில் வீட்டுக்கு உரியவர்கள் யார், சொந்தக்காரர்கள் யார் என்பது தெரியவில்லை. அவர்களுக்கு இன்னும் தொலைபேசி இணைப்பு வரவில்லையாம். அந்தத் தெருவில் சமீராவின் வீட்டில் மட்டுமே தொலைபேசி இருந்ததால், நாராயணன் முதல் நாளே வந்து அறிமுகம் செய்து கொண்டு டெலிபோன் நண்பராகி விட்டார்.

சமீராவுக்கு அந்த விதமாக இப்படி ஒரு தேவைக்காக வலிய வந்து அறிமுகம் செய்து கொள்பவர்களைக் கண்டாலே பிடிக்காது. ஆனால் தாயோ தன் அக்கம் பக்கத்தாரிடம் சொல்ல முடியாத அளவுக்கு இரக்கத்தையும், அன்பையும் கொட்டுவாள். ''யாரால் எந்தச் சமயத்தில் என்ன காரியம் ஆக வேண்டியிருக்குமோ? யாருக்குத் தெரியும்'' என்ற எண்ணத்தில் எல்லோருக்கும் உதவி என்ற பெயரில் வெட்டியாய் உழைத்துக் கொண்டிருப்பாள்.

இந்த நாராயணனும் வந்த சில நாட்களுக்குள்ளாகவே அவள் அம்மாவுக்கு வேண்டிய மனிதராகிவிட்டார். அவருடைய மூத்த மகனுக்குத் திருமணம் நிச்சயமானதுமே வரப்போகும் மருமகளுக்கு வேண்டிய புடவைகள், நகைகள் வாங்குவதற்காகத் தாய் நாராயணனின் மனைவி சுமித்ராவுடன் சேர்ந்து கடைத்தெருவில் சுற்றிக் கொண்டிருந்ததில் ஒரு வாரம் வீட்டைக் கவனிக்கவே இல்லை.

இன்று அவர்கள் வீட்டுத் திருமணத்திற்குப் போகலாம் வா என்று வற்புறுத்தி அவளை அழைத்தாள். சமீரா 'மாட்டேன்' என்று மறுத்து விட்டாள்.

ஒரு பக்கம் பரீட்சை நெருங்கிக் கொண்டிருந்தது. அது மட்டுமில்லை. புதியவர்களுடன் கலந்து பழகுவதற்குச் சமீராவுக்கு என்றுமே விருப்பம் இருந்ததில்லை. தயக்கம் இல்லாமல் பழகக் கூடிய இடங்களுக்கு மட்டும்தான் அவள் போவாள். கல்யாணத்திற்கு வரமாட்டேன் என்று சொல்லிவிட்டதால் தாய் அவளுடன் கோபித்துக் கொண்டு புறப்பட்டாள்.

''நீ எப்போதுமே இப்படித்தான். உனக்கு மட்டு மரியாதை என்பது கொஞ்சமும் கிடையாது'' என்று மகளிடம் அலுத்துக் கொண்டாள்.

சமீரா கைகளைக் கட்டிக் கொண்டு யோசனையில் ஆழ்ந்தவாறே கைப்பிடிச்சுவர் அருகில் நின்று கொண்டிருந்தவேளையில் திடீரென்று விளக்குகள் எரியத் தொடங்கின. கல்யாணத்திற்காக நாராயணன் வீட்டில் வரிசையாய்ப் பொருத்தப்பட்டிருந்த அலங்கார விளக்குகள் பளீரென்று எரிந்த காட்சி அந்தத் தெருவுக்கே ஒரு புதிய களையை உண்டாக்கியிருந்தது.

சமீரா பார்த்துக் கொண்டிருந்தபோதே அந்த வீட்டிற்கு முன்னால் வெள்ளை நிறக் கார் ஒன்று வந்து நின்றது. காரின் வெளிப்புறம் பூச் சரங்களால் அலங்கரிக்கப்பட்டு, புதுமாப்பிள்ளையை அழைத்துப் போக வந்த புஷ்ப ரதத்தைப் போல் அது காட்சியளித்தது. அப்போது சமீராவின் இதயத்தின் ஆழத்திலிருந்து அவளையறியாமலேயே பெருமூச்சு ஒன்று வெளிப்பட்டது.

இந்த உலகத்திலுள்ள நிறையப் பேருக்குக் கல்யாணம் என்றால் என்ன என்பதற்கான அர்த்தம் கூடத் தெரியாது. வாழ்க்கையில் கட்டாயம் நிறைவேற்ற வேண்டிய ஒரு வேண்டுதல் காரியம் அது என்பது போல் கல்யாணம் செய்து கொண்டு விடுவார்கள். கல்யா ணம் என்ற சடங்கிற்கு இருக்கும் மதிப்பைப் புரிந்துகொண்டு கல்யா ணம் பண்ணிக் கொள்பவர்கள் மிகவும் குறைவு.

அந்தக் குறைவான பேர்களில் தானும் ஒருத்தியாக இருக்க வேண்டும் என்பதுதான் சமீராவின் உறுதியான நோக்கம். யாராவது கல்யாணம் பண்ணிக் கொள்கிறார்கள் என்றால் அவர்களைப் பார்த்தால் சமீராவுக்கு இரக் கப்படத்தான் தோன்றும்.

இப்பொழுது இந்த நிமிடத்திலும் கூட, நாராயணனின் மூத்த மகனைப்பற்றி நினைக்கும்போது அவன் மேல் அவளுக்குக் கொஞ்சம் பரிதாபமாகத்தான் இருந்தது. ஏன் என்றால் சமர்த்துப் பிள்ளையாய் அவன் பெரியவர்கள் பார்த்து நிச்சயித்த பெண்ணைத் தான் கல்யாணம் பண்ணிக்கொள்ளப் போகிறான். சமீராவுக்கு அப்படிப்பட்ட சமர்த்துப் பிள்ளைகளைக் கண்டாலே இரக்கத்தைவிட எரிச்சல்தான் அதிகம் வரும். அப்படிப்பட்ட சமர்த்துப் பிள்ளையைக் கல்யாணம் பண்ணிக் கொள்ளும் எந்தப் பெண்ணுமே நிம்மதியாக வாழமுடியாது என்பது அவளுடைய நம்பிக்கை!

மின்சாரம் வந்துவிட்டதால் சமீரா மாடியை விட்டுக் கீழே வந்தாள். அம்மாவும் அப்பாவும் கல்யாணத்திற்குப் போய் விட்டார் கள். தம்பி கிரண் வீட்டில் ஒரு நிமிஷம்கூடத் தங்க மாட்டான். இப்போது எங்கே போயிருக்கிறான் என்று யாருக்கும் தெரியாது.

கீழே வந்த சமீராவுக்கு வீடு முழுவதும் நிசப்தமாக இருந்தது பிடித்திருந்தது. வீடு அப்படி நிசப்தமாக இருக்கும்போது மனதிற்கு மிகவும் நிம்மதியாக இருக்கும். யாராக இருந்தாலும் சரி, மனப்பூர்வமாக வேலை செய்யவேண்டும் என்றால் அவர்களுக்கு இப்படிப்பட்ட தனிமை மிகவும் அவசியம்.

சமீரா புத்தகத்தை எடுத்து மடியில் வைத்துக்கொண்டு உட்கார்ந்தாள். ஒரு பக்கத்தைப் புரட்டினாளோ இல்லையோ தொலைபேசி மணி ஒலித்தது. சமீரா எழுந்து போய் அதை எடுத்து ''ஹலோ'' என்றாள்.

''ஹலோ'' மறுமுனையிலிருந்து நம்பரைச் சொல்லி அது சரிதானா என்று கேட்டார்கள்.

''ஆமாம். யாரு வேணும்?''

''கொஞ்சம் உங்கள் எதிர்வீட்டு அனிருத்தைக் கூப்பிட முடியுமா?'' மிகவும் பணிவுடன், மரியாதை கலந்த குரலில் ஒலித்தது அந்த ஆண் குரல்.

''அனிருத்தா? யார் அது?'' என்றாள்.

''நாராயண ஐயரின் மகன். ரொம்ப அவசரமாக அவனிடம் ஒரு விஷயம் சொல்லணும் மேடம். ப்ளீஸ்! உங்களுக்குத் தொந்தரவா இல்லாவிட்டால்...'' மறுமுனையில் பேசியது யாரென்று தெரியாது. ஆனால் அந்தக் குரலும், அது கேட்ட தொனியும் பெரிய மனிதத் தோரணையில் இருந்தது. அந்தக் குரலில் இருந்த வேண்டுகோளினால் அவளால் அதைத் தட்ட முடியவில்லை.

''ஒரு நிமிஷம் வெயிட் பண்றீங்களா? நான்தான் போய் அவனை அழைத்துக் கொண்டு வரணும்.''

''ஓ.கே. மேடம். தாங்க் யூ வெரிமச்.'' மறுமுனையிலிருந்த ஆள் சமீரா செய்யும் அந்த உதவியைத் தன்னால் மறக்கவே முடியாது என்பதுபோல் நன்றியுடன் சொன்னான்.

சமீரா வாசலுக்கு வந்தாள்.

நாராயணன் வீட்டிற்குச் செய்தியைச் சொல்லியனுப்புவதற்கு வீட்டில் அப்போது பார்த்து யாரும் இல்லை. போன் செய்த அந்தப் பெரிய மனுஷனோ மிகவும் அவசரம் என்கிறான்.

சமீரா காம்பவுண்ட் சுவருக்கு அருகில் சென்று குரல் கொடுத்துப் பக்கத்து வீட்டுச் சீனுவை அழைத்து, அனிருத்தை அழைத்து வரச் சொல்லி அனுப்பினாள்.

பிறகு திரும்பி வந்து மேஜையின் முன்னால் உட்கார்ந்து புத்தகத்தைத் திறந்தாள்.

ஐந்து நிமிடங்கள் கழிந்தன. வாசலுக்கு அருகில் சந்தடியும் அதைத் தொடர்ந்து "எக்ஸ்க்யூஸ் மி" என்ற குரலும் கேட்டது.

சமீரா நிமிர்ந்து பார்த்தாள்.

வாசலில் உயரமான ஒருவன் நின்று கொண்டிருந்தான். அவன் பட்டு வேட்டியும் பட்டுச் சட்டையும் அணிந்திருந்தான். கன்னத்தில் திருஷ்டிப் பொட்டும், நெற்றியில் விபூதி குங்குமமும் சந்தனத்திலகமும் இருந்தன.

சமீரா ஒரு நிமிடம் கண்ணிமைக்கவும் மறந்தவளாக அவனையே பார்த்துக் கொண்டிருந்தாள். இவ்வளவு பொருத்தமான மணமகன் அலங்காரத்தில் அவள் இதற்கு முன்னால் யாரையுமே பார்த்ததில்லை. அவனது உடற்கட்டு, அந்த முகத்தில் இருந்த களை, அந்தக் கண்களில் காணப்பட்ட சுறுசுறுப்பு-ஒரே வார்த்தையில் சொல்ல வேண்டுமானால் அவனது அந்தத் தோற்றத்தினால் அந்தக் கல்யாண அலங்காரத்திற்கே ஒரு களை வந்துவிட்டாற் போல் இருந்தது.

"சீனு எனக்குப் போன் வந்திருப்பதா சொன்னான்" என்றான் அவன்.

சமீரா போன் இருந்த பக்கம் சுட்டிக்காட்டினாள்.

அவன் வேகமாகப்போய் போனை எடுத்து "ஹலோ!" என்றான்.

மறுமுனையிலிருந்தவர் பேசியதும், "யெஸ். அனிருத் ஸ்பீக்கிங்" என்றான். அவன் குரல் ஆயிரம் பேர்களுடைய குரலோடு சேர்ந்து ஒலித்தாலும் அவற்றிலிருந்து தனித்துத் தெரியும் போலிருந்தது!

சமீரா புத்தகத்தில் கவனத்தைச் செலுத்த முயன்றாள். அவளையும் மீறி அவன் வார்த்தைகள் அவளது செவிகளில் வந்து விழுந்துகொண்டுதான் இருந்தன. உரையாடல் ஆங்கிலத்தில் தொடர்ந்தது.

"என்ன?" அவன் மிரண்டவன் போல் கேட்டான்.

மறுமுனையில் இருப்பவர்கள் என்ன சொன்னார்களோ தெரியாது. அவன் ஒரு நிமிடம் மௌனமாக இருந்தான். சமீராவின் பக்கம் முதுகைக் காட்டிக் கொண்டு அந்தப் பக்கமாகத் திரும்பி நின்று அவன் பேசிக் கொண்டிருந்தான்.

தாழ்ந்த, ஆவேசத்தை அடக்கிய குரலில் "இன்னும் கொஞ்ச நேரத்தில் என் கல்யாணம். அதைத் தடுத்து நிறுத்துவது அசாத்தியம்!"

இதய வாசல்

"...................."

"என்னால் எப்படிங்க முடியும்? இது நான் ஒருத்தன் மட்டும் சம்பந்தப்பட்ட விஷயமில்லையே? இரண்டு குடும்பத்தின் கௌரவம்.. அந்தப் பெண்ணின் வாழ்க்கை.." என்று ஆவேசத் துடன் ஏதோ சொல்லப் போனவனை மறுமுனையில் இருந்தவர் தடுத்து நிறுத்திவிட்டார் போலிருக்கிறது அத்துடன் நிறுத்திவிட் டான். இப்போது அவனது உள்ளங்கை இறுகியது.

"யு ஸ்டாப் இட்!" பிடியை இறுக்கி மேஜைமீது குத்திக் கொண்டே கத்தினவன் திரும்பவும் நிமிர்ந்து நின்று மறுமுனையில் இருந்தவர் சொன்னதைக் கவனமாகக் கேட்டான். பிறகு "இம்பாசிபிள்! இதைவிட நான் சாவதே மேல்" என்று கத்தியவன் திரும்பவும் மறுமுனையிலிருந்து வந்தவர் பேசியதைக் கேட்கத் தொடங்கினான்.

ஒரு கட்டத்தில் "ஆனால்..." என்று இடைமறித்து ஏதோ சொல்ல முற்பட்டவன், மறுமுனையில் இருந்தவர் தன் பேச்சைப் பொருட்படுத்தாதது கண்டு இயலாமையுடன் நின்றுவிட்டான்.

அவன் போனில் பேசிக் கொண்டிருந்த வரையிலும் அவன் வலது கை விரல்கள் மூடியும், விரிந்தும் கொண்டிருந்தன.

ரொம்ப நேரம் அவன் எதுவும் பேசாமல் எதிர் முனையிலிருந்தவர் பேசுவதை மட்டும் கேட்டுக்கொண்டு இருந்தான். அடிக்கடி "ஓ.கே. ஓ.கே. ஓ...கே..." என்றான். பேசி முடித்து போனை வைத்தபிறகு ஒரு நிமிடம் உள்ளங்கையில் முகத்தைப் புதைத்துக் கொண்டு, இய லாமையின் மறு உருவம் தான்தான் என்பது போல் அப்படியேநின்று விட்டான். பிறகு தன்னைத்தானே தேற்றிக் கொண்டவன் போல் நிமிர்ந்து பார்த்தான். ஜன்னல் வழியே விளக்குத் தோரணங்களுடன் சந்தடியுடன் காணப்பட்ட அவனுடைய வீடு தென்பட்டது.

"ஓ காட்! ஐ வான்ட் டு கில் தட் பீஸ்ட்!" பற்களை இறுக்கிக் கடித்தபடி சொல்லிக் கொண்டே மேஜையின் மேல் ஓங்கி ஒரு குத்துக் குத்தினான். "மைகாட்!" என்று அங்கிருந்த குப்பைக் கூடை யைக் காலால் உதைத்து தள்ளிவிட்டுத் திரும்பினான்.

அடுத்த நிமிடம் அதிர்ச்சி அடைந்தவன் போல் அப்படியே நின்று விட்டான்.

அங்கே மேஜைக்கு அருகில் எழுந்து நின்றிருந்த சமீரா திகைப் புடன் அவனையே பார்த்துக் கொண்டிருந்தாள். அந்தக் கண்கள் அகல விரிந்து, அணுவணுவாய் அவனைப் பரிசீலிப்பது போல் கூர்ந்து கவனித்துக் கொண்டிருந்தன.

சமீராவைப் பார்த்ததும் ஒரு வினாடி அவன் முகம் வெல வெலத்துப் போய்விட்டது. அதற்குள் அவன் கண்களில் இருந்த இயலாமை மாயமாகி, அந்த இடத்தைத் தாங்க முடியாத கோபம் வெள்ளமாய்ப் பெருகி வந்து ஆக்ரமித்துக்கொண்டது.

அவளை எரித்து விடுபவன் போல் பார்த்துக்கொண்டே, ''உங்களுக்கு வேறு வேலை எதுவும் கிடையாதா? யாராவது போனில் பேசிக் கொண்டிருந்தால் சி.ஐ.டி.யைப் போல் பின்னால் நின்றுகொண்டு கேட்டுக் கொண்டி ருப்பதுதான் மரியாதையான காரியமா?'' அடிக்க வருவது போல் கேட்டான்.

சமீரா திகைத்துப் போய்விட்டாள்.

அவன் விருட்டென்று திரும்பி விடுவிடென்று அங்கிருந்து போய்க் கொண்டிருந்தான்.

''மிஸ்டர்! நில்லுங்கள்'' ஏறக்குறையக் கத்தியே விட்டாள் சமீரா.

அவன் நின்று அவளை வெறுப்புடன் திரும்பிப் பார்த்தான்.

சமீரா ஆவேசத்தாலும், அவமானத்தாலும் உடல் நடுங்கியவளாய் ''இந்த போன் எங்களுடையது. உங்களுக்குப் போன் வந்திருக்கு என்று புண்ணியத்திற்குக் கூப்பிட்டுக் கொடுத்தால், நீங்க இந்த மாதிரி பேசுவது மரியாதைதானா?'' என்றாள்.

அவன் ஒரு வினாடி அருவருப்படைந்தவன் போல் ஒடுங்கிப்போய் அவளைப் பார்த்தான். ''நீங்க கூப்பிடாமலேயே இருந்திருந்தா எனக்கு எவ்வளவோ நல்லாயிருந்திருக்கும். நீங்க கூப்பிட்டதால் எனக்கு மட்டும் இல்லை. என் சம்பந்தப்பட்டவர்கள் எல்லோ ருக்குமே கஷ்டம் உண்டாயிட்டது'' என்று சொல்லிவிட்டு விருட் டென்று திரும்பி அவன் வேகமாக வெளியே போய்விட்டான்.

சமீரா சிலையாக அப்படியே நின்றுவிட்டாள். தன் ஆவேசத்தை, கோபத்தை, அவமானத்தைக் கட்டுப்படுத்திக் கொள்வதற்கு அவ ளுக்குப் பத்து நிமிடங்களுக்கு மேல் பிடித்தது.

அந்த நிமிடமே அவன் காலரைப் பிடித்து இழுத்து, இரண்டு கன்னங்களிலும் சுடச்சுட ரெண்டு கொடுக்காம போய்ட்டோமே என்று அவள் மனம் கொதித்தது.

இது நடந்த கொஞ்ச நேரம் கழித்து...

சமீரா புத்தகங்களை எடுத்து அலமாரியில் அடுக்கி வைத்துக் கொண்டிருந்தாள். அப்போது கதவிற்கு அருகில் யாரோ வேகமாக வந்து கொண்டிருப்பது போன்ற காலடிச் சத்தம் கேட்டது. திரும்பிப் பார்த்தாள்.

வாசலில் அனிருத் நின்று கொண்டிருந்தான்; அவன் இப்போது வேட்டி, சில்க் சட்டையை மாற்றிவிட்டு பேண்ட், ஷர்ட் அணிந்திருந்தான். நெற்றியில் திலகமும், கன்னத்தில் திருஷ்டிப் பொட்டும் இருக்கவில்லை. கொஞ்ச நேரத்திற்கு முன்னால் கல்யாணக் களையுடன் ஒளிவீசிக் கொண்டிருந்த அவன் முகம் இப்பொழுது கலக்கத்தோடு காணப்பட்டது. வேகமாக மூச்சை இழுத்து விட்டுக் கொண்டிருப்பவன் போல் ஆயாசத்துடன் நின்று கொண்டிருந்தான். அவனைப் பார்த்ததும் சமீரா நன்றாக நிமிர்ந்து நின்று கொண்டாள்.

அவன் வாசலுக்கு வெளியே நின்றபடியே சொன்னான். "இதோ பாருங்கள். கொஞ்ச நேரத்திற்கு முன்னால நான் என்ன சொன்னேன்னு எனக்கே சரியாக நினைவில் இல்லை. எனக்கு இந்த போன் வந்ததைப் பற்றி உங்களைத் தவிர வேறு யாருக்குமே தெரியாது. இந்தப் போன் வந்த விஷயத்தை நீங்கள் யாரிடமும் சொல்லாதீங்க. உங்க வீட்டாரிடம் தப்பித் தவறிகூடச் சொல்லிடாதீங்க. நீங்க இந்த உதவியைச் செய்தால் என் வாழ்க்கையில் ஏற்படப்போகிற நிறைய கஷ்டங்களைத் தடுத்தவராயிருப்பீங்க." அவன் அவளது பதிலுக்காகக் காத்திருக்கவில்லை. தன் மனதில் இருப்பதையெல்லாம் சொல்லி முடித்து விட்டாற்போலவும், தான் வந்த வேலை முடிந்து விட்டாற்போலவும் விருட்டென்று மீண்டும் திரும்பிப் போய் விட்டான். வெளியே ஸ்கூட்டரை அவன் ஸ்டார்ட் பண்ணிய சப்தம் கேட்டது.

சமீரா ஜன்னலுக்கு அருகில் வந்து பார்த்தாள். அவன் ஸ்கூட்டரில் வேகமாகப் பறந்து அவள் கண்ணிலிருந்து மறைந்துவிட்டான்.

என்ன இவன்! சமீரா அவனைப் பற்றிய யோசனையில் ஆழ்ந்தபடி அப்படியே நின்று விட்டாள்.

2

நகரத்திலேயே பிரபலமான ஹோட்டல் அது.

அனிருத் ஓட்டி வந்த ஸ்கூட்டர் நேராக அங்கே வந்து நின்றது. வேகமாக அதைவிட்டு இறங்கியவன் ஓடோடி ரிசெப்ஷனிஸ்ட் அருகில் சென்று ''ப்ரொபசர் தியாகராஜன் எந்த அறையில் இருக்கிறார்?'' என்று கேட்டான்.

''முந்நூற்றுப் பதிமூணு சார்'' என்றாள் ரிசப்ஷனிஸ்ட்.

அவன் லிஃப்ட் அருகில் சென்றான்.

''கரெண்ட் இல்லைங்க சார்'' என்றான் லிஃப்ட் பாய்.

அனிருத் பின்னால் திரும்பிப் பக்கத்திலேயே இருந்த படிகளில் ஏறத் தொடங்கினான். முந்நூற்றுப் பதிமூன்றாம் எண் அறை நாலாவது மாடியில் இருந்தது.

அனிருத் மளமளவென்று நான்காவது மாடியை அடைந்து அதன் கோடியிலிருந்த அறையின் முன்னால் நின்றவன், பக்கவாட்டில் இருந்த காலிங்பெல்லை அழுத்தினான். வேகவேகமாகப் படிகளில் ஏறி வந்ததால் அவன் இப்போது மூச்சை வேகவேகமாக இழுத்து வெளியே விட்டுக் கொண்டிருந்தான். தினமும் உடற்பயிற்சி செய்யும் வழக்கம் உள்ளவன் என்றாலும், அப்போது அவன் கோபத் தில் இருந்ததால் இந்த அளவுக்கு வேக வேகமாக மூச்சு வாங்கியது.

இதுவே வேறு யாராவதுமாக இருந்திருந்தால் அந்தப் படிகளை அவ்வளவு வேகமாக ஏறி வந்ததால் ஏற்பட்ட ஆயாசத்தால் பேசவும் திராணியற்று இருந்திருப் பார்கள்.

அனிருத் காலிங்பெல்லை அழுத்திய இரண்டு நிமிடங்களுக்குப் பிறகு, அவன் வரவுக்காகவே காத்திருந்தது போல் அந்தக் கதவு லேசாகத் திறந்தது. வழுக்கைத் தலையுடன் குள்ளமாகவும் பருமனா கவும் தோற்றமளித்த ஒரு ஆசாமி கதவைத் திறந்தான்.

''எக்ஸ்க்யுஸ் மி''என்றவன் அனிருத்தை ஆராய்வது போல் மேலும் கீழும் பார்த்தான்.

''என் பெயர் அனிருத்'' என்றான்.

அந்தப் பெயரைக் கேட்டதுமே அவனுக்கு வரவேற்பு அளிப்பது போல் அந்தக் கதவு முழுவதுமாகத் திறந்துகொண்டது.

அனிருத் வேகமாக அறைக்குள் நுழைந்தான்.

அங்கே சோபாவில் ஒரு ஆள் சாவகாசமாக, ஆர அமர பேப்ப ரைப் படித்துக் கொண்டு உட்கார்ந்திருந்தான். அவன் வாயில் பைப் இருந்தது.

அனிருத் அவனுக்கு எதிரில் வந்து நின்று ''எங்கே அந்தக் காகிதங் களும் போட்டோக்களும்?'' என்றான். அவன் குரல் அந்த ஆள் முகத்தில் ஓங்கிக் குத்து விடுவது போல் அவ்வளவு கடுமையாக ஒலித்தது.

பேப்பர் படித்துக் கொண்டிருந்தவன் மெல்ல நிமிர்ந்து அனிருத் தைப் பார்த்தான். அவனுக்கு வயது சுமார் ஐம்பது இருக்கலாம். தலைக்குச் சாயம் பூசியிருந்தானோ. அல்லது இயற்கையிலேயே அப்படித்தானோ! அவன் தலையில் ஒரு வெள்ளை முடிகூட இருக்க வில்லை. கன்னத்தில் எப்போதோ பட்ட காயத்தின் அடையாளமாக ஆழமான தழும்பு ஒன்று இருந்தது. தன் கிராப்பை மிகவும் நேர்த்தி யாக வாரியிருந்தான். அவனது கண்கள் சுறுசுறுப்பானவைகளாகவும் அவற்றின் பார்வை கூர்மையானவையாகவும் இருந்தன. ஆனால் அவற்றில் பண்பைவிட அயோக்கியத்தனம்தான் தெரிந்தது. அவனது இதழ்கள் தடித்திருந்தன. விலையுயர்ந்த ஆடைகளை அவன் அணிந்திருந்தான்.

பைப்பைப் பற்களுக்கு இடையில் இறுக்கிப் பிடித்திருந்த தோர ணையில் ஒரு விதமான அலட்சியம் தென்பட்டது. தனக்கு வேண்டியது எதுவாக இருந்தாலும் சரி, அதைத் தன்னால் அடைய முடியும் என்ற அகங்காரமும் பிடிவாதமும் அவனிடம் இருந்தது அப்பட்டமாகத் தெரிந்தது.

''எங்கே அந்த போட்டோக்கள்?'' அனிருத் இரண்டாம் தடவை யாகக் கேட்டான்.

''ஒரு நிமிஷம் உட்கார். ஏன் இந்த அவசரம்?'' முறுவலுடன் சொன்னான் அவன்.

''நான் இங்கே உட்காருவதற்காக வரவில்லை.''

''நீ எப்படியும் திரும்பக் கல்யாண மண்டபத்திற்குப் போகப் போவதில்லை. அந்தக் கல்யாணம் நடக்காது என்று எனக்கு நீ வாக்குக் கொடுத்திருக்கிறாய் இல்லையா?'' அவன் குரலில் லேசாக ஏளனம் கலந்திருந்தது.

அந்த ஏளனம் அனிருத்தின் கோபத்தை மேலும் தூண்டிவிட்டது. ''நான் கொடுத்த வாக்கை மீற மாட்டேன்'' என்றான்.

''மீறினால் அதன் விளைவு என்னவாக இருக்கும் என்று உனக்குத் தெரியும் இல்லையா?'' அவன் அதைச் சொன்ன தோரணையைப் பார்த்தால் நீ எங்களுக்கு உபகாரம் எதுவுமே செய்யவில்லை என்பது போல் இருந்தது.

''போட்டோக்களும், கடிதங்களும் இப்பொழுது உங்களிடம்தான் இருக்கின்றன என்பதற்கு என்ன அத்தாட்சி?'' அவனை உலுக்கி எடுக்கும் எண்ணத்துடன் அனிருத் கேட்டான்.

''நீ இங்கே நேராக வந்திருப்பதுதான் அதற்கான அத்தாட்சி.அவை என்னிடம் இல்லாவிட்டால் இன்னும் ஒரு மணி நேரத்தில் மாப்பிள் ளையாய் மணையில் உட்கார்ந்திருக்க வேண்டியவன், பட்டாடை களைக் களைந்துவிட்டு இப்படி ஓடிவந்திருப்பாயா?'' அவனுடைய குரல் அனிருத்தின் குரலுக்குச் சமமாக உரக்கவே ஒலித்தது.

அனிருத் அதற்குப் பதில் பேசவில்லை.

''நீ மட்டுமில்லை. இந்தத் தியாகராஜனும் கொடுத்த வாக்குத் தவற மாட்டான்.'' பைப்பை எடுத்து சாம்பலை நிதானமாக ஆஷ் ட்ரேயில் தட்டிக் கொண்டே சொன்னான். தொலைவில் பணிவாகக் கைகளைக் கட்டிக் கொண்டு நின்றிருந்த வழுக்கைத் தலை ஆசாமி யைப் பார்த்து ''விசுவம்! அந்தப் போட்டோக்களையும், கடிதங் களையும் கொண்டு வந்து காட்டு!'' என்றான்.

அவனும் சரியென்பது போல் தலையை அசைத்துவிட்டு, பீரோ விலிருந்த ஒரு ப்ரீப்கேஸை எடுத்து அதிலிருந்த போட்டோக்களை எடுத்தான். அவன் அப்படி எடுத்துக் கொண்டிருந்த போது ஒரு போட்டோ நழுவிக் கீழே விழுந்தது. அனிருத் அதை எடுத்துப் பார்த்தான். சந்தேகமில்லை. அதே போட்டோக்கள் தான்.

அவனுக்கு மனத்திற்குள் சுருக்கென்றது! அதைத் தொடர்ந்து ஆவேசம் பொங்கியது. அவன் உடம்பிலுள்ள ஒவ்வொரு நரம்பும்

இப்போது முறுக்கேறியது. அந்தக் கொடுமையை எதிர்ப்பதற்கு அவன் துணிந்துவிட்டான். அவனை ஒரே தள்ளாகத் தள்ளி விட்டு விட்டு அந்த போட்டோக்களையெல்லாம் பிடுங்கிக் கொண்டு ஓடி விட வேண்டும், தங்கள் குடும்ப மான மரியாதையை அதன்மூலம் காப்பாற்றிக் கொள்ள வேண்டும் என்ற வலுவான எண்ணம் அவனது மனதில் அந்த சமயத்தில் தோன்றியது.

மின்னல் வேகத்தில் நகர அவன் எத்தனித்தான்.

ஆனால் அவனை எச்சரிக்கையுடன் கவனித்துக் கொண்டிருந்த தியாகராஜன், சட்டென்று காலை நீட்டி அவனை வழிமறித்தான். வேகமாக நகர்ந்த அனிருத் திடீரென்று தன் கால் இடறிவிடப்பட்டதால் தடுக்கிக் கீழே விழப் போனவன் தட்டுத் தடுமாறி சமாளித்துக் கொண்டான்.

''டேக் இட் ஈஸி யங் மேன்.'' தியாகராஜன் பைப்பைச் சுத்தம் செய்துகொண்டே இப்படி அமைதியான குரலில் சொன்னான்.

விசுவம், ஆபத்தை நொடியில் உணர்ந்துகொண்டுவிட்டவன் போல் சட்டென்று அந்த போட்டோக்களை மறுபடியும் ப்ரீப்கேஸில் வைத்து மூடிவிட்டான்.

''அந்த போட்டோக்களை என்னிடம் கொடுத்து விடுங்கள்'' என்றான் அதட்டலாக அனிருத்.

''உன்னிடம் கொடுக்கணும்னுதானே இவ்வளவு முயற்சியும்.'' என்ற அவன் ஒரு முறை நேரத்தைப் பார்த்துக் கொண்டான். ''இப் போது பத்து மணியாகப் போகிறது. இன்னும் ஒரு மணி நேரம் கழிந்தால் முகூர்த்த நேரம் முடிந்துவிடும். இன்னும் ஆறு மணிநேரம் நீ பொறுமையாக இருந்தாய் என்றால் இந்த போட்டோக்களும், இவற்றில் இருக்கும் ரகசியங்களும் நிரந்தரமாக உன் கைக்கு வந்து விடும். அதற்குப் பிறகு அவை உன் இதயத்திற்குள் சமாதியடைந்து விடும்.''

''இன்னும் ஆறு மணி நேரமாகுமா... எதற்கு?''

''நீ இப்போதே அங்கே போனால் அந்த சாஸ்திரிகள் ஏதாவது தில்லுமுல்லு செய்து மறுபடியும் ஒரு முகூர்த்தத்தைப் பார்த்து உடனே உனக்குக் கல்யாணம் நடத்தினாலும் நடத்தி வைத்து விடுவார்.''

''காலையில் போய்ச் சேர்ந்தால் மட்டும் அந்தக் காரியம் நடக்காதா என்ன?''

"அப்படி நடக்காமல் ஜாக்கிரதையாகப் பார்த்துக்கொள்ள எனக்குத் தெரியும். நீ நின்று கொண்டிருப்பதால் எந்தப் பிரயோஜனமும் இல்லை. கொஞ்சம் உட்கார்ந்தாயானால் நன்றாக இருக்கும். ரிலாக்ஸ்''

அனிருத் அதைக் காதிலேயே போட்டுக் கொள்ளவில்லை. போய் ஜன்னலுக்கருகில் நின்றுகொண்டு வெளியே பார்க்கத் தொடங்கினான்.

"நான், மரியாதையாக உட்கார் என்று சொல்லும்போதே உட்கார்ந்துகொண்டாயானால் நன்றாக இருக்கும்.''

அனிருத் உட்கார்ந்துகொண்டான். அதற்குள் அறைக் கதவு தள்ளப்படும் சத்தம் கேட்டது. மூவரும் திரும்பிப் பார்த்தார்கள்.

"அங்கிள்!'' என்றழைத்தபடி ஒரு பெண் உள்ளே வந்தாள். அந்தப் பெண்ணின் வருகையால் அந்த அறை முழுவதும் ஃபாரின் செண்டின் நறுமணம் பரவியது. அவள் வெள்ளை நிறத்தில் ரோஜா வண்ணத்தில் பூக்கள் போடப்பட்டிருந்த சில்க் புடவை அணிந்திருந்தாள். கையில்லாத ரவிக்கை. வலது கையில் சிவப்புக்கல் ஒற்றை வளையல், கழுத்தில் மெல்லிய சங்கிலி. இடுப்பில் வெள்ளியில் வேலைப்பாடு செய்திருந்த சாவிக்கொத்து என்ற தோற்றத்தில் அறைக்குள் உற்சாகமாக நுழைந்தவள் அங்கே உட்கார்ந்திருந்த அந்நியனைப் பார்த்ததும் பின் வாங்கியவளாக "சாரி அங்கிள். நீங்க வேலையாக இருந்தீங்களா? உங்களைத் தொந்தரவு செய்து விட்டேனா?'' என்றாள்.

"இல்லை சுபா இல்லை. நீ வா. இவனை உனக்கு அறிமுகப்படுத்துகிறேன். இவன் பெயர் அனிருத். இந்தியன் வங்கியில் வேலை பார்க்கிறான். அவர்கள் வங்கியில் கணக்கு வைத்திருக்கும் ஸ்ரீநிவாசனின் மகளுக்கும் இவனுக்கும் கல்யாணம். இன்னும் ஒரு மணி நேரத்தில் முகூர்த்தம்'' என்றவன், "மிஸ்டர் அனிருத் இந்தப் பெண் சுபா, என் தங்கையின் மகள். வாழ்க்கையில் எனக்கு இருக்கும் ஒரே உறவு இவள்தான். என் சொத்துக்கெல்லாம் ஒரே வாரிசு இவள் தான்'' என்றான்.

சுபா முறுவலுடன் அவனுக்கு வணக்கம் தெரிவித்தாள்.

அனிருத் வலுக்கட்டாயமாக முறுவலை வரவழைத்துக் கொண்டு பதில் வணக்கம் தெரிவித்தான்.

சுபா அவனைப் பார்த்தாள். சுபா தன் தாய் மாமனின் பாதுகாப்பில் வளர்ந்தவள். வியாபாரம் சம்பந்தப்பட்ட பார்ட்டிகளில்

பல இளைஞர்களை அவள் பார்த்திருக்கிறாள். யாரைப் பார்த்தாலும் அவர்களைப் பார்த்த கணமே அவர்களுடைய மனநிலை, குணம் இவற்றைப்பற்றி எல்லாம் அவளுக்குப் புரிந்துவிடும்.

அவன் முகத்தில் தென்பட்ட தெளிவு, அவனுடைய அழகான உடற்கட்டு, அவன் நின்றுகொண்டிருந்த தோரணை எல்லாவற்றையும் பார்த்தபோது அவளுக்கு அவன் மனதாலும், உடலாலும் நன்கு பயிற்சி பெற்றவன் என்று தோன்றியது. சாதாரணமாக சுபாவைத் தங்களுக்கு அறிமுகம் செய்து வைத்தவுடன் இளைஞர்கள் நடுத்தர வயதைத் தாண்டி விட்ட ஆண்கள் என்று யாராயிருந்தாலும் அவள் அணிந்திருக்கும் கையில்லாத ரவிக்கையிலிருந்து வெளிப்பட்டுக் கொண்டிருக்கும் தோள்களின் செழுமையையும், லோ நெக் வழியாகத் தெரியும் இளமையையும் பார்த்தபிறகு அவளிடமிருந்து தன் பார்வையைத் திருப்ப முடியாமல் அப்படியே பிரமித்து நின்று விடுவது வழக்கம்.

ஆனால் இவன் அப்படிப் பார்க்கவில்லை. அந்த அறிமுகத்திற்கு முற்றுப்புள்ளி வைப்பதுபோல் சிரித்துவிட்டு மறுபடியும் ஜன்னல் பக்கமாகத் திரும்பி வெளியே பார்க்கத் தொடங்கிவிட்டான். அங்கே இருளடைந்த வானமும், மினுக் மினுக்கென்று கண் சிமிட்டிக் கொண்டிருந்த நட்சத்திரங்களும்தான் தென்பட்டன. இரவின் குளிர்ச்சி மெள்ள அந்த இடத்தில் பரவிக் கொண்டிருந்தது. எதுவும் செய்ய முடியாத அவனுடைய இயலாமை அவன் மனதை மிகவும் பரிதவிக்கச் செய்து கொண்டிருந்தது. ஆனால் அப்போது நடப்பதை எல்லாம் பார்த்து பயந்து விடக்கூடாது என்று அவனது விவேகம் அவனை எச்சரித்துக் கொண்டிருந்தது. நாம் இங்கே எந்த சூழ் நிலையில் மாட்டிக் கொண்டிருக்கிறோம் என்று நம் வீட்டிலுள்ள யாருக்கும் தெரியாது... அவன் நினைவுகள் தொடர்ந்தன.

"இந்தக் கல்யாணம் நடக்காது. அவசர வேலையாய்க் கிளம்பிப் போகிறேன்" என்று எழுதி ரமணனிடம் அவன் கொடுத்தனுப்பியிருந்த சீட்டைப் பார்த்துவிட்டு தந்தை எப்படிக் கலங்கியிருப்பாரோ? தாயைப் பற்றிச் சொல்லவே தேவையில்லை. நினைவிழந்து மயங்கி விழுந்தாலும் விழுந்திருப்பாள். தன் குடும்பமும், தன்னை நம்பி தனக்குத் தன் மகளைக் கொடுக்க முன்வந்த ஸ்ரீநிவாசனின் குடும் பமும் கேலிக்கு ஆளாகியிருக்கும்.

கல்யாணத்திற்கு வந்தவர்கள் எல்லோரும் அவனை எப்படி யெல்லாம் திட்டித் தீர்த்திருப்பார்களோ? என்ன ஆனாலும் பரவா யில்லை. உலகத்தாரின் பார்வைக்கு அவன் ஒரு வஞ்சகனாக இருந் தால் இருந்துவிட்டுப் போகிறான். ஆனால் இந்த ரகசியம் மட்டும்

வெளியில் தெரிந்துவிடக்கூடாது. இப்படியெல்லாம் நினைத்துக் கொண்டிருக்கையில் அவன் நெற்றியில் வியர்வை படர்ந்தது.

தியாகராஜன் சோபாவை விட்டு எழுந்துகொண்டான். திரும்பவும் பைப்பில் தீயை வைத்து வாயில் கவ்விக் கொண்டு ஃபோனில் "ஓ.கே. நாங்க இன்னும் ஒரு மணி நேரத்தில் அங்கு வருகிறோம்" என்றான். பிறகு அலமாரியை நெருங்கி அதிலிருந்த ப்ரீப்கேசை எடுத்துக் கொண்டு கிளம்பியவன் "இந்தக் கதவுகள் திறந்தேதான் இருக்கும். நாங்க வரும்வரைக்கும் இங்கேயே இருந்தாய் என்றால் இந்த போட்டோக்களும், நெகடிவ்களும், கடிதங்களும் உன்னுடை யவை. நீ நாங்கள் வருவதற்குள் இங்கிருந்து போய் விட்டால் இவை யெல்லாம் போலீசாருக்குச் சொந்தமாகிவிடும்" என்றான். பிறகு சுபாவைப் பார்த்து "வாம்மா போகலாம்" என்றான்.

விஸ்வம் அவர்களைப் பின் தொடர்ந்தான். அவர்கள் மூவரும் வாசலைத் தாண்டும்போது அனிருத் பின்னாலிருந்து அழைத்தான்.

"சார் ! ஒரு விஷயம் கேட்கிறேன். பதில் சொல்றீங்களா?"

"கேளு." அவன் திரும்பிப் பார்க்காமலேயே சொன்னான்.

"இந்தக் கல்யாணத்தைத் தடுத்து நிறுத்துவதால் உங்களுக்கு என்ன லாபம்?"

தியாகராஜன் ஒரு வினாடி நிதானித்துவிட்டு சொன்னான். "அது என் சொந்த விஷயம். இன்னொருத்தரிடம் அதைப் பற்றிச் சொல்ல வேண்டிய அவசியமில்லை" என்று சொல்லி விட்டுப் போய் விட்டான்!

மூவரும் போனதும் அனிருத் அந்த அறையில் தனியாய் நின்று கொண்டிருந்தான். ஆவேசத்தால் அவன் இரத்தம் கொதித்துக் கொண்டிருந்தது. ஒரே பாய்ச்சலில் அங்கிருந்து ஓடிப் போய் விட லாமா என்று தோன்றியது. ஆனால் அதனால் என்ன லாபம்? நஷ்டம் அவனுக்குத்தானே?

அவன் பார்வை அங்கிருந்த போன் மீது படிந்தது. போலீசுக்கு போன் செய்தால் என்ன? என்று நினைத்தவுடன் அவன் கால்கள் போனை நோக்கி வேகமாக நகர்ந்தன. ஆனால் போனை எடுக்கப் போனவன் சட்டென்று நின்று விட்டான்.

போலீசாரிடம் என்னவென்று அவன் புகார் தருவான்? தன்னை அவர்கள் பிளாக்மெயில் செய்கிறார்கள் என்றா? என்னவென்று பிளாக்மெயில் செய்கிறார்கள் என்று கேட்டால் என்ன சொல்லுவான்?

ஓ காட்! அவன் அங்கிருந்த சோபாவில் சரிந்தான். கைகளால் தலையைப் பிடித்துக் கொண்டான்.

அந்த அறையிலிருந்த கதவுகள் எல்லாம் திறந்துதான் இருந்தன. ஆனாலும் அவனால் அங்கிருந்து ஓடிப் போக முடியாது. அவர்கள் திரும்பி வந்து அந்தப் போட்டோக்களையும், நெகடிவ்களையும் தரும் வரையிலும் அவன் இந்த அறையிலேயே சிறைப்பட்டுக் கிடக்க வேண்டியதுதான்.

அவன் மணியைப் பார்த்துக் கொண்டான்.

பத்தே முக்கால் ஆகி யிருந்தது. கல்யாண வீட்டில் எவ்வளவு கலாட்டா நடந்திருக்குமோ?

தாய், தந்தை, தங்கை, தம்பி, நண்பர்கள், உறவினர்கள் எல்லோ ருக்கும் அவன் மீது எவ்வளவு கோபம் வந்திருக்குமோ?

அவன் தனக்கு நினைவு தெரிந்த நாளிலிருந்து இவ்வளவு இயலாமையாய் என்றுமே உணர்ந்ததில்லை!

படியிலிறங்கிக் கொண்டிருந்தபோது விஸ்வம் தியாகராஜனிடம் கேட்டான். "சார்! அவனை நாம் இப்படியே விட்டுவிட்டு வந்தால் அவன் ஓடிப் போய்விட மாட்டானா?"

"மாட்டான்." அவன் குரல் திடமாக ஒலித்தது.

"ஏன்?"

"அவனது சுபாவம் எனக்கு நன்றாகத் தெரியும்.

குடும்ப மானம் என்பது அவனுக்கு அவனது உயிருக்கும் மேல் மதிப்புள்ளது. அதை விட அவன் தன் அப்பாவிடம் இன்னும் அதிகமாக உயிரை வைத்திருக்கிறான்."

"அவர் யார் அங்கிள்? அவர் என்ன தப்பு செய்தார்?" அவர்கள் பேச்சைக் கவனித்துக் கொண்டிருந்த சுபா ஆர்வத்தோடு கேட் டாள்.

"அது ஒரு பிசினெஸ் டீல் சுபா" என்றான் அவன். அவர்கள் படி யிறங்கி டான்சிங் ஹால் அருகில் வந்தார்கள். விஸ்வம் முன்னால் போய் அந்த ஹாலின் கதவைத் திறந்தான்.

திடீரென்று அங்கேயிருந்து வந்து காதுகளில் மோதிய வாத்தியங் களின் ஓசை கடலின் பேரிரைச்சலில் மூழ்கியதுபோல் அவர்கள் பேச்சை விழுங்கிவிட்டது.

ஹாலுக்குள் அடியெடுத்து வைத்த தியாகராஜனையும், சுபாவையும் பார்த்துவிட்டு அங்கிருந்த பலர் பயபக்தியுடன், மரியா தையாய் வணங்கினார்கள்.

தியாகராஜன் ஒரு மேஜைக்கு முன்னால் உட்கார்ந்துகொண்டு தொலைவில் நாட்டியமாடிக் கொண்டிருந்த பெண்ணையே உற்றுப் பார்க்கத் தொடங்கினான்.

கொஞ்ச நேரம் கழித்து அவன் பேரருக்கு சைகை காட்டி தொலை விலிருந்த போனைக் கொண்டுவரச் சொன்னான்.

அவன் போனைக் கொண்டு வந்து கொடுத்தான்.

அவன் அதில் முந்நூற்றுப் பதினோராம் நம்பர் ரூமுக்கு அருகில் இருக்கும் பையனைக் கூப்பிடச் சொல்லி ஆபரேடரிடம் கேட்டுக் கொண்டான். ஒரு நிமிஷத்தில் அந்தப் பையன் போனில் வந்து ''ஹலோ !'' என்றான்.

''நான் தியாகராஜன்... ரூம் முன்னூத்திப் பதினொண்ணு!...என் ரூமில் ஒரு கெஸ்ட்டை விட்டுட்டு வந்திருக்கேன். அவன் இருக் கானா போய்ட்டானா என்று பார்த்துட்டு வந்து சொல்'' என்றான்.

பையன் போய் ஒரு நிமிஷத்தில் திரும்பி வந்து,'' இருக்கிறார் சார்'' என்றான்.

''குட்! அவன் என்ன செய்துகிட்டிருக்கான்?''

''தலையைப் பிடித்துக் கொண்டு சோபாவில் உட்கார்ந்திருக்கிறார் சார்.''

''வெரிகுட். ஒருக்கால் அவன் அங்கிருந்து போய்ட்டா என்கிட்ட வந்து சொல்லு?''

''சரி சார்.''

தியாகராஜன் போனை வைத்துவிட்டு மறுபடியும் பைப்பை எடுத்து வாயில் வைத்துக் கொண்டான். தான் போய் அவனிடம் தாள் களையும், போட்டோக்களையும் கொடுக்கும் வரையில் அவன் அங்கி ருந்து போக மாட்டான் என்று அவனுக்குத் தெரியும். அவன் கண் களில் வெற்றிப் பெருமிதத்தோடுகூடிய ஏளனப் புன்னகையொன்று மின்னி மறைந்தது.

3

விடிந்துவிட்டது. படுக்கையில் குப்புறப் படுத்தபடி தலையணையில் கன்னத்தைப் பதித்துக் கொண்டு ஆழ்ந்த உறக்கத்தில் இருந்த சமீராவுக்குத் தாய் உரத்த குரலில் யாரிடமோ பேசிக் கொண்டிருந்தது காதில் விழுந்ததும் விழிப்பு வந்தது. தூக்கக் கலக்கத்திலேயே புரண்டு படுத்தாள். கால்மாட்டுப் பக்கம் நழுவிய போர்வையை மேலே இழுத்துவிட்டுக் கொண்டாள்.

தாய் யாரிடமோ விடாமல் சத்தமாகப் பேசிக் கொண்டிருந்தது கேட்டுக் கொண்டிருந்தது.

"ஐயோ! இப்படி நடந்து இதுவரை நான் எங்கேயும் கண்டது மில்லை. கேள்விப்பட்டதும் இல்லை. மணவறைவரைக்கும் வந்த பின் ஒரு கல்யாணம் நின்று போவதை இதுவரை சினிமாவிலதான் பார்த்திருக்கேன். நேர்ல இப்பொழுதுதான் பார்க்கிறேன். அந்த அனிருத்தை எனக்கு நன்றாகத் தெரியும். அவன் ரொம்ப நல்ல பையன்னு நினைத்திருந்தேன். இப்படி ஏமாற்றக்கூடியவன் என்று நினைக்கவே இல்லை. பெண்வீட்டாருக்கும் சரி, பையன் வீட்டாருக்கும் சரி முகத்தில் களையே இல்லை. கல்யாணப் பையன் வரவில்லை என்ற செய்தி பந்தலில் உள்ளவர்களிடையே வெகு வேகமாகப் பரவிவிட்டது. சிலர் மாப்பிள்ளை ஏன் வரவில்லை? மாப்பிள்ளையிடம் ஏதாவது குறையிருக்குமோ? என்றும் கல்யாணப் பெண்தான் இதற்கெல்லாம் காரணம் என்று சிலரும், மாப்பிள்ளைதான் காரணம் என்று சிலரும் கிசுகிசுக்கத்

தொடங்கி விட்டார்கள். சுமித்ராவோ ஹோவென்று அழத் தொடங்கிவிட்டாள். மனைவி அழுவதைப் பார்த்ததும் அதுவரை தனக்குள் குமுறிக் கொண்டிருந்த நாராயணன் எரிந்து விழுந்தார். மனைவியையும், மகளையும் பார்த்து ''யாராவது அழுதால் கொன்னு போட்டு விடுவேன் ஜாக்கிரதை!'' என்றார், பாவம் சுமித்ரா... தன் கண்ணீர் வெளியே வந்துவிடாமல் துடைத்துக் கொண்டாள்.

''அந்த கல்யாணப் பெண்ணின் மனம் எவ்வளவு பாடுபட்டதோ? அவள் எவ்வளவு அழகாக இருக்கிறாள் தெரியுமா? குத்துவிளக்குப் போல் பளிச்சென்று இருக்கிறாள். அவளுக்கு என்ன குறைச்சல்? படிப் புக்குப் படிப்பு, அழகுக்கு அழகு. ரொம்ப நன்றாக வீணை வாசிப்பா ளாம். அந்தப் பையனும் பெண்ணும் ஏற்கெனவே ஒருத்தருக்கொருத்தர் அறிமுகமானவங்கதானாம். ஒருத்தர் மேல் ஒருத்தருக்கு இஷ்டம் தானாம்'' என்றது ஆண் குரல்.

''எனக்குத் தெரியாமல்தான் கேட்கிறேன். முகூர்த்த நேரம் நெருங்கி வரும் நேரத்தில் வீட்டை விட்டு ஓடிப் போகும் அளவுக்கு அந்தப் பையனுக்கு என்ன ஆகியிருக்கும்?'' சமீராவின் தாய் கேட் டாள். அவள் குரலையும், அவள் அதைக் கேட்ட தோரணை யையும் பார்த்தால், வீட்டு வேலைகளையெல்லாம் அவள் மறந்து விட்டாற் போலிருந்தது.

தினமும் காலை வேளையில் பக்கத்துத் தெருவில் இருக்கும் சிவசங்கரன் வாக்கிங்கிற்குப் போகும் போதோ வரும் போதோ, இங்கே வந்து உட்கார்ந்து பேப்பரை ஒரு புரட்டி புரட்டிப்பார்த்துவிட்டு, காபி குடித்தபடி, ஊர் உலக விசேஷங்களையெல்லாம் தன் மனம்போன போக்கில் பேசிவிட்டுப் போவது வழக்கம். அவர் அவர்களுக்குத் தூரத்து உறவினரும் கூட. அவர் அன்று காலையில் வந்ததும் சமீராவின் தாய் அவருக்குக் காபி கொடுத்துவிட்டு, முதல் நாள் இரவு அனிருத்தின் கல்யாணம் நின்று போன விஷயத்தைப் பற்றி அவரிடம் பேசத் தொடங்கிவிட்டாள்.

அந்த வீட்டில் எல்லோ ரையும் விட அவளது தாய்தான் அதிகமாகப் பேசுவாள். அவளுக்கு ஊரில் நடக்கும் எல்லா விஷே சங்களைப் பற்றியும் அவசியம் தெரிந்தாக வேண்டும். இதனாலேயே யார் வீட்டில் என்ன நடந்தாலும் அந்தச் செய்தி முதலில் அவள் காதுகளைத்தான் எட்டும். அக்கம் பக்கத்து வீடுகளில் வேலை செய்பவர்கள் அவள் தரும் காபிக்கும், டிபனுக்கும் ஆசைப்பட்டு,

எல்லா சமாச்சாரங்களையும் அவள் காதில் போடுவார்கள். சில சமயங்களில் பிறர் பரப்பிவிடும் பொய்ச் செய்திகள் கூட அவள் மூலமாக வெளியில் வேகமாகப் பரவி அதனால் சில சங்கடங்களும் ஏற்பட்டது உண்டு. கணவரும், மகளும் எவ்வளவு கோபித்துக் கொண்டபோதிலும் அவளால் அந்தப் பழக்கத்தை மட்டும் விடவே முடியவில்லை!

"அந்தப் பையனுக்கு வேறு யாருடனாவது காதல் கத்திரிக்காய்னு ஏதாவது விவகாரம் இருந்திருக்குமோ என்னவோ?" என்றார் சிவசங்கரன் காபியைக் குடித்துக் கொண்டே.

"அப்படித்தான் நானும் சந்தேகப்பட்டேன்" என்றாள் சரஸ்வதி.

சமீரா படுக்கையில் புரண்டு கொண்டிருந்தவள் கடைசியில் விழித் தெழுந்தாள். தாய் மற்றும் சிவசங்கரன் இருவருக்கும் வெங்கலக் குரல். எதிரில் இருப்பவர்களுக்குக் காது கேட்காது என்பது போல் பேசுவார்கள். இவ்விருவரும் உரையாடலில் இறங்கிவிட்டால் சுற்று வட்டாரத்தில் இருப்பவர்களால் வேறு எந்த வேலையும் செய்ய முடியாது.

சமீரா எழுந்து வந்தாள்.

"இந்தியா டுடே புத்தகம் வந்துவிட்டதா?" என்று கேட்டார் சிவசங்கரன்.

"இல்லை மாமா" சொல்லிவிட்டு சமீரா உள்ளே போய்விட்டாள். அவர் புத்தகத்தை எடுத்துக் கொண்டு போனால் லேசில் திருப்பிக் கொடுக்க மாட்டார். சமீராவுக்குப் புத்தகங்கள் என்றால் உயிர். தாய் பிறந்த நாளுக்காகப் புடவை வாங்கிக் கொள்ளச் சொல்லிப் பணம் கொடுத்தால் அதைப் பத்திரிகைகளுக்குச் சந்தாக் கட்டி விடுவாள். சினிமாவுக்குப் போகச் சொல்லி தம்பிக்குச் சமமாக அவளுக்கும் பாக்கெட் மணி கொடுத்தால் அந்தப் பணத்தைச் சேமித்து வைத் திருந்து நூலகத்தில் மெம்பராகி விடுவாள். வாங்கிய நாவல்களை, பத்திரிகைகளை ஜாக்கிரதையாகச் சேர்த்து வைப்பாள்.

ஓய்வு நேரத்தில் பத்திரிகைகளில் வரும் அபூர்வமான செய்திகளைக் கத்தரித்து ஒரு பைல் தயார் செய்வாள். அவற்றைக் கவனமாக பைண்ட் செய்து எடுத்து வைப்பாள்.

மகள் இவற்றிற்காகப் படும் சிரமங்களையெல்லாம் பார்த்தால் தாய்க்கு அதிசயமாக இருக்கும். "என்ன இது? இதையெல்லாம் பட்டுப் புடவையைப் பாதுகாத்து வைப்பதுபோல் பத்திரமாக எடுத்து

வைக் கிறாயே?'' என்று கேட்பாள். ''அம்மா! ஒரு பொருளினுடைய மதிப்பு என்பது அதன் விலையைப் பொறுத்து இருக்காது. அதன் மீதான நம்முடைய விருப்பத்தைப் பொறுத்துதான் அது இருக்கும். உனக்குப் பட்டுப்புடவைகள் எவ்வளவு பிடிக்குமோ அதே அளவுக்கு எனக்கு இந்தப் புத்தகங்களைப் பிடிக்கும்'' என்று பதில் சொல்லு வாள் இவள்!

சமீரா உள்ளே போய் பாத்ரூமிலிருந்து பேஸ்டையும் பிரஷ்ஷையும் எடுத்துக் கொண்டிருந்த போது முன் அறையில் சிவசங்கரன் ''போய் வருகிறேன்'' என்று கூறிக்கொண்டே எழுந்து கொள்வது தெரிந்தது. ''நீங்க கொஞ்சம் ஜாக்கிரதையாகவே இருங்கள்.

சமீராவுக்கு எப்படிப்பட்ட மாப்பிள்ளையைக் கொண்டு வரப் போறீங்களோ தெரியாது. இந்தக் காலத்து இளைஞர்களை நம்பவே முடியாது. வரனை முடிவு செய்வதற்கு முன்னால என்னிடம் ஒரு வார்த்தை சொல் லுங்கள். சி.ஐ.டி. வேலை செய்து அவர்கள் வம்சத்தை ஏழு தலை முறைக்கும் அலசிப் பார்த்து விடுகிறேன்'' என்றார்.

''இந்த விஷயத்தில் நீங்க உதவி செய்யாமல் எனக்கு வேற யார் உதவி செய்யப் போறாங்க?'' என்றாள் சரஸ்வதி.

''நான் உங்களுக்கு உதவி செய்யாமல் வேறு யாருக்குச் செய்யப் போறேன்? தினமும் ஒரு கப் காபி. அதுவும் எவ்வளவு நாளாக? அந்த நன்றியை நான் எப்படித் தீர்த்துக் கொள்வேன்?'' பெரிய குரலில் சிரித்தார் அவர்.

சரஸ்வதி அவரை வாசல் வரைக்கும் சென்று வழியனுப்பிவிட்டு உள்ளே வந்தாள்.

பிரஷ் மீது பேஸ்ட்டை வைத்து இழுத்துக் கொண்டிருந்த மகளைப் பார்த்ததும் பரபரப்புடன் அவளருகில் வந்து ''சமீரா இதைக் கேட்டாயா? ராத்திரி கல்யாணத்திற்குப் போயிருந்தோமே? அந்த அனிருத்தின் கல்யாணம் நடக்கவே இல்லை. அந்தப் பையன் சொல் லாமல் கொள்ளாமல் கம்பி நீட்டிவிட்டான். கல்யாணம் நின்றுவிட் டது தெரியுமா?''

''தெரியும்'' என்றாள் சமீரா. நேற்று இரவு அனிருத்திற்கு போன் வந்ததும், அப்போது அவன் ஆவேசப்பட்டதும் அவளுக்கு நினை வுக்கு வந்தது.

''தெரியுமா? எப்படிடி உனக்குத் தெரியும்?'' ஆச்சரியமடைந்தவ ளாகப் பார்த்தாள்.

சமீரா திடுக்கிட்டாள். ''இந்த போன் வந்தது உங்களைத் தவிர வேறு யாருக்குமே தெரியாது. மறந்து போய் கூட உங்கள் வீட்டாரிடம் சொல்லிடாதீங்க. இந்த உதவியைச் செய்தால் என் வாழ்க்கையில் பல கஷ்டங்களைத் தீர்த்து வைத்தவராவீங்க'' என்ற அவனது அந்தக் குரல் தனது காதில் எதிரொலித்ததும் பல் தேய்த்துக் கொண்டிருந்த சமீரா அப்படியே நின்றுவிட்டாள்.

''சொல்லு. எப்படித் தெரியும் உனக்கு? ராத்திரி நான் வந்த போது நீ தூங்கிக் கொண்டிருந்தாய். இப்பொழுதுதான் எழுந்துவருகிறாய். அப்படியிருக்கும்போது இதெல்லாம் உனக்கு எப்படித் தெரியும்?'' அவளை உலுக்கி எடுத்தாள் தாய். நாம் மட்டுந்தானே கல்யாணத் திற்குப் போயிருந்தோம். ராத்திரி பதினோரு மணிக்கு மேல்தானே எல்லோருக்குமே இந்த விஷயம் தெரியும். அந்த நள்ளிரவு நேரத்தில் அந்தக் கல்யாண வீட்டிலிருந்து யார் வந்து தன் மகளிடம் பேசியிருப் பார்கள்? அவள் கண்களில் சந்தேகம் நிழலாடிற்று.

சமீரா அதற்குள் சமாளித்துக் கொண்டுவிட்டாள். ''நீதான் நாலு ஊருக்கு கேக்குறாப்ல சிவசங்கரன் மாமாவிடம் பேசிக் கொண்டிருந் தாயே? தூக்கத்திலிருந்து விழித்ததும் முதல் முதலாக இந்த நல்ல செய்தி யைத்தானே என் காதால நான் கேட்டேன்'' என்றாள்.

''அப்படிச் சொல்லு.'' அவள் கண்களில் சந்தேகம் மறைந்து நிம்மதி வந்தது. ''என்னவாச்சு தெரியுமா?'' அவள் திரும்பவும் முதலிலிருந்து சொல்ல ஆரம்பித்தாள்.

''அம்மா! அந்த அனிருத்தின் கல்யாணம் நின்று போய் விட்டது. கல்யாணத்திற்கு வந்திருந்தவர்களின் முன்னால் அவர்கள் மானம் கப்ப லேறிவிட்டது. அதானே விஷயம்? அது எப்படி நடந்தது? ஏன் நடந்த துன்னு தெரிந்துகொள்ளும் அவசியம் எனக்கு இல்லை. போயி காபி கலந்து கொடும்மா'' செல்லம் கொஞ்சுவது போல் கேட்டாள்.

சரஸ்வதி அவசரமாக உள்ளே போனாள். மகள் எப்போதுமே இப்படித்தான். தான் சொல்லும் எந்த விஷயத்திலும் ஆர்வம் காட்ட மாட்டாள். முனகியபடி காபி கலந்து எடுத்து வந்தாள். அதுவும் வழக்கம் போல் சுவைக்கவில்லை.

அதற்குள் வேலைக்காரி வந்து விட்டாள். ''என்னம்மா இது? அந்த ஐயர் வீட்டுப் பையனின் கல்யாணம் நின்னு போயிடுத்தாமே?'' ரகசிய மாகக் கேட்டாள்.

''ஆமாம்டிம்மா.'' சரஸ்வதி அவளிடம் அந்தக் கதையைச் சொல்ல ஆரம்பித்தாள். வேலைக்காரி சுவரின் மீது கையை வைத்துக்

கொண்டும், சரஸ்வதி கொல்லைக் கதவில் சாய்ந்தபடி நின்று கொண்டும் அரைமணி நேரம் குரலைத் தாழ்த்தியபடி அதுபற்றித் தீவிரமாகப் பேசிக் கொண்டிருந்தார்கள்.

சமீரா அன்று கல்லூரிக்குக் கிளம்பும் நேரத்தில் சமையல் முடிந் திருக்கவில்லை. வெறும் தயிர் சாதத்தைப் போட்டு ஊறுகாயோடு சாப்பிட்டுவிட்டுப் போய்விட்டாள்.

சமீரா மாலையில் கல்லூரியிலிருந்து திரும்பி வந்தபோது தாய் வீட்டில் இருக்கவில்லை. தம்பி ரவியிடம் ''அம்மா எங்கே?'' என்று கேட்டாள்.

''அந்த நாராயணன் மாமா வீட்டிற்குப் போயிருக்கிறாள்'' என்று அவன் பதிலளித்தான்.

சமீரா வேற வேலையில்லே. அலுத்துக் கொண்டே தானே தேநீர் போட்டுக் குடித்தாள்.

தம்பி ரவி கிரிக்கெட் பேட்டைப் பிடித்தபடி அறைக்குள் எட்டிப் பார்த்தான். ''அக்கா! மதியம் ஒரு மணியிலிருந்து நான் வீட்டுக்குக் காவல் இருந்துட்டேன். இத்தோடு என் ட்யூட்டி முடிந்துவிட்டது.

இப்போது நீ ட்யூட்டியை ஏற்றுக் கொண்டு விட்டாய் இல்லையா? இனி நான் விளையாடப் போகிறேன்'' என்று அவளது பதிலுக்குக் காத்திருக்காமல் ஓட்டமெடுத்தான்.

சமீரா தேநீரைக் குடித்துவிட்டு, உடைகளை மாற்றிக் கொண்டு வந்து ஹாலில் உட்கார்ந்து கொண்டாள். அதற்குள் ''சரஸ்வதி!'' என்ற குரல் கேட்டது.

சமீரா வாசலுக்குப் போய் எட்டிப் பார்த்தாள். யசோதா நின்று கொண் டிருந்தாள். தாயின் சிநேகிதி அவள். பக்கத்து ஊரிலிருந்து வந்திருக் கிறாள்.

''சனியன் பிடித்த பஸ். தெரியாமல் ஏறிவிட்டேன்டி. இப்பொழுது தான் வந்து சேர்ந்தது. காலையிலிருந்து குளிக்கவோ சாப்பிடவோ முடியவில்லை'' என்று சொல்லிக்கொண்டே பையைக் கொண்டு போய் உள்ளே வைத்தாள்.

''அம்மா எங்கேடி மீரா?''

''பக்கத்து வீட்டுக்குப் போயிருக்கிறாள் மாமி.''

''போய் நான் வந்திருக்கிறேன்னு சொல்லிட்டு வாயேன்'' என்றாள் அந்தம்மாள் சட்டமாக உட்கார்ந்து கொண்டே.

சமீராவுக்கு அவளைப் பார்த்தாலே பயம். தாயைக் காட்டிலும் அதிகமாய்ப் பேசுவாள். வாயைத் திறந்தால் ஒரு மணி நேரமாவது மூச்சு விடாமல் பேசித் தீர்த்தபிறகுதான் நிறுத்துவாள். இடையே கமாவோ, முற்றுப்புள்ளியோ இருக்காது. எதிரே இருப்பவர்களை அப்படி இப்படி நகர விடமாட்டாள். தாய் வரவில்லை என்றால் அந்தம்மாளின் வாக்குப்பிரவாகம் மடை திறந்தாற்போல் தன் மீதுதான் பாயும். சாதாரணமாக சமீரா தாயைத் தேடிக் கொண்டு அக்கம் பக்கத்து வீடுகளுக்குப் போக மாட்டாள்.

ஆனால் யசோதாவின் பிடியிலிருந்து தப்பித்துக் கொள்ள வேண்டுமென்றால் எப்படியாவது போய் தாயைக் கூட்டிக் கொண்டு வருவது ஒன்றுதான் வழி.

அதனால் சமீரா செருப்பை மாட்டிக்கொண்டு மளமளவென்று கிளம்பினாள்.

நாராயணன் வீட்டில் யார் யாரோ இருந்தார்கள். சிலர் வராண்டாவிலும், வேறு சிலர் அறை வாசலிலும், நடு ஹாலிலுமாகவும் என்று கும்பல் கும்பலாக உட்கார்ந்து ஏதோ பேசிக் கொண்டிருந்தார்கள். சமீராவைப் பார்த்ததும் பேச்சை நிறுத்திவிட்டு சும்மா இருந்தார்கள். யாருமே அவளிடம் பேசவில்லை.

அங்கே நாற்காலியில் பெரியவர் ஒருவர் சாய்ந்தாற்போல் உட்கார்ந்துகொண்டு மேற்கூறையைப் பார்த்தபடி யோசித்துக் கொண்டிருந்தார். அவர் முகம் கவலையில் தொய்ந்திருப்பது போல் காணப்பட்டது. எல்லோர் முகத்திலும் ஏதோ கேட்கக் கூடாத சமாச்சாரத்தைக் கேட்க நேர்ந்தாற்போல் வருத்தம் பரவியிருந்தது. சமீரா அந்தப் பெரியவரை நெருங்கி "சரஸ்வதியம்மா இருக்காங்களா?" என்று கேட்டாள்.

அவர் ஒரு வினாடி சமீராவைக் குழப்பத்துடன் பார்த்தார். பிறகு மௌனியாகவே உள்பக்கமாக இருந்த அறையைச் சுட்டிக் காட்டினார். சமீரா அந்தப் பக்கமாகப் போனாள்.

உள்ளே இருந்த அந்த அறை வாசலின்மேல் அடியெடுத்து வைத்த சமீரா திகைத்துப் போனவளாய், அதற்குள் நுழையலாமா கூடாதா என்ற குழப்பத்துடன் அப்படியே நின்று விட்டாள்.

அறையின் நடுவே பாயில் உட்கார்ந்திருந்த சுமித்ரா முழங்காலில் முகத்தைப் புதைத்துக் கொண்டு விசும்பி விசும்பி அழுது கொண்டிருந்தாள். அவள் பக்கத்தில் உட்கார்ந்து அவள் தோளைப் பற்றிக்

கொண்டு சமீராவின் தாய் சரஸ்வதி தான் ஆறுதல் சொல்லிக் கொண் டிருந்தாள்.

"அண்ணீ ! நீங்களே இப்படி அதைரியமாக இருந்தா எப்படி? நீங்க தைரியத்தை வரவழைத்துக் கொண்டே ஆகணும். அவருக்கு அந்த மாதிரிதான் சாவுன்னு எழுதி வைத்திருக்கிறது. அவருடைய உயிர் அதன்படியே போய் விட்டது. அவ்வளவுதான். கடவுளின் ஆணையை நம்மால் தடுக்க முடியுமா? நமக்கு அவ்வளவு சக்தி இருந்து விட்டால் நம் கால்கள்தான் இந்த பூமியில் நிற்குமா?" என்று ஆறுதல் சொல்லிக் கொண்டிருந்தாள் அவள்.

"அழாதீங்க. சரஸ்வதி சொல்வது முற்றிலும் உண்மை" என்றாள் இன்னொரு அம்மாள்.

என்ன இது.... யார் இறந்து போனா? சமீரா குழம்பினாள்.

"என்ன கண்றாவி இது? நல்லபடியாய் மகனுக்குக் கல்யாணத்தை முடித்து மருமகளை வீட்டுக்கு அழைக்கலாம் என்று நினைத்துக் கொண் டிருந்தபோது இப்படி அந்த வீட்ல ஒரு இழவு விழுவதாவது?" அவள் அழுதுகொண்டே புலம்பினாள்.

"என்ன செய்வது? எல்லாம் நம்மோட தலையெழுத்து. நல்லது கெட்டது எது நடந்தாலும் அதில் எதுவுமே நம் கையில் இல்லை" என்றாள் சரஸ்வதி.

"என் மகன் எங்கே இருக்கிறானோ? எப்படி இருக்கிறானோ? இதுவரையிலும் அவன் என் கண்ணில் படவே இல்லையே. இதெல் லாம் அவனுக்குத் தெரியாமலா இருக்கும்!" மகனை நினைத்துக் கொண்டதும் அவள் அழுகை இருமடங்காகி விட்டது.

"அவன் கட்டாயம் வருவான். நீங்க அதைரியப்படாதீங்க. இங்கே வராமல் வேறே எங்கே போவான்? இந்த மாதிரியானதொரு காரியத்தைச் செய்துவிட்டு உடனே உங்க எல்லோருடைய முகத்திலும் முழிப்பதற்கு அவனுக்கு எப்படித் துணிச்சல் வரும்? நாலுநாள் போனதும், எல்லோருக்கும் கோபம் கொஞ்சம் தணிந்த பிறகு வருவான்." நயமாக எடுத்துச் சொல்லிக் கொண்டிருந்த அவள் எதற்காகவோ நிமிர்ந்த பொழுது கண்ணில் சமீரா தென்பட் டாள்.

உடனே மகளை உள்ளே வரச் சொல்லிச் சைகை காட்டினாள். சமீரா உள்ளே வந்து "அம்மா..!" என்று ஏதோ சொல்லப் போனாள். ஆனால் சரஸ்வதி அவளிடம் இரு என்று சைகை காட்டிவிட்டு

மீண்டும் சுமித்ராவைத் தேற்றுவதற்கு முனைந்தாள். சமீரா தாய்க்குப் பின்னால் இருந்த ஜன்னலுக்கு அருகில் போய் நின்றுகொண்டாள். தாய் கொஞ்சம் இந்தப் பக்கம் திரும்பினால் தான் வந்த காரியத்தைப் பற்றி அவளிடம் சொல்லிவிட்டுப் போய்விடலாம் என்று பொறுமை யாகக் காத்திருந்தாள். ஆனால் எவ்வளவு நேரமாகியும் சரஸ்வதி அவள் இருந்த பக்கம் திரும்பவே இல்லை.

அதற்குள் பெரிய அலை ஒன்று வந்து தாக்கினாற்போன்று அதிர்ச்சி தரும் ஒரு சம்பவம் அங்கே நடந்தது.

''அதோ அனிருத் வருகிறான்'' என்று யாரோ குரல் கொடுத் தார்கள்.

அழுதுகொண்டிருந்த தாய் சரேலென்று நிமிர்ந்தாள்.

அதற்குள் அனிருத் வந்து வாசற்படியில் வந்து நின்றான். அதைப் பார்த்து அங்கிருந்த பெண்கள் எல்லோரும் குசுகுசுவென்று பேசிக் கொண்டார்கள்.

மகனைப் பார்த்ததும் சுமித்ரா சரேலென்று எழுந்தாள். இரண்டே எட்டில் அவன் அருகில் போயிருப்பாள். ஆனால் அதற்குள் பின்னா லிருந்து வந்த நாராயணன் ஓட்டமாய் ஓடி அனிருத்தின் சட்டைக் காலரைப் பிடித்துத் தன் பக்கம் திருப்பினார்.

''ஏண்டா கழுதை, எதற்காக இப்போது இங்கே வந்தாய்? எந்த தைரியத்தில் இந்த வீட்டுக்குள் அடியெடுத்து வைத்தாய்? ராஸ்கெல்!'' என்றவர் அனிருத்தின் கழுத்தை இரண்டு கைகளாலே யும் பிடித்து அழுத்திக் கொண்டே ''உன்னைத்தான் தேடிக் கொண்டிருக் கிறேன், கண்ணில் பட்டால் கொன்று போடணும் என்று. உன்னைக் கொன்றால்தான் என் வேதனை தீரும். எங்களை எவ்வளவு பெரிய மோசம் செய்துவிட்டாய்? எங்களையெல்லாம் ஒரேயடியாக ஏமாற்றி மானபங்கப்படுத்திட்டாயே?' அவர் கத்தல் அடியுண்ட புலியின் கர்ஜனையாய் அந்த வீட்டையே கிடுகிடுக்கச் செய்தது!

அனிருத் அவர் பிடியிலிருந்து கழுத்தை விடுவித்துக் கொள்வதற் காகத் திமிறினான். அவரோ அவனைக் கொன்று விட்டுத்தான் மறு காரியம் என்பது போல் ஆயிரம் யானைகளின் பலத்தோடு செயல் பட்டுக் கொண்டிருந்தார். இறுதியில் அனிருத் தன்னைக் காப்பாற்றிக் கொள்வதற்காக அவரைப் பிடித்துத் தள்ளினான். அவர் சுவர் ஓரமாகப் போய் விழுந்தார். மறுபடியும் எழுந்து பாய்ந்து வந்தார். அதற்குள் அங்கே திக்பிரமையுடன் நடந்தவற்றையெல்லாம் பார்த்துக்

கொண்டிருந்த உறவினர்களில் இருவர் அவருக்கும் அனிருத்திற்கும் இடையில் புகுந்து வலுக்கட்டாயமாக அவர்களைப் பிரித்தார்கள்.

"அத்தான்! என்ன இது? உங்களுக்கு மூளை கலங்கிவிட்டதா என்ன? இவ்வளவு தூரம் ஊர் சிரித்தது போதாதா?" கண்டிப்பது போல் சொன்னான் அங்கிருந்த ஒருவன்.

"ராகவா! அவனை என் கையாலயே கொன்று போட்டால்தான் என் மனதிற்கு நிம்மதி கிடைக்கும்டா, விடு என்னை. அவனிடம் சொல்லு. இந்தப் பாழாய்ப் போனவன் செய்த காரியத்தால் இரண்டு குடும்பங்கள் நிர்மூலமாகிவிட்டன என்று சொல்லு?"

"நாம் வேறு சொல்லணுமா? இந்நேரம் அவனுக்கே தெரிந்திருக் காதா? இன்னும் எந்த முகத்தை வைத்துக் கொண்டு நாம் சொல்லணு மாம்?"

அவருடைய கோபம், ஆவேசம் எல்லாம் திடீரென்று தீனமாக மாறி இயலாமையுடன் கூடிய அழுகையாகிவிட்டது. "எனக்கு இவ்வளவு பெரிய அவமானத்தை ஏற்படுத்துவதற்கு நான் அவனுக்கு என்ன துரோகம் செய்தேன்னு அவனைக் கேளு!"

"இன்னும் இந்தப் பேச்சு எதற்கு? நடக்க வேண்டிய அனர்த்த மெல்லாம் நடந்து முடிந்த பிறகு?" ராகவன் கூச்சலிட்டான்.

"எனக்கு அவன் செய்த காரியத்திற்கு அர்த்தம் தெரியணும், அதற்கான காரணம் இப்பவே எனக்குப் புரியணும். மாப்பிள்ளையாய் மணையில் உட்கார வேண்டியவன் கோழையாய் ஏன் ஓடிப் போனான்னு அவனையே சொல்லச் சொல்லு."

"ஏன்டா இப்படி இடிச்ச புளியாட்டம் இருக்கே? என்ன நடந்த துன்னு வாயைத் திறந்து சொல்லித் தொலையேன்டா." வயதான பெரியவர் ஒருவர் அனிருத்தைப் பார்த்து அதட்டிக் கேட்டார்.

அவனோ எதற்குமே பதில் பேசவில்லை. கலைந்த தன் கேசத்தைச் சரி செய்து கொண்டிருந்தான்.

"சொல்லுடா அனு! என்ன நடந்ததுன்னு சொல்லித் தொலைடா. எங்க மனதில் எரிந்து கொண்டிருக்கும் தீயைக் கொஞ்சமாவது குளிரச் செய்யிடா" என்றாள் தாய்.

"அண்ணா! நாங்கள் எல்லோரும் உனக்கு வேண்டியவர்கள் இல்லையா? உனக்கு என்ன வேதனை ஏற்பட்டாலும் நாங்கள் அதைப் புரிந்துகொள்வோம் இல்லையா? என்ன நடந்ததுன்னு சொல்லு அண்ணா." மாதவி விம்மி விம்மி அழுதுகொண்டே சொன்னாள்.

"டேய் அனிருத் இங்கே உனக்கு வேண்டியவர்கள் பத்துப்பேர் கூடி யிருக்கிறோம். என்ன நடந்தது என்று நீ சொன்னால், குறைந்த பட்சம் நாங்களாவது நீ பண்ணியது தப்பா சரியான்னு தெரிஞ்சுப் போம். எங்கள் மனதிற்கு அது சமாதானமாகவும் இருக்கும். சொல் லுப்பா, என்னதான் நடந்தது?" தாத்தா ஒருவர் கேட்டார்.

"அது எல்லாருக்கும் தெரியப்படுத்தக்கூடிய சமாச்சாரம் இல்லே! அது என் சொந்த விஷயம். நான் யாருக்கும் நடந்ததுக்கெல்லாம் உடன டியா விளக்கம் சொல்ல வேண்டிய அவசியமும் இல்லை. என்னை விட்டுடுங்க!"

அவன் வாயிலிருந்து வெளிவந்த வார்த்தைகளில் எந்தவிதமான தயக்கமோ, தடுமாற்றமோ இருக்கவில்லை. எல்லோரும் ஒருவர் முகத்தை ஒருவர் பார்த்துக் கொண்டார்கள்.

"அப்படி என்றால் நீ எதையுமே இப்ப சொல்லப் போறதில் லையா?" தாத்தா உலுக்கி எடுத்தார்.

"இல்லங்க தாத்தா... நான் எதைப்பற்றியும் யாருக்கும் சொல்ல வேண்டிய தேவையில்லை."

நாராயணன் கட்டு அவிழ்த்துக்கொண்ட காளையாக மறுபடியும் மகன் மீது பாய்ந்தார். "அப்படின்னா இங்கே ஏன் வந்தாய் நாயே? எதற் காக வந்தாய்?" என்று கத்தினார்.

"நான் ஏன் இங்கே வரக்கூடாது? அப்படி இங்கே வரக் கூடாத அளவுக்கு மனசார நான் எந்தக் கெட்ட காரியத்தையும் செய்ய வில்லையே?"

"அப்ப சொல்லு?"

"மாட்டவே மாட்டேன்!"

அனிருத் காட்டிய துணிச்சலும், அலட்சியமும் நாராயணனின் வெறி யைத் தூண்டிக் கொண்டிருந்தன.

அடுத்த நிமிடம் நாராயணன் மகனின் கழுத்தைப் பிடித்து அவனை வெளியே தள்ளினார். "போடா போ. என் கண்ணில் படாதே. என் மகன் செத்துட்டான்னு நினைத்துக் கொள்கிறேன். போயி தலை முழுகிடறேன். இந்த நிமிஷத்திலிருந்து இந்தக் குடும்பத்தில் யாரு டைய பெயரையாவது எடுத்தாய் என்றால் நான் செத்துவிட்டதற்குச் சமம். என் மேல் ஆணை! போடா." அவர் தள்ளிய தள்ளலால் தடுமாறித் தொலைவில் போய் விழப்போனவன் மின்னல் வேகத்

தில் சமாளித்துக் கொண்டான். அதே வேகத்தில் அவன் திரும்பி அவரை நோக்கி வந்தபோது எல்லோரும் பயந்துபோய்ப் பார்த்தார்கள், எங்கே அவன் தன் தந்தையைத் திருப்பி அடித்து விடுவானோ என்று!

நாராயணனை தாத்தாவும், ராகவனும் சேர்ந்து பிடித்துக் கொண்டார்கள். அனிருத் யாரையும் பார்க்காமல் நேராக வாசல் அருகில் நின்றிருந்த தாயிடம் வந்தான்.

''அம்மா! இப்போது நான் இங்கிருந்து போகிறேன். நான் வேறே எங்கேயும் போக மாட்டேன். இந்த ஊரிலேயேதான் இருப்பேன். ஆனா... துளி தப்பும் நான் பண்ணலை. நடந்தவற்றைச் சொல்ல வேண்டிய காலம் ஒன்று வரும்! அப்ப வறேன்மா!''

''அனிருத்!'' அவள் ஹோவென்று கதறிவிட்டாள். ''என்னதான்டா நடந்தது? அன்றைக்கு மாலையில் நாங்கள் கிளம்பிய பிறகு என்ன நடந்ததுன்னு தெரிந்தால் எவ்வளவு நன்றாக இருக்கும்? கடவுளே! நான் என்ன செய்வேன்?''

அங்கே அவனுக்குப் பக்கத்தில்தான் சமீரா நின்று கொண்டிருந்தாள். அனிருத்தின் கண்கள் ஒரு வினாடி சமீராவின் பாதங்களைத் தாண்டி அவள் கட்டியிருந்த நீல நிறப்புடவையின் மீது படிந்தது.

சமீராவுக்குத் திடீரென்று ஏனோ மூச்சு முட்டுவது போல் இருந்தது.

''அன்றைக்கு என்ன நடந்ததுன்னு நான் சொல்கிறேன், கேளுங்கள். யாரோ போன் செய்தார்கள். போனில் இவனை மிரட்டினார்கள். உடனே இவன் வீட்டிற்குப் போய் உடைகளை மாற்றிக் கொண்டு வந்து ஸ்கூட்டரில் ஏறிப் போய்விட்டான்'' என்று கத்தி விடவேண்டும் போல் இருந்தது.

அங்கிருந்த அவ்வளவு பேரும் வேதனைக்கு ஆளாகி யிருக்கும்போது இவனுக்கு வாக்குக் கொடுத்துவிட்ட காரணத்திற்காக நடந்த சம்பவத்தைச் சொல்லாமல் இருப்பது குற்றம் என்று தோன்றி யது. ஆனால் சொல்லி விடணும் என்று எவ்வளவு தவித்தாளோ, அத்தனைக்கத்தனை ஏதோ சொல்லத் முடியாத சக்தி தன்னைத் தடுப்பது போல் இருந்ததால் தவித்துப்போனாள். மேலுதட்டைப் பற்களால் அழுத்திக்கொண்டு அப்படியே நின்றுவிட்டாள்.

அனிருத்தின் தாடை எலும்புகள் அசைந்தன. வெளிப்பார்வைக்கு அவன் சாதாரணமாக இருப்பதுபோல் தென்பட்டாலும் உள்ளூர அவன்

எவ்வளவு வேதனையை விழுங்கிக் கொண்டிருந்தான் என்பதை அந்த அசைவு தெரியப்படுத்திக் கொண்டிருந்தது.

''இப்ப நான் போகிறேன் அம்மா சீக்கிரமே.... நீங்கள்லாம் என்னைப் பழையபடி ஏத்துக்கிற காலம் வரும். அப்ப வர்றேன்'' என்றவன் தான் வந்த காரியம் முடிந்து விட்டது என்பதுபோல் விருட்டென்று திரும்பிப் போய்விட்டான்.

திகைப்புடன் எல்லோரும் சிலையாய் நின்றபடி அவன் போவதையே பார்த்துக் கொண்டிருந்தார்கள். அவன் வருவதற்கு முன்னால், அவன் கண்ணில் பட்டால் என்னவெல்லாமோ செய்ய வேண்டும் என்றும், செய்யப்போகிறோம் என்றும் சொல்லிக் கொண்டிருந்த எல்லோரும் வெறுமனே பார்த்துக்கொண்டு சிலையாய் நின்று கொண்டிருந்தார்கள். அதற்குக் காரணம் அவன் தவறு செய்தவன் போல் பயந்து பயந்து அங்கே வரவில்லை. ஒரு தவறும் செய்யாதவனைப் போல் பயமோ, தடுமாற்றமோ இல்லாதவனாக அவர்கள் முன்னால் வந்து நின்றான்.

தந்தையின் ஆவேசத்தை வாயைத் திறக்காமல் சகித்துக் கொண்டான். தந்தை வீட்டை விட்டுப் போ என்றதுமே அவர் பேச்சை மீறாதவனாய் உடனே அந்த இடத்தைவிட்டுப் போய்விட்டான். போகும் முன்னால் தாயிடம் சொல்ல வேண்டியதையெல்லாம் சொல்லிவிட்டுத்தான் போனான். அவன் தன்மேல் தவறு எதுவும் இல்லாததுபோல் நடந்து கொண்டான்.

''அனிருத் என்ன தலையெழுத்துடா இது!'' சுமித்ரா கதவில் முட்டிக் கொண்டு அழத் தொடங்கினாள். எல்லோரும் அவளைத் தடுத்தார்கள்.

சமீரா சொல்லத் தெரியாத ஏதோ ஒருவித மனச்சுமை மனதை அழுத்த வீட்டுக்குத் திரும்பிவிட்டாள். அவள் சாப்பிட்டுக் கொண்டிருந்தபோது தாய் சொன்னாள். மணமகளின் தந்தையால் நடந்த நிகழ்ச்சிகளினால் ஏற்பட்ட அதிர்ச்சியைத் தாங்க முடியவில்லையாம். அதனால் அவருக்கு நெஞ்சுவலி வந்துவிட்டதாம். ஆஸ்பத்திரிக்குக் கொண்டு போகும் வழியிலேயே இறந்து போய்விட்டாராம்.

இந்தச் செய்தியைக் கேட்டதும் சமீரா கொஞ்சம் அதிர்ந்து தான் போய்விட்டாள்.

''அவனால் ஒரு உயிர் பலியிடப்பட்டுவிட்டது. அந்த முகூர்த்தத்தில் அவர் மகளுக்குக் கல்யாணம் நடக்கவில்லை. அவர் சாவுக்குத்

தான் அந்த முகூர்த்தம் வைக்கப்பட்டிருந்தது போலிருக்கு'' என்றாள் சரஸ்வதி யசோதாவிடம்.

சமீரா நீண்ட நேரம் கழித்துத்தான் போய்ப் படுத்தாள். ஆனாலும் உறக்கம் வரவில்லை. இரவு பத்து மணிக்கு மேலிருக்கும். அந்த சமயத்தில் போன் ஒலித்தது. அவளே போனை எடுத்து. ''ஹலோ!'' என்றாள்.

''நான் அனிருத் பேசறேன்.''

அந்தப் பெயரைக் கேட்ட மாத்திரத்தில் சமீரா எழுந்து நிமிர்ந்து நின்றாள்.

''தாங்க்யு. இதைச் சொல்லத்தான் போன் செய்தேன். ரொம்பவும் தேங்க்ஸ். ஸீப்பிட் சீக்கிரம்!'' என்றான். அத்துடன் அவன் போனைத் துண்டித்துவிட்ட சப்தம் கேட்டது.

சமீராவும் பட்டென்று போனை வைத்துவிட்டாள். அவன் குரலைக் கேட்பதற்கே அருவருப்பாக இருந்தது. ஒரு அயோக்கியனின் வாயிலிருந்து நன்றி என்ற வார்த்தையைக் கேட்பதற்கு அதைவிட வெறுப்பாக இருந்தது. இவன் கோழை.. மகா கோழை! என்ன நடந்தது என்பதைச் சொல்லத் திராணியற்றவன். தன்னை மட்டும் காப்பாற்றிக் கொண்டு, தனக்கு வேண்டியவர்கள் எல்லோரையும் அவமானக் குழியில் தள்ளிவிட்ட அரக்கன்! ச்சீ... சமீராவுக்கு என்றும் யார் மீதும் தோன்றியிராத அளவுக்கு அருவருப்பு அவன்மீது ஏற்பட்டது. அவன் வந்தது போனதை...போன்ல பேசினதையெல்லாம் ரகசியமா வேற காப்பத்தணுமாம் மடையன். ச்சே!

★★★

4

துளசி கட்டிலில் உட்கார்ந்து அழுது கொண்டிருந்தாள். புதிதாகச் சேர்ந்துகொண்ட விதவைக் கோலம் அவள் முகத்தைப் பெரிதும் களையிழக்கச் செய்திருந்தது. பக்கத்தில் காபி டம்ளர் வைக்கப்பட்டிருந்தது. அதை வைத்து ரொம்ப நேரமாகி விட்டதென்று அதன்மேல் படிந்திருந்த ஆடை பறை சாற்றிக் கொண்டிருந்தது.

அந்தநேரத்தில் அந்த அறைக்குள் யாரோ இளம்பெண் ஒருத்தி வந்தாள். அவள் மேனி பொன் வண்ணத்தில் இருந்தது. அவளது நீண்டு கரு கருவென்றிருந்த பின்னலும், அவள் நடையில் காணப் பட்ட மிடுக்கும் தன்னம்பிக்கையும் அவள் அழகை மேலும் அதிக மாக்கிக் காட்டின.

கையில் ஏதோ காகிதங்களை எடுத்துக் கொண்டு அந்த அறையில் இருந்த பீரோவை நோக்கிப் போன அந்தப் பெண் கட்டில் மீது அமர்ந்திருந்த அம்மாளைப் பார்த்தவுடன் கட்டிலை நோக்கி நடந்தாள்.

அவள் அருகே சென்று ''மம்மீ!'' என்று அழைத்தாள். அந்த அழைப்பு உலகத்திலிருந்த தாய்மையின் இனிமையெல்லாம் நிரம்பி வழிந்தாற்போன்று மிகுந்த பாசத்தோடு ஒலித்தது. அந்த அழைப்பைக் கேட்டதுமே துளசியின் அழுகை இரு மடங்காகி விட்டது.

அவள் தன் கையிலிருந்த காகிதங்களைக் கட்டிலில் போட்டு விட்டு, தாயின் தோளில் கையைப் பதித்து அவள் தலையைத் தன் பக்கம் திருப்பிக்கொண்டாள்.

''பிரதிபா! உங்க அப்பா இறந்து போய்விட்டார் என்று என்னால் இன்னும் நம்பவே முடியவில்லையடி. அவர் ஏதோ வெளி ஊருக்குப் போயிருப்பது போலவும், சீக்கிரமே திரும்பி வந்து விடுவார் என்பது போலவும்தான் தோன்றுகிறது. என்னால் இதைத் தாங்கிக்கொள்ளவே முடியவில்லை. எனக்குப் பைத்தியமே பிடித்து விடும் போல் இருக்குடிம்மா'' அவள் வார்த்தைகள் அழுகையில் கரைந்தன.

பிரதிபா தனது இடது கையை அவள் தோளில் சுற்றிலும் போட்டு, மேலும் அன்போடு நெருக்கமாக அவளைத் தன்னுடன் அணைத்துக் கொண்டு வலது கையால் அவளது தலையைத் தடவிக் கொடுக்கத் தொடங்கினாள். அப்பாவைப் பற்றிய பேச்சு வந்ததுமே அந்தப் பெண்ணின் கண்களில் கிர்ரென்று நீர் ஊற்றத் தொடங்கிவிட்டது. ஆனால் அதை அவள் வலுக்கட்டாயமாக அடக்கிக் கொண்டாள்.

பிறகு ''மம்மீ ! நீ இப்போதுதான் தைரியத்தை வரவழைத்துக் கொள்ளணும். எனக்குத் தைரியம் சொல்லணும்'' என்றாள்.

''எவ்வளவோ முயற்சி செய்கிறேன்டி. ஆனாலும் முடியலியே. உன் கல்யாணம் நின்று போனது, அவர் நம்மை விட்டுப் போனது எல்லாம் சேர்ந்து என் மனதில் நெருப்பை அள்ளிப் போட்டு விட்டாப்ல இருக்கு. எனக்கு என்ன செய்யறதுன்னே புரியவில்லை. பைத்தியம் பிடித்தாற்போல் இருக்கு''

''மம்மீ ப்ளீஸ் ! நீ உன்னைப் பற்றி மட்டும் யோசி. மற்றதை யெல்லாம் விட்டுவிடு.''

''உனக்காகத்தான் இன்னமும் நான் என் உயிரையே வைத்துக் கொண்டிருக்கிறேன். இல்லாவிட்டால் இத்தனை நேரம் விஷம் குடித்துச் செத்திருப்பேன்டி. எல்லோரும் கல்யாணம் ஏன் நின்று விட்டது என்று கேட்கிறபோது... அடடா...''

''மம்மி! அந்தப் பேச்சைத்தான் எடுக்க வேண்டாம் என்று சொன்னேனே.''

அந்தம்மாள் அவளை நிமிர்ந்து பார்த்து ''நாம் எடுக்க மாட்டோம். ஆனால் உலகம்? இதுவரைக்கும் எத்தனையோ பேர் போன் செய்து ஏன் கல்யாணம் நின்றுவிட்டது என்று கேட்டுவிட்டார்கள்.''

''அவங்களுக்குப் புத்தியில்லை.'' பிரதிபா பற்களைக் கடித்துக் கொண்டாள். ''என் மகளுக்குப் பிடிக்கவில்லை. அதனால் நின்று விட்டது என்று நீ சொல்லியிருக்க வேண்டும். நான் இதையெல்லாம்

உனக்கு எடுத்துச் சொல்லவேண்டும் என்பது இல்லை. நடந்தது என்னவோ நடந்துவிட்டது. நீதான் எதுவும் நம் கையில் இல்லை. எல்லாம் அந்தக் கடவுளின் சித்தம் என்று சொல்வாயே. இதையும் அப்படி நினைத்துக்கொள்ளேன்?''

''என்னால் அப்படி நினைத்துக்கொள்ள முடியவேயில்லை யேடியம்மா!'' துளசி திரும்பவும் அழத் தொடங்கிவிட்டாள்.

அதற்குள் அங்கே ''அண்ணீ!'' என்று அழைத்தபடி வேறு ஒருத்தி வந்தாள். அவளுக்கு ஏறக்குறைய துளசியின் வயதுதான் இருக்கும். துளசி அழுவதைப் பார்த்துவிட்டுக் கன்னத்தில் கையை வைத்துக் கொண்டு ''என்ன? திரும்பவும் அழத் தொடங்கிட்டாயா நீ?'' என் றாள் அவள்.

''பார் அத்தை! அம்மா எவ்வளவு சொன்னாலும் கேட்க மாட் டேங்கிறாள்'' என்றாள் பிரதிபா சோகம் தோய்ந்த இயலாமையுடன். அவள் வந்து துளசியின் பக்கத்தில் கட்டிலில் உட்கார்ந்து கொண்டு ''நான் இவ்வளவு நேரம் தொண்டைத் தண்ணீர் வற்றச் சொன்னதை யெல்லாம் காற்றில் பறக்க விட்டு விட்டாயா?''

''எவ்வளவுதான் தைரியத்தை வரவழைத்துக் கொள்ளணும்னு முயற்சி செய்தாலும்... அதற்கு என்னால் முடியவே இல்லையே சுந்தரி'' என்றாள் துளசி.

''நீ எவ்வளவுதான் அழுதாலும் என்ன...போன அண்ணன் திரும்பி வந்துவிடுவானா? நீ இப்படி வருத்தப்பட்டு என்ன பயன் சொல்லு? யாரால்தான் இப்படிப்பட்ட வேதனையைத் தாங்கிக்கொள்ள முடியும்? முடியாது தான். மனதில் பிடிவாதமாகத் துணிச்சலை வரவழைத்துக்கொண்டு வாழ வேண்டியதுதான். என்னைப் பார், நான் எவ்வளவு துணிச்சல்காரின்னு! உனக்காவது அண்ணாவைக் கடவுள் பறித்துக் கொண்டார். என் தலையெழுத்து எப்படிப்பட்டதுன்னு கொஞ்சம் யோசித்துப் பார். அவர் உயிரோடு இருந்தும் என்னோடு வாழாது என்னை விட்டுப் பிரிந்து போய் விட்டார். அவர் வீட்டை விட்டு சொல்லாமல் கொள்ளாமல் போய்ப் பத்து வருடங்களாகிவிட்டன. மூத்தமகன் வளர்ந்து ஆளா கிப் பொறுப்புகளை ஏற்றுக் கொள்ள வேண்டியவன் திடீரென்று ஆக்சிடெண்டில் இறந்துவிட்டான். எஞ்சியவர்களுக்கு ஆதாரம் எதுவும் இல்லை. அப்படியும் நான் வாழ்ந்து கொண்டு இருக்க வில்லையா? இதையெல்லாம் தாங்கிக்கொள்ள என்னால் மட்டும் முடிகிறதா என்ன? எல்லாம் அவாள் அவாள் தலையெழுத்து.

அவர் வீட்டை விட்டுப் போன புதிதில் நானே அந்த வேதனையைத் தாங்கிக்கொள்ள முடியாமல் இரண்டு முறை கிணற்றில் குதிக்கவும் முற்பட்டேன். கடைசியில் சீ என்றாகி விட்டது. எதற்காக? எல்லாம் என் குழந்தைகளுக்காக. அவர்களுடைய எதிர்காலம் என்னவாகும் என்று நினைத்துப் பார்த்தேன். அண்ணா இல்லை என்ற துக்கத்தைத் தவிர உனக்கு வேறு என்னடிம்மா வேதனை இருக்கு? உட்கார்ந்து சாப்பிடத் தேவையான அளவுக்கு உன்னிடம் பணம் இருக்கு. வசிக்க சொந்தத்தில் வீடு இருக்கு. தவிர உன் மகள் எல்லா விஷயங் களையும் தைரியமாகக் கையாளக் கூடிய அளவுக்கு மகா கெட்டிக் காரி'' என்றவள் துளசியை அந்தச் சூழ்நிலையிலிருந்து மீட்க எண்ணி ''என்ன இது? காபியை இன்னும் நீ குடிக்கவே இல்லையா? பிரதிபா! இது ஆறிப் போய்விட்டாப்ல இருக்கு. போய் இன்னொரு டம்ளர் காபி எடுத்து வாடிம்மா'' என்றாள்.

''சரி அத்தை.''

அங்கிருந்து அதை எடுத்துப்போகத் திரும்பிய பிரதிபாவின் பின்னாலிருந்து குரல் கொடுத்தாள். ''பிரதிபா! அதே கையால எனக்கும் இன்னொரு டம்ளர் காபி எடுத்துண்டு வாடிம்மா.''

''கொண்டு வருகிறேன் அத்தை'' என்றபடி பிரதிபா அங்கிருந்து போய்விட்டாள்.

பிரதிபா கண்ணைவிட்டு மறைந்ததும் சுந்தரி குரலைத் தாழ்த்திக் கொண்டு சொன்னாள். ''அண்ணி! நீ பிரதிபாவைப் பற்றிக் கொஞ்சமாவது யோசித்துப் பார்க்க வேண்டாமா? நீ இப்படி அழுது கொண்டே உட்கார்ந்திருந்தால் அவள் மனம் இன்னும் கலங்கிப் போயிடாதா?''

''என்னை என்னதான்மா செய்யச் சொல்றே?''

''தைரியத்தைக் கூட்டிக் கொண்டு கூடிய சீக்கிரத்தில் அவளுக்கு இன்னொரு வரனைப் பார்த்து, நாமதானே அவள் கல்யாணத்தை முடிக்கிற காரியத்தைப் பார்க்கணும்.''

''அது என்னால் முடிகிற காரியமா? நீயே சொல்லு. அதையெல்லாம் இதுவரை உங்க அண்ணாதான் பார்த்துக் கொண்டிருந்தார்.''

''இப்படிச் சொன்னால் எப்படி அண்ணி? இப்பொழுது நீதான் அண்ணாவின் பொறுப்பையும் சேர்த்து ஏற்றுக் கொள்ளணும். உன்னால் தனியாக முடியாது என்று எங்களுக்கும் தெரியும். எங்களைப் போன்றவர்களின் உதவியைப் பெற்றுக்கொள். நாங்கள் எல்லோரும் எதற்காக இருக்கிறோம்? இதோ பார். அண்ணா போய்

ஒரு மாதமாகிவிட்டது. நானும் என் குழந்தைகளும் தெய்வமேன்னு இந்த வீட்டிலேயே இருந்துகொண்டு வேளாவேளைக்குச் சாப்பிட்டுக் கொண்டு சும்மாதானே இருக்கிறோம்?''

''அப்படிச் சொல்லாதே சுந்தரி. நீயும் குழந்தைகளும் உங்கள் சந்தடியும் இல்லாட்டா எனக்கு இந்நேரம் பைத்தியமே பிடிச்சிருக்கும்.''

''அசடு...அசடு. எப்போதும் இதே பேச்சுதான் உனக்கு. இப்படிப் பட்ட பந்தங்கள் எல்லாக் குடும்பங்களிலுமே இருக்கும். உன்னை மாதிரியே ஒவ்வொருவரும் நினைத்துக் கொண்டால் இந்த உலகத்திலுள்ள எல்லோருமே பைத்தியங்களாக வேண்டியதுதான்'' என்று சலித்துக் கொண்ட சுந்தரி சட்டென்று தன் குரலை மாற்றிக் கொண்டு ''அது இல்லை அண்ணி! உனக்கு இப்பொழுது அண்ணா போனதை நினைத்துத் துக்கப்படுவதை விட பிரதிபாவுக்குக் கல்யாணம் செய்வதற்கான வேலைகளைப் பார்ப்பது முக்கியம்னு சொல்கிறேன். ஒப்புக்கிறியா இல்லையா?''

''ஆமாம்.''

''அப்படின்னா இப்படி மூலையில் போய் உட்கார்ந்து கொண் டால் எப்படி? சொந்த பந்தத்துல ஒரு புள்ளயாண்டானும் இல்லை! அப்படியிருக்கும்போது உடனே வரன் வேட்டையைத் தொடங்க வேண்டாமா? அவர்கள் முகத்தில் அடிக்கிறாற்போல் நாம அந்த அனிருத்தைவிட பெரிய இடத்து வரனைப் பார்த்து முடிக்கணும்.

ஆனாலும் நான் அப்போதே அண்ணாவிடம் சொன்னேன். என் பேச்சைக் கேட்டானா? பிரதிபா இஷ்டப்படுகிறாள். கல்யாணம் பண்ணிக்கப் போறவள் அவள்தானே என்று சொல்லி இந்த வரனை அவசர அவசரமாக முடித்துவிட்டான். நான் சொன்ன அந்த மதுரை பையனை முடித்திருந்தால் இந்நேரத்திற்கு பிரதிபா மாமியார் வீட் டுக்குப் போய் நிம்மதியாக இருந்திருப்பாள்'' என்று சொல்லிக் கொண்டிருந்தபோது பிரதிபா காபியைக் கொண்டு வந்து இருவருக்கும் தந்தாள்.

''எனக்கு வேண்டாம்.'' துளசி அதை வாங்கிக்கொள்ள மறுத்தாள்.

''அம்மா!'' பிரதிபா அவளை வலிய வரவழைத்துக் கொண்ட கோபத்துடன் பார்த்தாள்.

''குடி அண்ணி! அழுவதற்காவது தெம்பு வேணுமா இல்லையா?'' சுந்தரி வற்புறுத்தினாள்.

துளசி வேறு வழியில்லாமல் காபி டம்ளரைக் கையில் எடுத்துக் கொண்டாள். ஆனால் அவளால் குடிக்க முடியவில்லை. அவள்

வாழ்க்கை அதுவரையிலும் கணவர் சொன்னதைக் கேட்பதும், அதை அப்படியே பின்பற்றுவதுமாகவே கழிந்துவிட்டது. எழுந்தது முதற்கொண்டு நடக்கிற ஒவ்வொரு காரியத்திலேயும் அவருடைய யோசனையும், அறிவுரைகளும் தேவைப்பட்டுக் கொண்டேயிருக்கும் அவளுக்கு. காலையில் என்ன சமைப்பது, சாம்பாரில் என்ன காய் போடுவது என்பதிலிருந்து அவரைக் கேட்டுக் கொண்டுதான் எதையுமே செய்வாள்.

இந்த வீட்டைக் கட்டியது கூட முழுக்க முழுக்க அவருடைய யோசனையின்படிதான். சொந்தக்காரர்கள் யாராவது விருந்திற்கோ, கல்யாணத்திற்கோ அழைத்தால் அதற்குப் போவதா வேண்டாமா யார் போவது என்று முடிவு செய்வதுகூட அவர்தான். கணவர் மகளிடம் யோசனை கேட்டுக் கொள்வார்.

பண விவகாரங்களை எல்லாம் மகளிடம்தான் சொல்லுவார். அதைப்பற்றி எல்லாம் தெரிந்துகொள்ள வேண்டுமென்று அவளுக்கு ஆர்வமும் இருந்தது இல்லை.

கணவர் மகள் இருவருடைய நிழல் போல் அவள் இருந்து வந்தாள். அப்படிப் பட்டவளை கணவர் திடீரென்று இறந்து போனது கைகால்களை இழந்துவிட்டதைப்போல் ஆக்கிவிட்டது. மீதி வாழ்க்கையை எப்படிக் கழிப்பது என்ற சிந்தனையை விட, மகளின் கல்யாணம் எப்படி நடக்கப் போகிறது என்ற கவலைதான் அதிகமாக அவளை நிலைகுலைய வைத்துக் கொண்டிருந்தது.

''நீ பயப்படாதே அம்மா. என்னைப் பற்றியே கவலைப்பட்டுக் கொண்டிருக்காதே'' என்று பிரதிபா சொன்னாலும் அவள் அதைக் காது கொடுத்துக் கேட்கவில்லை. அவளது பதற்றம் குறையவுமில்லை. கணவர் இல்லாததால் இந்த உலகத்தில் உள்ள எல்லோரும் தன்னையும், தன் மகளையும் ஏமாற்றி விடுவார்கள் என்பது அவளது பயம். இனி குடும்பத்தை அவள்தானே சுமந்தாகணும்!

பிரதிபா கையிலிருந்து காகிதங்களை பீரோவில் வைத்து மூடிவிட்டுக் குளிக்கப் போனாள்.

சுந்தரி மறுபடியும் தொடர்ந்தாள். ''அண்ணி! என் மாமியார் வழி உறவுக்காரர் ராமமூர்த்தி. அவருக்கு ஒரு மகன் இருக்கான். அவரிடம் பேசுகிறேன். அவன் நம் பிரதிபாவுக்குச் சரியான ஜோடி. ஆனால் அவர்களுக்கு வரதட்சணை ஆசை கொஞ்சம் அதிகம்தான்னு வச்சுக்கோயேன்.''

''பிரதிபா கல்யாணப் பேச்சையே எடுக்கக்கூடாதுன்னு பிடிவாதமாக இருக்கிறாளேடி?''

''அவள் அப்படித்தான் சொல்லுவாள். கல்யாணம் நின்று போய் விட்டதே என்ற அவமானம். அதுவும் தானே விரும்பி அப்பாவை சம்மதிக்க வைத்த அந்த அனிருத் தன்னை ஏமாற்றிவிட்டானே என்ற தலைகுனிவு. அவளுக்குக் கொஞ்ச நஞ்ச வருத்தமா இதனால்? இன்னொரு பையனைப் பார்த்துக் கல்யாணத்தை முடித்து விடுவது தான் அதுக்கு மாற்று மருந்து! கொஞ்சம் விட்டுத்தானே பிடிக்கணும்.

''இதற்கு பிரதிபாவை சம்மதிக்க வைக்க முடியுமா?''

''பார்ப்போம். சம்மதிக்காமல் அவள் என்ன செய்வாள்? நீ கொஞ்சம் பிடிவாதமாக இருந்தால் எல்லாம் சரியாகிடும். இல்லாவிட்டால் செத்துப் போய்டுவேன்னு மிரட்டு.''

கடைசியில் ''நீ அந்தப் பையனை வரச்சொல்லு பார்ப்போம்'' என்றாள் துளசி.

அதற்குள் ராஜி ஓட்டமாக ஓடிவந்து ''அம்மாடி! மாமியைத் தேடிக் கொண்டு யாரோ வந்திருக்காங்க'' என்றாள்.

சுந்தரி எழுந்து போனாள். ஹாலில் இரண்டு நபர்கள் உட்கார்ந் திருந்தார்கள்.

அவர்க்ள் ''நாங்க இன்சூரென்ஸ் கம்பெனியிலிருந்து வந்திருக்கி றோம்மா'' என்றார்கள்.

சுந்தரி உள்ளே வந்து அண்ணியிடம் தகவலைச் சொன்னாள்.

''அதெல்லாம் எனக்குத் தெரியாது. சித்த பொறு, பிரதிபா வரட்டும்'' என்றாள் அவள்.

அதற்குள் குளித்து முடித்துப் பிரதிபா அங்கே வந்தவள், ''என்ன அத்தை?'' என்றாள்.

''இன்சூரென்ஸ் கம்பெனியிலிருந்து யாரோ வந்திருக்காளாம் போய் பாரு.''

பிரதிபா ஈரம் போகத் தலையைத் துவட்டி முடித்தபடி ஹாலுக்குப் போனாள்.

சுந்தரி துளசியின் தோளில் கையைப் பதித்துக் கொண்டே சொன்னாள். ''அண்ணி! என்ன இருந்தாலும் பிரதிபா ஒரு பெண். மாமியார் வீட்டுக்குப் போக வேண்டியவள். அவள் உன்னுடைய மகன் இல்லை, பண விவகாரங்களை எல்லாம் அவளிடம் ஒப்ப டைப்பதற்கு.

அந்த விஷயத்தை எல்லாம் நீயே பார்த்துக் கொள்வதுதான் நல்லது.''

"என்னால்தான் முடியாதுன்னு சொல்லிட்டேனே சுந்தரி."

"உன்னால் முடியாவிட்டால் உனக்கு உதவி செய்வதற்குத்தான் எங்களைப் போன்றவர்கள் இருக்கிறோமே."

"பிரதிபாவால் பார்த்துக் கொள்ள முடியாமப் போகிறபோது நானே சொல்கிறேன்."

"பிரதிபாவால் ஏன் பார்த்துக் கொள்ள முடியாது? படித்திருக்கிறாள். புத்திசாலியாக இருக்கிறாள். உண்மையைச் சொல்லப் போனால், தந்தையை விட அவளால் விவகாரங்களை ரொம்பவும் நன்றாகவே பார்த்துக் கொள்ள முடியும். ஆனால் அந்த புத்திசாலித்தனமே உனக்கு வேதனையாய் முடியக்கூடும்.

பணம் என்று வந்துவிட்டால் நம் வயிற்றில் பிறந்த குழந்தைகளே நமக்கு வேற்று மனிதர்கள் போல் ஆகிவிடுவார்கள் தெரியுமோல்லியோ!"

துளசி பயந்துவிட்டவள்போல் அவளைப் பார்த்தாள். ஏற்கெனவே கணவனை இழந்து தத்தளித்துக் கொண்டிருப்பவளுக்குச் சுந்தரியின் வார்த்தைகள் மேலும் குழப்பத்தை உண்டாக்கின. தனக்கு எதுவுமே தெரியாது என்ற விஷயம் மட்டும் அவள் மனதில் நன்றாகப் பதிந்து விட்டிருந்தது.

பிரதிபா ஹாலில் உட்கார்ந்து வந்திருந்தவர்கள் கொடுத்த காகிதங்களில் கையொப்பமிட்டுக் கொண்டிருந்தாள்.

"திருமணத்திற்கு முதல்நாள் கூட அப்பா என்னிடம் பேசினார்மா. கல்யாணத்திற்கு வராவிட்டால் என்னோட பேசவே மாட்டேன்னு மிரட்டவும் செய்தார். எங்க அண்ணாவின் மகன் கல்யாணம் அதே நாள்ல இருந்தும் நான் அதற்குப் போகவில்லைம்மா..." வந்தவர்களில் ஒருவர் சொல்லிக் கொண்டிருந்தார்.

பிரதிபா ஊம் கொட்டியபடி கேட்டுக் கொண்டிருந்தாள். யார் வந்தாலும் தந்தையைப் பற்றியும், நின்று விட்ட திருமணத்தைப் பற்றியும்தான் பேசினார்கள். இந்தச் சூழ்நிலையை எதிர்த்து நிற்ப தற்குப் பிரதிபா தன் சக்தியையெல்லாம் திரட்டிக் கொள்ள வேண்டியிருந்தது.

அவள் திருமணத்தைப் பற்றித் தந்தை எத்தனையோ கனவுகள் கண்டு கொண்டிருந்தார். யார் வீட்டுக்கு வந்தாலும் அதைப் பற்றிப் பேசாமல் இருக்க மாட்டார் அவர்.

"எங்க பிரதிபாவுக்குக் கல்யாணம் முடிந்துவிட்டால் அதற்குப் பிறகு எனக்கு எந்தக் கவலையும் இல்லை. பேரக் குழந்தைகளுடன்

விளையாடிக் கொண்டிருப்பது மட்டுமே என் வேலை. எங்களுக்கும் வயதாகிவிட்டது. பிரதிபாவின் நிழலில் எஞ்சிய வாழ்க்கையைக் கழிக்கும் கடமைதான் இன்னும் பாக்கியிருக்கிறது. எங்களுக்கு இருப்பது ஒரே மகள். அவளுக்கு வரப் போகும் கணவன் எனக்கு மகன் இல்லாத குறையைத் தீர்த்து வைப்பான்.''

இந்த வார்த்தைகளை வந்தவர்கள் எல்லோரும் விடாமல் நினைவுபடுத்தும்போது, பிரதிபாவுக்கு இதயத்தில் ஈட்டியால் குத்துவதுபோல் இருந்தது. அந்த வேதனையைத் தாங்கிக்கொண்டு, வெளியில் எதையும் காட்டிக் கொள்ளாமல் சிரித்தபடி நடமாடுவதற்கு அவளுக்கு மிகவும் சிரமமாக இருந்தது.

எந்தத் திருமணத்தைப்பற்றி அவள் தந்தை கனவு கண்டு வந்தாரோ, அதுவே அவர் உயிருக்கு யமனாகிவிட்டது. அவருக்கு நிம்மதியைத் தர வேண்டிய தன்னுடைய திருமணமே அவருடைய சாவுக்குக் காரணமாகிவிட்டது.

பிரதிபாவின் கண்கள் குளமாகி விட்டன. அதைக் கட்டுப் படுத்திக்கொண்டே, குனிந்த தலை நிமிராமல் கவனமாக அவள் அந்தக் காகிதங்களில் கையெழுத்துப் போட்டுக் கொண்டிருந்தபோது டெலிபோன் ஒலித்தது.

''ஒரு நிமிஷம்'' என்று சொல்லிவிட்டு பிரதிபா எழுந்து போய் போனை எடுத்தாள். ''ஹலோ!''

''ஹலோ பிரதிபா'' என்று மறுமுனையிலிருந்து ஒரு குரல் வேதனை கலந்த உத்வேகத்துடன் ஒலித்தது.

பிரதிபா ஒரு நிமிஷம் சிலையாக நின்றுவிட்டாள். வந்திருந்தவர் களைப் பார்த்தாள்; அவர்கள் ஏதோ பேசிக் கொண்டிருந்தார்கள்.

''பிரதிபாதானே! நான் அனிருத்.''

பிரதிபா திகைப்புடன் நிமிர்ந்து நின்றாள்.

அவன் மறுமுனையிலிருந்து அவசர அவசரமாகச் சொல்லத் தொடங் கினான். ''பிரதிபா! நான் உன்னிடம் பேசணும். எப்போது? எங்கே? என்பதைச் சொல். மாட்டேன் என்று மட்டும் சொல்லாதே. ப்ளீஸ்! ஒரு தடவை என்னைச் சந்தித்து நான் சொல்வதை நீ கொஞ்சம் காதுகொடுத்துக் கேட்கணும். இப்பவே பேசணும்னில்லை!''

பிரதிபாவின் முகம் சிவந்தது. மூக்கு நுனி அதிர்ந்தது.

''பிரதிபா! எனக்குத் தெரியும். நீ எப்படிப்பட்ட நிலையில் இருப்பாய் என்று...''

பிரதிபா அவன் வார்த்தைகளைப் பாதியிலேயே வெட்டுவதுபோல் போனை வைத்துவிட்டாள். அடுத்த ஒரு நிமிஷம் அவள் அந்த இடத்திலேயே சிலைபோல் நின்று கொண்டிருந்தாள்.

போன் திரும்பவும் கணகணவென்று ஒலித்தது. பிரதிபா அதைப் பொருட்படுத்தாமல் திரும்பி நடந்தாள்.

"சீனு.. சீனு.." என்று குரல் கொடுத்தாள்.

பத்து வயது சிறுவன் ஒருவன் ஓடிவந்தான்.

"அந்த போனை எடுத்து நான் வீட்டில் இல்லை வெளில போயிட்டேன்னு சொல்லி ரிசீவரை வைத்துவிடு" என்றாள்.

சீனு தலையசைத்துவிட்டு போனை நெருங்கினான்.

பிரதிபா மீண்டும் மீதிக் கையெழுத்துகளைப் போடத் தொடங்கினாள்.

சீனு போனை எடுத்து "அம்மா இல்லைங்க" என்று சொல்லிவிட்டு வைத்துவிட்டான்.

பிரதிபா தொடர்ந்து கையெழுத்திட்டுக் கொண்டிருந்தாள். அவள் முகம் மேலுக்கு அமைதியாகத் தென்பட்டாலும், உள்ளூர அவளுக்குள் அவமானமும், ஆவேசமும் அப்பாவை இழந்த துக்கமும் கடல் அலைகள் போல் மாறி மாறிக் கொந்தளித்துக் கொண்டிருந்தன.

"உங்க அப்பா.." வந்தவர்கள் ஏதோ சொல்லிக் கொண்டிருந்தார்கள்.

"தயவுசெய்து சீக்கிரமா கிளம்புங்க." பிரதிபாவுக்குக் கத்த வேண்டும் போல் இருந்தது. ஆனாலும் மௌனமாக, இயந்திரகதியில் அவர்கள் பேச்சைக் கேட்டுக் கொண்டிருந்தாள்.

★★★

''நீ பிரதிபாவிடம் இதையெல்லாம் ஏன் முன்னாடியே சொல்லவில்லை?'' முரளி உலுக்கியெடுத்தான் அனிருத்தை.

முரளி மேஜை அருகில் கைகளைக் கோத்தபடி நின்றிருந்தான். சற்றுத் தொலைவிலிருந்த நாற்காலியில் அனிருத் உட்கார்ந் திருந்தான்.

''அதான் சொன்னேனே, எதற்குமே நேரம் இல்லாமல் போய் விட்டது! இப்படியெல்லாம் ஆகும் என்று நான் நினைக்கவேயில்லை. கல்யாணம் நின்று விடும் என்று மட்டும்தான் நினைத்தேன். அப்புற மாக பிரதிபாவிடம் எல்லாவற்றையும் சொல்லிவிட்டால் அவள் என்னை மன்னிப்பதோடு, தன் தந்தையையும் சம்மதிக்க வைத்துவிடுவாள் என்று நினைத்தேன். அதற்கு அவகாசமே இல்லாமல் போய்விட்டது. பிரதிபாவின் அப்பா இறந்துவிட்டதால் அந்த வழி அடியோடு அடைபட்டு விட்டது. பிரதிபா இனி என்னை வாழ்நாள் முழுவதும் மன்னிக்கவே மாட்டாள் என்று தோன்று கிறது.''

''அதான் கேட்டாயே பிரதிபா உன்னிடம் சொல்லச் சொன்ன வார்த்தைகளை. அவள் மேல் உனக்குக் கொஞ்சமாவது மரியாதை இருந்தால் உன்னை இந்த நிமிஷமே இந்த ஊரை விட்டு போகச் சொல்லி விட் டாள். அவளே போய் விடுவாளாம். ஆனால் அவளது தாய் வீட்டைவிட்டு எங்கேயும் வரமாட்டேன்னு சொல்லிவிட்டதால் அவளால் அப்படிப் போக முடிய வில்லையாம்.''

அனிருத் தலை குனிந்தபடி உட்கார்ந்திருந்தான். முரளி கைகளைப் பின்னால் கோத்தபடி அறையில் குறுக்கும் நெடுக்குமாக நடைபோட்டுக் கொண்டிருந்தான்.

''முதலில் நான் உங்க இருவரையும் ஒருத்தருக்கு ஒருத்தரை ஏன்தான் அறிமுகம் செய்து வைத்தேனோ என்று வருத்தப்படுகிறேன். நான் அப்படி அறிமுகம் செய்து வைக்காமல் இருந்திருந்தால், நீங்கள் இருவரும் ஒருவரை ஒருவர் விரும்பியிருக்க மாட்டீர்கள். இந்தக் கல்யாணப் பேச்சே வந்திருக்காது. இப்படிப்பட்ட பெரும் வேதனையும் ஏற்பட்டிருக்காது.''

முரளி, அனிருத் அருகில் வந்தான். ''டேய்! உன்னை என் நண்பன்னு சொல்லிக் கொள்வதற்கு நான் ரொம்பவும் பெருமைப் பட்டதுண்டு. இப்பொழுது அதே அளவுக்கு வெட்கப்படுகிறேன். எங்கே போனாலும் இதே பேச்சுதான். ச்சீ.. ச்சீ.. வெளியே தலையே காட்ட முடியவில்லை. நீயும் அவனும் நண்பர்கள்தானே? உனக்குத் தெரியாத விவகாரம் எதுவும் அவனிடம் இருக்கப் போகிறதா என்ன என்று கேட்கிறார்கள். நான் என்ன சொல்லட்டும்? டேய் ! உனக்குக் கோடி கும்பிடு. குறைந்தபட்சம் என்னிடமாவது சொல்லு. என்ன தான் நடந்தது?''

அனிருத் பதில் பேசாது கீழே தரையைப் பார்த்துக்கொண்டே மௌனமாக இருந்துவிட்டான்.

முரளிக்குக் கோபம் வந்து விட்டது. ''சரி. பிரதிபாவுக்கு என்ன தாண்டா பதில் சொல்லப் போகிறாய்?''

''எந்த விஷயத்தில கேக்குற?''

''வேறு என்ன? நீ இந்த ஊரைவிட்டுப் போகும் விஷயத்தில் தான்.''

''நானா? அது... அது மட்டும் என்னால முடியாது. ஏன் என்றால் நான் ஊரைவிட்டுப் போய்விட்டால் அம்மாவும், அப்பாவும் ரொம்பவும் தளர்ந்து போய் விடுவார்கள். அவர்களுக்கு என்மேல் கோபம் இருந்தாலும், நான் இதே ஊர்ல இருக்கேன்கிறதே அவர் களுக்கு ஒரு தனித் தெம்பைத் தரும்டா.''

''உன் பெற்றோரின் நிம்மதியைப் பற்றி யோசிக்கிறாயே தவிர... அந்தப் பிரதிபாவைப் பற்றி...?''

அனிருத் மீண்டும் தலை குனிந்துகொண்டான்.

''பிரதிபா என்னவானாலும் உனக்குப் பரவாயில்லை. அப்படித் தானே? டேய் மடையா! பிரதிபாவின் தலையெழுத்து அவள் உன்னை

விரும்பினா பார். ச்சீ.. ச்சீ.. நான் போகிறேன். இந்த நிமிஷத்திலிருந்து நம் இருவருக்கும் இடையே எந்த சம்பந்தமும் இல்லை. சொல்லி விட்டேன். நீ என் நண்பன் என்று சொல்லிக்கொள்ளவே வெட்கப் படுகிறேன். குட் பை.'' முரளி வேகமாக அங்கிருந்து போய் விட்டான்.

பத்து நிமிடங்கள் கழிந்தன.

அனிருத் இரண்டு கைகளாலும் தலையைப் பிடித்தபடியே உட் கார்ந்திருந்தான். சுமக்க முடியாத பாரத்தை சுமக்க நேர்ந்து விட்டாற் போலவும், அதை இறக்கி வைக்க முடியாமல், வேறு வழியில்லாமல் தவித்துக் கொண்டிருப்பது போலவும் அவன் காட்சியளித்தான்.

அறை நிசப்தமாக இருந்தது. அவன் வயிறார சாப்பிட்டு இரண்டு நாட்களாகியிருந்தன. வீட்டை விட்டு வந்தது முதல் சரியான தூக்க மும் இல்லை. உயிர் நண்பன் முரளிகூட அவனை விட்டு விட்டுப் போய்விட்டான். அவனுக்கு முரளியின் மீது கோபம் வரவில்லை. உயிர் நண்பன் ஒருவன் எப்படி நடந்து கொள்வானோ அப்படியேதான் அவன் நடந்து கொண்டிருக்கிறான். அவன் காரணத்தைச் சொல்லச் சொன்னபோது, தன்னால்தான் சொல்ல முடியவில்லை. அவன் உலுக்கியெடுத்தான். தான் மௌனமாக அவன் வார்த்தைகளைத் தாங்கிக் கொண்டான். அவனும் பிரதிபாவும் பிரிந்துவிட்டார்கள். இருவரின் வாழ்க்கையும் பிறர் சிரிக்கும்படி ஆகிவிட்டது. முரளி தவியாய்த் தவித்துக் கொண்டிருந்தான். தன்னுடன் சேர்ந்து அவனும் ஏளனத்திற்கு ஆளாகிவிட்டான். அவன் எடுத்திருக்கும் முடிவு ரொம்பவும் நியாயமானதுதான். அவன் இடத்தில் தான் இருந்தாலும் அதையேதான் செய்திருப்பான். காதலித்த பெண் பிரிந்து போய்விட்டாள். தாய் தந்தையரும் அவனைக் கைவிட்டுவிட்டார்கள். உயிர் நண்பனும் தூற்றிவிட்டுப் போய்விட்டான். அவன் இப்போது தனியனாகிவிட்டான்.

ஆனாலும் பரவாயில்லை. இந்த ரகசியம் வெளியில் தெரியாமல் இருந்தால் போதும். அவன் சரியான காரியம்தான் செய்திருக்கிறான். அவனுக்கு எது ரொம்ப முக்கியமாகத் தோன்றியதோ அதை அவன் பாடுபட்டுக் காப்பாற்றிக் கொண்டிருக்கிறான். பிரதிபா அவனை விட்டுப் போனாலும் போய்க்கொள்ளட்டும். அவன் வேறு எந்தப் பெண்ணையுமே இனிமேல் ஏறெடுத்தும் பார்க்க மாட்டான்.

முரளியும் நம்மை விட்டுப் போய்விட்டானா? போய்க் கொள்ளட் டும். அவனுக்கு நண்பர்களே தேவையில்லை. தாய் தந்தையர் வெளி யேற்றி விட்டார்களா? என்றைக்காவது உண்மை தெரிந்தால்வருத்தப்

படுபவர்களாக அவர்கள்தான் இருப்பார்கள். வருத்தப்படப் போவது அவன் இல்லை!

முரளி மறுபடியும் அடிமேல் அடி எடுத்து வைத்து உள்ளே வந்தான். அவன் கொஞ்ச நேரத்திற்கு முன்னால் எவ்வளவு துடுக்காகப் போனானோ, அவ்வளவு பணிவாய்த் திரும்பி வந்தான். அவன் முகத்தில் பச்சாத்தாபம் வெளிப்பட்டுக் கொண்டிருந்தது. முரளி அருகில் வந்து நாற்காலியில் தளர்ந்து போய் முகத்தைக் கைகளால் மூடிக் கொண்டிருந்த அனிருத்தின் தலைமேல் கையை வைத்தான்.

"அனிருத்! மனசு கேட்கலைடா முண்டம்! ஐயாம் சாரிடா. நீ என் நண்பன் என்று சொல்லிக்கொள்ள வெட்கப்படுவதாகச் சொன்னேன். ஐ யாம் ரியல்லி சாரி. உன் நண்பன் என்று சொல்லிக் கொள்ள நான்தான் வெட்கப்படணும். ஏன் என்றால் நடக்கக் கூடாதது எதோ நடந்திருக்க வேண்டும். நீ சொல்ல மறுக்கிறாய் என்றால் அதற்கு ஏதாவது பலமான காரணம் இருக்கும். நீ ரொம்ப வருத்தத்தில் இருக்கிறாய். உண்மையான நண்பன் என்றால் வருத்தத்திலும், தனிமையிலும் துணையாக இருக்க வேண்டும். நான் என்ன செய்தேன்? நீ என்னிடம் சொல்லவில்லை என்று கோபித்துக் கொண்டு போய்விட்டேன். நான் அப்படி நடந்து கொண்டிருக்கக் கூடாது. இந்தச் சமயத்தில் தான் உனக்கு இன்னும் நெருக்கமாக இருந்து நான் உதவி செய்யணும். அதுதான் உண்மையான நட்பு. சரிதானே?"

அனிருத் தன் தோளில் படிந்த முரளியின் கையைப் பற்றிக் கொண்டான். ஆம் என்பது போல் தலையை அசைத்தான்.

"எழுந்து கொள். நீ சாப்பிட்டாற்போல் தெரியவில்லை. எதுனா ஹோட்டலுக்குப் போகலாம் வா" என்றான் முரளி.

அனிருத் நிமிர்ந்து பார்த்தான். முரளி சிரித்தான். அனிருத்திற்கு இப்போது மலையத்தனை பலம் வந்து சேர்ந்து விட்டாற்போல் இருந்தது. இந்த உலகத்தில் தனக்குத் தோள் கொடுக்க ஒரு நண்பன் இருக்கிறான். தான் எதுவும் வாயைத் திறந்து சொல்லாவிட்டாலும் தன்னை அவன் புரிந்து கொள்வான். இது எவ்வளவு பெரிய அதிர்ஷ்டம்! புறங்கையால் கண்களைத் துடைத்துக் கொண்டான்.

★★★

சமீரா கடைசிப் பரீட்சை எழுதிவிட்டுக் கல்லூரி வளாகத்தை விட்டு வெளியே வந்து கொண்டிருந்தாள். கேட் வரையில் வந்ததும் ஒரு முறை பின்னால் திரும்பிக் கண்ணார அந்தக் கல்லூரிக் கட்டிடத்தையும், அதன் விசாலமான வளாகத்தை யும், தன் கடைசி மூச்சு இருக்கும் வரையில் மறக்க முடியாத நினை வாக மனதில் புதைத்துக் கொண்டு விட வேண்டும் என்பது போல் மிகுந்த லயிப்புடன் பார்த்தாள். பிறகு ஆழமாகப் பெருமூச்சு விட்டுக் கொண்டாள்.

இந்தக் கல்லூரிக்கும் தனக்கும் இருந்த தொடர்பு இன்றோடு முடிந்துவிட்டது. கடைசிப் பரீட்சையையும் எழுதிவிட்டாள். இனி இந்த இடத்திற்கும் தனக்கும் எந்தச் சம்பந்தமும் இல்லை. படிக்கும் காலம் பொற்காலம் என்று எந்தக் கவிஞர் சொன்னாரோ தெரியவில்லை. ஆனால் அது மட்டும் உண்மை! வீட்டில் எவ்வளவு வருத்தங்கள் இருந்தாலும், எத்தனைக் கவலைகள் இருந்தாலும் இந்த எல்லைக்குள் காலடி எடுத்து வைத்ததுமே அவை எல்லாவற்றையும் மறந்து போய், இந்த உலகத்திற்குள் ஒரேயடியாக மூழ்கிப் போய் விடுவதாக அவள் மட்டுமே இல்லை, அவள் சிநேகிதிகளும்கூட நினைத்தார்கள்.

இந்தக் கொஞ்ச நஞ்ச சுகமும் இன்றோடு தீர்ந்துவிட்டது. இந்த நிமிடத்திலிருந்து தனக்கும் இந்தக் கல்லூரிக்கும் உள்ள பந்தம் தீர்ந்து விட்டது. கேட்டைத் தாண்டி வெளியே அடியெடுத்து வைத்த அந்த கணத்திலிருந்து இது கடந்த காலத்திற்குச் சம்பந்தப்பட்ட இனிய நினைவு மட்டும்தான்.

சமீரா கேட்டைத் தாண்டி வெளியில் வந்து மறுபடியும் திரும்பிப் பார்த்தாள். அதற்குப் பிறகு நெருங்கியவர்களை விட்டுவிட்டு தொலை தூரம் பயணிக்கப் போகும் பயணியைப் போல் சாலை ஓரமாக நடக்கத் தொடங்கினாள். பஸ் வந்துவிட்டது. ஆனால் சமீராவுக்கு பஸ்ஸில் ஏறப் பிடிக்கவில்லை. இப்படியே காலாற, களைத்துப் போகும் வரையில் நடந்து போக வேண்டும் போல் தோன்றியது. சமீராவின் கண்களில் ஈரம் படியத் தொடங்கியது. எல்லோரும் பரீட்சைகள் முடிந்துவிட்டால் பெரிய தொல்லை யிலிருந்து விடுப்பட்டாற்போல் சந்தோஷப்படுவார்கள். சினிமா வுக்குப் போவது, வெளியூர்களுக்குப் பயணம் என்று சிறகுகள் முளைத்த பறவையைப் போல் பீச், பார்க் எங்கெல்லாமோ பறந்து போவதற்கு ஆயத்தமாவார்கள். ஆனால் அவள் நிலைமை அதற்கு முற்றிலும் விரோதமானது. அவளுடைய இதயத்தில் சுமக்க முடியாத பாரம் வந்து அழுத்துவது போன்ற வேதனை. ஏன் என்றால்...

இந்தப் பரீட்சைகள் எப்போது முடியும் என்று அவள் தாய் காத்துக் கொண்டிருந்தாள். அவளுக்கு சமீரா பிளஸ் டுவில் சேர்ந்தது முதல் எப்பொழுது அவளுக்குக் கல்யாணத்தைப் பண்ணி வைத்து அவளை மாமியார் வீட்டுக்கு அனுப்பி வைப்போம் என்ற தவிப்பு. அதற்குத் தாளம் போட அந்த யசோதா வேறு கிடைத்துவிட்டாள்! அவளுடைய தங்கை மகன் சுப்புணி மெடிகல் ரெப்ரசென்டேடிவ் ஆக இருக்கிறானாம். அவனுக்குக் கல்யாணம் ஆக வேண்டுமாம். சரஸ்வதி தனக்கு வேண்டிய சிநேகிதி என்பதால் கால்காசு வரதட் சிணையில்லாமல் சுப்புணிக்கு சமீராவைப் பண்ணி வைக்கிறேன் என்று வாக்குக் கொடுத்துவிட்டாள்.

வரதட்சணை இல்லை என்ற வார்த்தை சரஸ்வதிக்கு அப்போது மந்திரம் போல் வேலை செய்தது. அவளுக்கு அந்த சமயத்தில் யசோதா சாட்சாத் தன்னைக் காப்பாற்ற வந்திருக்கும் கிருஷ்ண பரமாத்மாவைப் போல் தோன்றினாள். அன்றிலிருந்தே அவளை ''அண்ணி!'' என்று அன்புடன் அழைக்கத் தொடங்கிவிட்டாள். தினமும் இரவு சாப்பாட்டிற்குக் கறிகாய் எதுவும் போட்டு சமையல் பண்ணாமல் சுட்ட அப்பளத்துடன் ஒப்பேற்றிக் கொண்டிருந்த சரஸ்வதி, யசோதாவுக்காக அன்று சாம்பார், பொறியல் எல்லாம் பண்ணத் தொடங்கினாள். வீட்டில் குழாயில் தண்ணீர் வராதநேரத்தில் யசோ தாவின் மாலைக் குளியலுக்காகப் பக்கத்து வீட்டுக் கிணற்றிலிருந்து குடம் குடமாகத் தண்ணியைத் தூக்கி வந்தாள். சினிமாவுக்கு அழைத்துப் போனாள்.

ஏற்கனவே இருவரும் சிநேகிதிகள். இந்த வரன் பேச்சு வந்ததும் இன்னும் நெருக்கமாகி விட்டார்கள்.

"எங்க சமீரா மாமியார் வீட்டுக்குப் போய் விட்டால் எனக்கு மட்டும் யார் இருக்கிறார்கள்? சின்னவன் ரவி ஒரு நிமிஷம் கூட வீட்டில் தங்க மாட்டான். யசோதா! துணைக்கு நீ வந்து எங்களுடனேயே இருந்துவிடலாம்" என்றாள் சரஸ்வதி.

சமீராவுக்கு இந்த உரையாடலைக் கேட்டதும் எரிச்சல் பற்றிக் கொண்டு வந்தது. சரஸ்வதி அந்த வருடமே கல்யாணத்தை நடத்து வதற்கு ஏற்பாடு செய்வதாகவும், இத்துடன் சமீராவின் படிப்பை நிறுத்தி விடுவதாகவும் சொன்னாள்.

சமீரா இந்த ஒரு விஷயத்தில் கட்டோடு தாயை எதிர்த்தாள். கல்யாணம் பண்ணிக் கொள்ள மாட்டேன் என்று சண்டை போட்டாள்.

"உன் படிப்பு முடியும் வரையில் அவன் காத்துண்டு உட்கார்ந் திருப்பானாடி?"

"இவன் மாட்டேன் என்றால் போகட்டும். அவன் இல்லாவிட்டால் இன்னொருத்தன்" என்றாள் சமீரா.

அதைக் கேட்டுவிட்டு தாய் இடுப்பில் கைகளை வைத்துக் கொண்டு கேலி செய்வது போல் "அவன் இல்லாவிட்டால் இன்னொ ருத்தன்! எவ்வளவு சுலபமா சொல்லிவிட்டாய்டி. ஆமாம், உனக்காக ஆயிரம் பேர் காத்துக் கொண்டு இருக்கிறார்கள். நீ போய் சுயம்வரம் நடத்தி மாலையிட்டு கணவனைத் தேர்ந்தெடுத்துக் கொள். உங்க அப்பா ஒரு ஜமீந்தார் இல்லையா? நீ அவருடைய மகள். உன் எஸ்டேட்டைப் பார்த்து ஆசைப்பட்டுக் கொண்டு நிறையப்பேர் வருவார்கள்."

"அம்மா!" சமீரா கோபமாகக் கத்திவிட்டாள். சரஸ்வதி எப்போதுமே அப்படித்தான். சமீரா அவள் தந்தையைப் போல் மாநிறம் என்று குத்திக் காட்டிக் கொண்டே இருப்பாள். இந்தக் குடித்தனம் இந்த அளவுக்காவது நடப்பதற்கும், அக்கம் பக்கத்தாரிடம் தனக்கு நல்ல பெயர் இருப்பதற்கும் காரணம் தன்னுடைய புத்திசா லித்தனம்தான் என்பது அவள் எண்ணம். அது அவள் பேச்சில், நடத்தையில் எப்போதும் வெளிப்பட்டுக்கொண்டே இருக்கும்.

சிறுவயதில் சமீரா தன் தாயின் இந்த வேண்டாத போக்கைக் கண்டு ரோஷப்பட்டு அழுதேவிடுவாள். கைகால்களை உதைத்துக் கொண்டு வெகுநேரம் அவள் அழுது கொண்டிருப்பாள். நாளடை

வில் வயது ஏற ஏற அது மாறிவிட்டது. என்ன பேசுகிறோம் என்றே தெரியாமல் பேசும் ஒரு ஆளைப் பார்ப்பது போல் தன் தாயைப் பார்க்கத் தொடங்கினாள்.

சமீராவுக்குக் கல்யாணம் பண்ணுவது ரொம்பக் கஷ்டமான காரியம் என்பது சரஸ்வதியின் எண்ணம். அதனால்தான் யார் கிடைத்தாலும் சரி, அவர்களை வளைத்துப் போட்டுவிடவேண்டும் என்று பார்த்தாள். எதிராளிக்கு அவள் அப்படிச் செய்வது அவர் களைப்பற்றி இளப்பமாக நினைக்க வைத்தது.

''என்னைப் பற்றி மற்றவர்களிடம் பேசாதே. அது எனக்குப் பிடிக்காது'' என்று சமீரா சொன்னபோது சரஸ்வதி கோபத்தில் தலை கால் புரியாமல் குதிக்கத் தொடங்கிவிட்டாள்.

''உன் இஷ்டம் இங்கே யாருக்குடி வேண்டும்? உன் இஷ்டத் தைக் கேட்டுக் கொண்டுதான் நான் உன்னைப் பெற்றெடுத்தேனா? உன் இஷ்டத்தைக் கேட்டுக்கொண்டு நீ சம்மதித்ததால்தான் உன்னை இந்த அளவுக்கு எதிர்த்துப் பேசறாப்ல வளர்த்தேனா?''

''அதெல்லாம் வேறம்மா!''

''எது வேற? நாலு இங்கிலிஷ் வார்த்தைகளைக் கற்றுக் கொண்டு விட்டதால் வாழ்க்கையே இனி உன் கையில்தான் இருக்கிறது என்று நினைத்துக்கொண்டுவிடாதே. நம் இஷ்டப்படிதான் நாமெல்லாம் பிறக்கிறோமா? இல்லை, நம் இஷ்டப்படித்தான் சாப்பிடுகிறோமா? இதோ பார் இப்போதே சொல்லிவிட்டேன். நம் இஷ்டம் போல் இந்த உலகத்தில் எதுவுமே நடக்காது. எல்லாம் அவன் செயல். அவன் கொடுத்ததை நாம் பிரசாதமாக மறுபேச்சு பேசாமல் ஏற்றுக் கொள்ளணும். அவ்வளவுதான். நம் தலையெழுத்தைப் பொறுத்து தான் நம் வாழ்க்கையும் இருக்கும்டி!''

சமீராவுக்கு அவளோடு வாதம் புரிந்து தன்னால் அவளை வெல்ல முடியாது என்பது நன்றாகவே தெரியும். கொஞ்ச நேரம் எதிர்த்துப் பேசிப் பார்த்துவிட்டு, அதற்கு மேல் பேச முடியாமல் சும்மா இருந்து விடுவாள்.

சமீராவுக்குக் கல்யாணத்தின் மேல் வெறுப்பு என்று எதுவும் இல்லை. அந்த யசோதாவின் தங்கை மகன் சுப்பிரமணியம் புத்திசாலியாக, சுறுசுறுப்பு மிகுந்தவனாக இருந்தாலாவது, தாயின் தொந்தரவைத் தாங்க முடியாமல் போனால் போகட்டும் என்று அவனைக் கல்யாணம் பண்ணிக் கொண்டு மாமியார் வீட்டுக்குப்

போயிருப்பாள். ஆனால் அந்த சுப்புணியோ விலையுயர்ந்த ஆடை கள் அணிந்த அந்தக்கால சினிமா வில்லன் போல் இருந்தான். அவனது அந்த வேஷத்தைப் பார்த்தாலே சமீராவுக்கு ஆத்திரம் பற்றிக் கொண்டு வரும். அம்மாவும் மற்றவர்களும் இருக்கும் போது நல்லவன் போல், அவர்கள் பேச்சுக்குத் தாளம் போட்டுக் கொண்டிருப்பான். அவர்கள் கொஞ்சம் கண்மறைவாகிவிட்டால் போதும் அவன் பார்வையே மாறிவிடும். வாயைத் திறந்தாலே சினிமா பற்றித்தான் பேசுவான். கண்கள் சமீராவின் உடலைத் தழுவி வருடிக் கொடுத்துக்கொண்டிருப்பது போல பார்ட் பார்ட்டாகப் பார்வையை மேய விட்டுக் கொண்டிருக்கும். தேவையில்லாமல் கையைக் காலை ஆட்டிக்கொண்டு ஏதோ ஒரு சாக்கில் அவன் மேலே விழப் பார்ப்பான். சமீராவுக்கு அவன் சரியான வேஷதாரி என்பது நன்றாகவே புரிந்துவிட்டது.

"எனக்கு அவன் போக்கே பிடிக்கவில்லை அம்மா" என்று அவள் சொன்னால் ஏன் பிடிக்கவில்லை என்று நயமாக, நட்பாகக் கேட்கமாட்டாள் அவள் தாய். காரணம் என்னவாக இருக்கும் என்று தெரிந்து கொள்ள எந்த முயற்சியும் செய்யவும் மாட்டாள். அங்கே அவள் வைத்தது தான் சட்டம்!

அந்த வார்த்தைகளைக் கேட்டதுமே குரலை உயர்த்தி "உனக்கு யாரைத்தான் பிடிக்கும்? அந்தப் புத்தகங்களை எல்லாம் படித்து விட்டு எந்த இளவரசனோ உன்னைத் தேடிக் கொண்டு குதிரை மேல் வந்து உன்னைத் தூக்கிக் கொண்டு போவான் என்று நினைத் துக் கொண்டிருக்கிறாய். நீ பெரிய பேரழகி இல்லையா? தலை யெழுத்து சரியாக இல்லாததால் என் வயிற்றில் வந்து பிறந்துவிட்டாய். அப்படித்தானே" என்று சாடுவாள். மகளுக்கும் தனக்கும் எந்தச் சின்னத் தகராறு வந்தாலும் சரி; அதற்குக் காரணமே அந்தப் புத்தகங் கள்தான் என்று குற்றம்சாட்டுவாள்.

அவளுக்குப் படிப்பு வாசனை இல்லை. பக்கத்து வீட்டு வனஜா ஒரு கிறிஸ்டியன் பையனைப் பண்ணிக் கொண்டாள். ஆனால் தன் மகள் ரொம்ப நல்லவள்தான் என்றும், அந்த பாழாய்ப் போன புத்தகங் களால்தான் தன் குடி மூழ்கிவிட்டது என்றும் புலம்பினாள் அவள்.

சரஸ்வதி அவளைத் தேற்றிவிட்டு வீட்டுக்கு வந்துவிட்டாள். அதற்குப் பிறகு தான் சமீரா படிக்கும் புத்தகங்களை அவள் எதிரி போல் பார்க்கத் தொடங்கினாள்.. சமீரா ஏதாவது சொன்னால் அந்தப் புத்தகங்கள்தான் அவள் அப்படிப் பேசுவதற்கெல்லாம் கார ணம் என்று அதற்குப் பிறகு வசைபாட ஆரம்பித்துவிடுவாள்.

உண்மையில் சமீராவுக்குத் தன் கல்யாணத்தைப் பற்றிய எந்த எதிர்பார்ப்புகளும் இல்லை. தான் ரொம்பவும் சாதாரணமானவள். தன் வீட்டு நிலைமையும் சுமார்தான். தன் தந்தையும் வீட்டு விஷயங் களைச் சரிவரக் கவனிப்பதில்லை. அம்மா அக்கம் பக்கத்தாருடன் சுமுகமாகப் பழகிக் கொண்டு, தங்களது வாழ்க்கைத் தேவைகளை எப்படியோ பூர்த்திசெய்து குடும்பத்தைச் சமாளித்துக் கொண்டு வருவது போல் தாய் தன்னுடைய திருமணத்தையும் ஏதோ ஒரு விதமாக ஒப்பேற்றி நடத்தி விடுவாள் என்று அவளுக்குத் தெரியும்.

கல்யாணத்தைப் பற்றிய எந்தக் கனவுகளும் இல்லாததால் சமீரா தனது கல்யாணத்திற்கு எப்போதுமே அவசரப்பட்டதில்லை. படித்து விட்டு ஏதாவது வேலைக்குப் போக வேண்டும் என்றும், சொந்தக் கால்களில் தான் நிற்கவேண்டும் என்றும்தான் ஆசைப்பட்டாள். ஏனென்றால் வேலைக்குப் போகும் மனைவியை எந்த ஒரு கணவனும் தாழ்வாக மதிக்க மாட்டான் என்பது அவள் நம்பிக்கை.

ஒருக்கால் தங்களுக்குள் கருத்து வேற்றுமை வந்தாலும் தான் தன்னம்பிக்கையுடன் வாழ்வதற்கு தனக்கு என்று இந்த உலகத்தில் ஒரு இடம் நிச்சயம் இருக்கும் என்பது அவள் எண்ணம். அதனால் சமீரா கல்யாணத்திற்கு அவசரப்படாமல் ஏதாவது ஒரு வேலையில் சேர்ந்துவிட வேண்டுமென்று அவசரப்பட்டாள்.

''நான் யசோதாவுக்கு வாக்குக் கொடுத்துவிட்டேன். அதனால் முகூர்த்த நாள் பார்க்கப் போகிறேன்'' என்றாள் தாய்.

''அதற்கு இல்லை அம்மா!'' சமீரா ஏதோ சொல்ல வந்தாள்.

''போதும். வாயை மூடு. சிறிசுகளைப் பேசவிட்டால் காரியம் ஆனாப்போல்தான். உனக்கு எங்கள் நிலைமைப் பற்றி அக்கறை இல்லை. இந்த வீட்டை விற்றுவிட்டு, லட்சம் லட்சமாகச் செலவு செய்து ஒரு இன்ஜினியரையோ, டாக்டரையோ பார்த்து உனக்கு மணம் முடித்துவைக்க வேண்டும். அவனுடன் பெரிய காரில் ஏறிக் கொண்டு மாமியார் வீட்டுக்குப் போகணும்னு உனக்குத் தவிப்பு. நாங்க பிச்சை எடுத்துச் சாப்பிடுறதைப் பார்த்து நீ சந்தோஷப்படணும். அப்படித்தானேடி ?''

''அம்மா! போதும் நிறுத்து'' சமீரா கத்தியேவிட்டாள். தனக்கு இல்லாத எண்ணங்களை இருப்பதாகக் கற்பிப்பதை விட, அவள் வேறு ஏதாவது வசைபாடினால்கூடத் தேவலை என்று தோன்றியது. இந்த ஜென்மத்தில் அம்மா தன்னைப் புரிந்துகொள்ளப் போவ தில்லை. தான்தான் அவளைப் புரிந்துகொள்ள முயற்சி செய்யணும்.

"அம்மா ! கல்யாணத்திற்கு இன்னும் கொஞ்ச நாள் போகட்டு மேம்மா. அதற்குப் பிறகு நீ சொன்னதைக் கேட்கிறேன். போதுமா?"

"என்றைக்கோ ஒரு நாள் கேட்டுக் கொள்வானேன்? அதுவரையிலும் நான் உயிரோடு இருப்பேனோ இல்லையோ? அதை இப்பொழுதே கேட்டு அதன்படி நடந்துகொண்டால் என்ன கேடு? இந்த வரனையே பண்ணிக்கொள்."

சமீராவுக்கு மறுத்துப் பேச வழியில்லாமல் போய்விட்டது. பிடிவாதமாக அவளது தாய் தனக்கு அந்த வரன்தான் என்று மனதுக்குள் நிச்சயம் செய்துவிட்டிருந்தாள்.

ஆனால் சமீராவின் அதிர்ஷ்டம் நன்றாக இருந்ததால் அந்த சுப்புணியின் தந்தை ஆக்ஸிடெண்டில் இறந்துவிட்டார். அதனால் பெண்ணின் ஜாதகம் சரியில்லை என்று சொல்லிவிட்டார்கள். இந்தச் செய்தியைக் கேட்டதும் சமீரா தம்பி ரவியின் வாயில் ஒரு சிட்டிகை சர்க்கரையைப் போட்டாள். அதைப் பார்த்ததும் சரஸ்வதிக்குக் கோபம் பொத்துக் கொண்டு வந்தது.

"இத்தனைக்கும் நீதான் காரணம். இந்தக் கல்யாணம் வேண்டாம் வேண்டாம் என்று காக்காயாய்க் கத்திக் கொண்டிருந்தாய். ததாஸ்து தேவதைகள் அப்படியே ஆகட்டும் என்று சொல்லியிருப்பார்கள்" என்று தூற்ற ஆரம்பித்தாள்.

"அப்பா தினமும் சீட்டாட்டத்தில் நூறு ரூபாய் ஜெயித்து விடு வேன்னு சொல்கிறாரே? ததாஸ்து தேவதைகள் அதை ஏன் உண்மை யாக்கவில்லை?" என்றாள் சமீரா.

"ரொம்பதான் வாயாடாதேடி. உன் தலையெழுத்து அப்படி. உனக்குக் கல்யாண ராசியே இல்லை" என்றாள்.

சமீராவுக்கு இந்தக் கல்யாணத்திலிருந்து தப்பிவிட்டதிலிருந்து மிகவும் உற்சாகம் வந்துவிட்டது. படிப்பில் கவனம் செலுத்த ஆரம்பித்து விட்டாள். சரஸ்வதியோ மறுபடியும் வரன் வேட்டையில் இறங்கி விட்டாள்.

இதற்கிடையில் அந்த சுப்புணி திடீரென்று மறுபடியும் வந்தான். யசோதாவும் "சுப்புணி சமீராவைக் கல்யாணம் பண்ணிக் கொள்கிறா னாம்" என்றாள்.

சரஸ்வதியால் தன் அதிர்ஷ்டத்தைத் தன்னாலேயே நம்ப முடியவில்லை!

சமீராவுக்கு ஒரு பக்கம் பரீட்சைகள். வீட்டில் மறுபடியும் ரகளை தொடங்கிவிட்டது. இந்த முறை எந்த சாக்குச் சொல்வது என்று

சமீராவுக்குத் தெரியவில்லை. இது பெரிய உயிர்க் கண்டமாய் இருக்கும் என்று தோன்றியது.

அதனால் சமீராவுக்குப் பரீட்சைகள் முடியப் போகிறது என்னும்போது தன் பாரம் குறையாமல் இருமடங்காகிவிட்டது போல் இருந்தது. சமீரா யோசித்தவள் அப்போதிலிருந்தே வேலைக் காக முயற்சி செய்யத் தொடங்கினாள். பரீட்சைகளுக்குப் படித்துக் கொண்டிருந்த போதே ஓரிரண்டு கம்பெனியில் நேர்முகத்தேர்வுக்குப் போய்விட்டும் வந்தாள்.

எங்கே போனாலும் நிறையப் பெண்கள்.அவளைவிட அழகானவர்கள், அதிகம் படித்தவர்கள், திறமையானவர்கள். கல்யா ணத்தில் மட்டும் இல்லை, வேலை விஷயத்திலும் போட்டி அதிகமாக இருப்பது போல் சமீராவுக்குத் தோன்றியது. அவளுக்கு உதவி செய்வதற்கென்று யாரும் இல்லை.

வேலைக்காக லஞ்சம் கொடுக் கவும் அவர்களால் முடியாது. யாரிடமும் சிபாரிசு செய்யச் சொல் லவும் வழியில்லை. வேலை மட்டும் கிடைத்துவிட்டால், தேவை ஏற்பட்டால் தாயை எதிர்த்துக்கொண்டு சிநேகிதி வீட்டிலேயே தங்கிக் கொண்டாவது அந்தக் கல்யாணத்திலிருந்து தப்பித்துக் கொள்ளலாம் என்பது சமீராவின் எண்ணம்.

ஆனால் வேலை எங்கே கிடைக்கும்? இந்தக் காலத்தில் வானத்திலி ருந்து மழையைக் கூட வரவழைத்து விட முடியுமோ என்னவோ. ஆனால் ஒரு வேலையைத் தேடிக் கொள்வது மட்டும் முடியாத காரியம். படித்திருந்தால் மட்டும் போதாது என்ற நிலை!

சமீரா தலை குனிந்தபடி மெல்ல நடந்து வந்து கொண்டிருந்தாள்.

அப்போது பின்னாலிருந்து ''சமீரா!'' என்ற அழைப்பு கேட்டது. சமீரா விருட்டென்று திரும்பிப் பார்த்தாள். தன்னைப் பெயரிட்டு அழைக்கும் அந்த ஆண் குரல் யாருடையது?

எதிரே அனிருத் நின்று கொண்டிருந்தான். அவன் சமீராவைப் பார்த்ததும் சிரித்தான். அந்தச் சிரிப்பில் நட்பு கலந்திருந்தது. ''சௌக்கியமா?'' என்று கேட்டான்.

சமீரா நெற்றியைச் சுளித்தாள். என் சௌக்கியம் உனக்கெதற்கு என்பது போல் அவனை அலட்சியமாகப் பார்த்தாள்.

''நான் ஹோட்டலுக்குள் நுழையப் போன போது உங்களைப் பார்த்தேன். அதனால் ஒரு முறை விசாரிக்கலாம்னு. என்ன இருந் தாலும் நீங்கள் எனக்குத் தெரிந்தவர்கள் இல்லையா?''

சமீரா விருட்டென்று திரும்பினாள். அந்த சுப்புணி ஒரு விதமான வில்லன் என்றால் இவன் இன்னொரு விதமான வில்லன் என்று நினைத்துக் கொண்டாள். வேலைமெனக்கெட்டு அவன் வந்து விசாரித்ததைப் பார்த்து ஆத்திரம் பற்றிக் கொண்டு வந்தது. அவன் யார் என்றே தெரியாதவள் போல் மளமளவென்று மேலே நடக்கத் தொடங்கினாள்.

அவன் இரண்டடிகள் வேகமாக எடுத்து வைத்து அவளுடன் சேர்ந்து நடக்கத் தொடங்கினான். நடந்துகொண்டே தாழ்ந்த குரலில் "நான் உங்களுக்கு உதவி செய்வதற்காகத்தான் வந்தேன். நான் சொல்வதைக் கேட்காமல் போனால் உங்களுக்குத்தான் நஷ்டம்'' என்றான்.

சமீரா பதில் பேசவில்லை. இவன் எனக்குப் பண்ணக் கூடிய உதவி என்னவாக இருக்க முடியும்? ஏதோ ஒருவிதத்தில் பேச்சை வளர்த்த வேண்டும் என்ற திட்டம் போடுகிறான் என்று நினைத்தாள்.

"உங்களுக்கு அவசரமாக இப்ப வேலை வேண்டும் இல்லையா?'' என்றான்.

அந்த வார்த்தையைக் கேட்டதுமே சமீரா திடுக்கிட்டாள். அந்த விஷயம் இவனுக்கு எப்படித் தெரியும்? சமீரா மெதுவாக அவன் பக்கம் திரும்பிப் பார்த்தாள். அவள் சந்தேகத்திற்குப் பதில் சொல்வது போல் அவன் சொன்னான்.

"முந்தா நாள் நீங்க பவானி ஹேண்டிகிராப்ட்ஸ் எம்போரியத்திற்கு நேர்முகத் தேர்வுக்குப் போனீங்க இல்லையா?''

"ஆமாம். போனேன்'' அவள் மிடுக்காகச் சொன்னாள்.

"அங்கே உங்களுடன் இன்னும் ஆறு பெண்கள் வந்திருந்தார்கள் இல்லையா?''

"ஆமாம். வந்திருந்தார்கள்.'' அவள் ஏமாற்றத்தைத் தன் குரலில் காட்டிக்கொள்ளவில்லை.

"அங்கே இருந்தது ஒரே ஒரு வேலைதான். சேல்ஸ் கௌண்டரில் கிளார்க் வேலை.''

"ஆமாம்.''

"அது உங்களுக்குக் கிடைக்கச் செய்கிறேன். செய்கிறேன் இல்லை, செய்வேன்.''

"என்னது.. நிஜமாகவா?'' அந்த நிமிடத்திலேயே அவன் மீது இருந்த கோபமெல்லாம் பறந்துவிட்டது.

"நிஜம்தான். நீங்க இந்த மாதிரி தெருவில் நின்று கொண்டு ஆச்சரியப்படுவதும், கேள்வி பதில் நிகழ்ச்சி நடத்துவதும் நன்றாக இருக்காது. ஒரு நிமிஷம் என்னுடன் வந்தால் ஹோட்டலில் உட்கார்ந்துகொண்டு காபி குடித்துக் கொண்டே பேசுவோம்."

சமீரா ஒரு வினாடி தயங்கினாள். பிறகு அவனைச் சந்தேகத்துடன் பார்த்துக் கொண்டே '' காபி குடிக்கத் தயார்தான். ஆனால் பில்லை நான்தான் கொடுப்பேன்'' என்றாள்.

அவன் சமீராவை ஒரு வினாடி கூர்ந்து பார்த்தான். பிறகு ''ஓ.கே. எனக்கு ஆட்சேபணையில்லை. நீங்க என் பேச்சைக் கேட்டால் போதும்'' என்று ஹோட்டலை நோக்கி நடந்தான். சமீரா அவனைத் தொடர்ந்தாள்.

***

காபி கோப்பையைக் கையில் எடுத்துக் குடித்துக் கொண்டிருந்த சமீரா, அனிருத் சொன்னதைக் கேட்டதும் திகைத்துப் போனவளாய்க் காபி குடிப்பதை நிறுத்திவிட்டுக் கோப்பையைச் சட்டென்று மேஜைமீது வைத்துவிட்டாள்.

''சரி அது என்ன நிபந்தனை? லஞ்சம் தரவெல்லாம் எனக்கு வசதி யில்லை'' என்றாள் வியப்புடன் அவனைப் பார்த்துக் கொண்டே.

''நான் அப்படிக் கேட்கறவன் இல்லை! நீங்க என் நிபந்தனைக்கு ஒப்புக்கொண்டாலே போதும். உங்களுக்கு அந்த வேலை கிடைக்கும்படி செய்ய என்னால் முடியும்.''

''எதுனா உளவு பார்க்கணுமா?... இந்த உளவு வேலை எல்லாம் எனக்குப் பிடிக்காது.''

அனிருத் லேசாகத் தோள்களைக் குலுக்கிக் கொண்டான். '' இந்த வேலை உங்களுக்குப் பிடிக்கவில்லை என்றால் அது உங்கள் விருப்பம். இந்த வேலை வேண்டும் என்று நினைத்தால் ஒப்புக் கொள்ளுங்கள். மாதம் ஐயாயிரம் சம்பளம். ஈவினிங் காபி... பஸ் பாஸ் தருவார்கள். வருடத்திற்கு ஒரு மாத போனஸ், பத்து நாள் வெளியூருக்குப் போவதற்கு விடுமுறை தருவதுடன் அலவென்சும் தருவார்கள். அங்கே வேலை கிடைப்பது ரொம்பக் கஷ்டம்.''

சமீரா பதில் சொல்லவில்லை. நிமிர்ந்து உட்கார்ந்து அவனையே நிதானமாகப் பார்த்துக் கொண்டிருந்தாள்.

அவன் நயமாக எடுத்துச் சொல்லத் தொடங்கினான். ''இது ஒரு பிசினஸ் டீல் என்று வைத்துக் கொள்ளுங்களேன். நீங்க எனக்கு உதவி செய்தால் நான் உங்களுக்கு உதவி செய்வேன். நான் இந்தக் காபியைக் குடித்து, பேரர் பில்லைக் கொண்டு வந்து அதற்கு நான் காசு கொடுப்பதற்குள் உங்கள் முடிவைச் சொல்லுங்கள். நீங்க சரி என்றால் நான் பில்லைக் கொடுத்து விடுகிறேன்.

இல்லை என்றால் உங்க காபி பில்லை நீங்க கொடுங்கள். என்னுடையதை நான் தருகிறேன். பிறகு நாம் அவரவர்கள் வழியில் போய்விடலாம்.'' அவன் தான் சொல்ல வேண்டியதைச் சொல்லி முடித்து விட்டாற் போல் நிதானமாகக் கையில் இருந்த ஏதோ ஒரு பத்திரிகையைப் புரட்டத் தொடங்கினான்.

சமீரா காபியைக் குடிக்கவில்லை. கீழ் உதட்டைக் கடித்துக் கொண்டே யோசனையில் ஆழ்ந்துவிட்டாள். இது என்ன நிபந்தனை... இந்த மாதிரி எங்கேயும் நாம் கேட்டதே இல்லையே?

அவன் வேலை வாங்கித் தருவதாகச் சொன்னதுமே சந்தோஷப் பட்டாள். அவனைப் பற்றித் தவறுதலாக நினைத்ததைக் கூட மறந்து விட்டாள். ஒரு வழியாய் சுப்புணியைக் கல்யாணம் பண்ணிக் கொள்ளும் ஆபத்திலிருந்து தப்பித்துவிட்டோம் என்று மனம்கூட இலேசாகிவிட்டிருந்தது.

ஆனால் இவனோ அதைவிடப் பெரிய பாறாங்கல்லைத் தலையில் போடுவதாகச் சொல்கிறான். அதற்கு ஒப்புக் கொண்டால்தான் அந்த வேலை தனக்குக் கிடைக்கும்.

அனிருத் அவளுக்கு இந்த வேலை கிடைக்கும்படியாகச் செய்வானாம். அந்தக் கடையின் முதலாளி அவனுக்கு நெருங்கிய நண்பனாம். அவன் சொன்னால் தட்டமாட்டானாம்.

ஆனால் ஒரே ஒரு நிபந்தனை...

அவள் அவன் குடும்பத்தாருடன் நெருக்கமாக இருக்க வேண்டுமாம். அவன் தங்கை லக்ஷ்மியுடன் சிநேகத்தை ஏற்படுத்திக் கொள்ளணுமாம். அவன் கொடுக்கும் பணத்தைத் தான் கடன் கொடுப்பது போல் தந்து அவர்களுக்குத் தேவையானபோது கைக்கொடுத்து உதவ வேண்டுமாம். அவன் தாய் தந்தையரைப் பற்றியும், தங்கையைப் பற்றியும் அவ்வப்பொழுது செய்திகளைக் கொண்டு வந்து அவனிடம் சேர்ப்பிக்க வேண்டுமாம்.

சமீராவுக்கு அதைக் கேட்டதும் ஆத்திரம் பற்றிக் கொண்டு வந்தது. அவன் தன்னை இவ்வாறு பயன்படுத்திக் கொள்வதற்காகத்

தான் தனக்கு இந்த உதவியைச் செய்கிறான் என்று புரிந்ததும் ஆவேசம் வந்தது. உடனே பேக்கை எடுத்துக் கொண்டு கிளம்ப முற்பட்டாள். அவன் தடுத்தான்.

''ஒரு நிமிஷம் இருங்கள். காபிக்கு ஆர்டர் கொடுத்துவிட்டேன். நீங்க இப்படிப் போய்விட்டால் நன்றாக இருக்காது. உங்களுக்கு விருப்பம் இல்லாவிட்டால் ஓ.கே. அதனால பரவாயில்லை. காபி குடித்துவிட்டுப் போங்களேன்'' என்றான்.

சமீரா உட்கார்ந்து கொண்டாள். அவனை அவமானப்படுத்தும் உத்தேசம் சமீராவுக்கு இல்லை.

இருவரும் கொஞ்ச நேரம் ரொம்ப சீரியஸாக உட்கார்ந்திருந்தார்கள். அவன் சுவரில் இருந்த பெயிண்டிங்கைப் பரிசீலிப்பது போலவும், அவள் மேஜை விரிப்பு துணியின் தரத்தைப் பரிசோதிக்க வந்திருப்பது போலவும் பாவனை செய்தபடியே மௌனமாக இருந்து விட்டார்கள்.

கொஞ்ச நேரம் கழித்து சமீரா நிமிர்ந்து ''எனக்கு இந்த வேலை வேண்டும் என்று உங்களுக்கு எப்படித் தெரியும்?'' என்று கேட்டாள்.

''உங்களை இண்டர்வ்யு செய்தவன் என் நண்பன்தான். அப்போ நானும் அங்கேதான் உட்கார்ந்திருந்தேன். மற்ற பெண்களைப் பார்த்தபடி பதற்றத்தில் இருந்த நீங்கள் என்னைக் கவனிக்க வில்லை.

நீங்க உட்கார்ந்திருந்த நாற்காலியைத் தாண்டி உள்ளே போகும் போது தான் நான் உங்களைப் பார்த்தேன். என் நண்பன் உங்கள் பெயரைக் கூப்பிட்டதுமே நான் எழுந்து உள்ளே போய் விட்டேன்.''

சமீரா இந்த முறை மேற்கூரையைப் பார்த்தாள். அவன் வாட்சைப் பார்த்துக் கொண்டான்.

சற்றுப் பொறுத்து சமீரா மறுபடியும் கேட்டாள் ''அந்த வேலை எனக்குத் தேவை என்று உங்களுக்கு எப்படித் தெரியும்னேன்?''

''நீங்க படித்துக் கொண்டிருக்கீங்கனு தெரியும். பரீட்சைக்குப் படிக்கிற பெண்கள் பொழுது போவதற்காக இண்டர்வ்யுவுக்குப் போக மாட்டாங்க இல்லையா? நீங்க பரீட்சைக்குப் படித்துக் கொண்டே நேர்முகத் தேர்வுக்கு வந்திருப்பதால் வேலை உங்களுக்கு ரொம்ப முக்கியம் என்று நினைத்தேன்.

எல்லாம் ஒரு அனுமானம் தான்!''

''ஆமாம். வேலை எனக்கு ரொம்பவும் முக்கியம்.''

"எனக்கு இந்தச் சின்ன உதவியைச் செய்தால் உங்களுக்கு அந்த வேலை ரொம்ப சுலபமாகக் கிடைத்துவிடும். நான் என்ன கஷ்டமானதையா கேட்டுவிட்டேன்? லஞ்சமா கேட்கிறேன்? இல்லியே!... எங்க லக்ஷ்மியுடன் சிநேகம் பண்ணிக்கச் சொன்னேன். அவ்வளவு தானே?"

"தேவைக்காகச் சிநேகம் செய்துகொள்ள எனக்குத் தெரியாதே."

"சில சமயம் வாழ்க்கையில் இதையெல்லாம் தவிர்க்க முடியாது."

"உங்கள் தங்கையையே அவ்வளவா எனக்குத் தெரியாதே."

"நானும் அதைத்தான் சொல்ல வந்தேன். எங்க லக்ஷ்மியைப் பற்றித் தெரிந்துகொண்டால் நீங்க இந்த மாதிரி தயங்க மாட்டீங்க. நீங்க ஒரு முறை பேசிப் பார்த்தால் எங்க லக்ஷ்மி எவ்வளவு நல்லவள் என்று உங்களுக்கே புரியும்" அவன் உற்சாகத்துடன் சொன்னான்.

சமீராவுக்கு அவன் தவிப்புப் புரிந்தது. அவனைக் குடும்பத்திலிருந்து தள்ளி வைத்துவிட்டார்கள். ஆனால் அவர்களுக்கு உதவ வேண்டும் என்பது அவன் தவிப்பு. அதற்காக அவள் உதவியை நாடுகிறான். அவளுக்கு அவன் மீது பெரிய மதிப்பு எதுவும் இல்லை என்றாலும் தேவை அவனுடைய தனிப்பட்ட விஷயத்தைப் பொருட்படுத்த வேண்டாம் என்று எச்சரித்தது. உண்மையிலேயே அவன் கெட்டவனாக இருந்தால் இப்படித் தனது குடும்பத்தைப் பற்றி நினைத்துத் தவித்துக் கொண்டிருப்பானா? அவளுக்கு இத்தனைக் கஷ்டங்களும் அவள் தாயால்தான் வந்து சேர்ந்தது.

அவளுக்கு இந்த நேரத்தில் வேலை ரொம்பவும் முக்கியம். தேவை மனிதனை ஆட்டிப் படைக்கும். அந்த அபிமானத்தை விட்டுவிட்டு வெறுப்பையும் ஒதுக்கிவிட்டு செயல்பட வேண்டியிருக்கும். பிடிவாதமாக இருந்தால் காரியம் நடக்காது. சமீராவுக்கு அனிருத் சொன்ன நிபந்தனையை ஏற்றுக் கொள்வது ரொம்ப எரிச்சலாக இருந்தது. வேறு வழியும் தெரியவில்லை. அந்த சுப்புணிக்கு வாழ்க்கைப்பட்டு... சாசுவதமாக அடிமையாவதைவிட கெட்டவனாகத் தென்படும் அனிருத்திற்கு உதவுவதே நல்லது என்று தோன்றியது.

அவன் சொல்லி முடித்துவிட்டு முடிவை சமீராவிடம் விட்டு விட்டு நிதானமாகக் காபி குடித்துக் கொண்டிருந்தான். சமீரா

சம்மதிப்பாளா இல்லையா என்று அவன் கவலைப்படவில்லை. சம்மதிக்காவிட்டால் அவளுக்குத்தான் நஷ்டம் என்பது போலவும், இது சமீராவின் பிரச்னை என்பதுபோலவும் எந்தவிதமான அலட்டலும் இல்லாமல் உட்கார்ந்திருந்தான்.

சமீரா அவனைக் கடைக்கண்ணால் பார்த்தாள். அவன் தனக்கு ஒரு வாய்ப்பைக் கொடுத்திருக்கிறான். தான் மாட்டேன் என்று சொன்னால் வேறொரு ஆளைத் தேடிக்கொள்வான். அதில் சந்தேகம் இல்லை. எதிர்வீட்டில் இருப்பவள் என்பதால், அவளாக இருந்தால் சுலபம் என்று நினைத்திருப்பான்!

சமீரா யோசனையில் ஆழ்ந்தாள். அவன் ஒன்றும் தன்னைத் திருடச் சொல்லவில்லை. கொலை செய்யச் சொல்லவில்லை. அவர்கள் குடும்பத்தாருக்குக் கொஞ்சம் ஒத்தாசையாக இருக்கச் சொல்கிறான். அவர்களைப் பற்றிய சமாச்சாரங்களை அவனிடம் தெரிவிக்கச் சொல்கிறான். இது ஒன்றும் செய்யக் கூடாத காரியம் இல்லையே? அவன் தனக்கு வேலை வாங்கித் தருகிறான்.

அதற்குப் பதிலாக அவனுக்கு உதவி செய்து அந்த நன்றிக் கடனைத் தீர்த்துக் கொள்ளப் போகிறாள். இது ரொம்ப நிம்மதியான விஷயம் தானே... என்று நினைத்தாள்.

வேலை வேண்டாம் என்று பேக்கை எடுத்துக் கொண்டு கிளம்பிப் போகும் நிலையில் இப்போது சமீரா இல்லை. அவசரக் குடுக்கையாக அப்படிச் செய்யாமல் இருந்ததற்கும், அவன் தடுத்ததற்கும் உள்ளூர சந்தோஷப்பட்டாள். அவன் காபி குடித்து முடிப்பதற்குள் சமீரா ஒரு முடிவுக்கு வந்துவிட்டாள். மேஜைமீது வைத்திருந்த கோப்பையை எடுத்துக் காபியைக் குடித்து முடித்தாள்.

பேரர் பில்லைக் கொண்டுவந்தான்.

அனிருத் சட்டைப் பையிலிருந்து பணத்தை எடுத்துத் தட்டில் வைக்கப் போனவன் கேள்விக்குறியுடன் அவளைப் பார்த்தான்.

"இரண்டு பேர் காசையும் கொடுத்துவிடலாம். இருங்கள் நான் கொடுப்பதாகச் சொன்னேன் இல்லையா. கொடுக்கிறேன்" என்று பேக்கைத் திறந்தாள்.

அவன் தடுத்தான். "தாங்க்யூ. இன்னொரு தடவை வரும்போது கொடுத்துக் கொள்ளுங்கள். நாம் இப்போ நண்பர்களாகி விட்டோம் இல்லையா. இந்த நல்ல நேரத்தை என்னைக் கொண்டாட விடுங்கள்" என்று சிரித்தபடி பணத்தைத் தானே கொடுத்து விட்டான்.

பேரர் போய்விட்டான். அனிருத் சமீரா இருவரும் ஒருவரை ஒருவர் பார்த்தபடி ஒரு நிமிடம் அசையாது இருந்தார்கள்.

அனிருத் சிரித்தான். ''நான் உங்களுக்குச் செய்யும் உதவியைவிட நீங்க எனக்கு செய்யும் உதவிதான் பெரிசு. நான் இரண்டாவது முறையாக உங்களுக்குக் கடமைப்பட்டவனாகி விட்டேன்'' என்றான்.

இருவருக்குமே அந்த போன்கால் சம்பவம் நினைவுக்கு வந்தது!

''கிளம்புவோமா?'' என்றான் அவன்.

சமீரா தலையசைத்தபடி எழுந்து கொண்டாள்.

''நாமிருவரும் கொஞ்ச தூரம் சேர்ந்து நடப்போமா?'' என்றான் அவன்.

''எதுக்கு?'' சந்தேகத்துடன் அவள் கேட்டாள்.

''எங்க லக்ஷ்மியைப் பற்றியும், என் அம்மா அப்பாவைப் பற்றியும் சொல்கிறேன். அவர்களுக்கு எது பிடிக்கும் எது பிடிக்காது என்று நான் உங்களிடம் சொல்லிவிட்டால் உங்களுக்கும் வேலை சுலபமாகிவிடும் இல்லையா'' என்றான்.

இருவரும் நடக்கத் தொடங்கினார்கள். அவன் தன்னுடைய குடும்பத்தைப் பற்றி, அவர்களின் குணநலன்களைப் பற்றியெல்லாம் சொல்லிக் கொண்டே வந்தான்.

கொஞ்ச தூரம் போன பிறகு சமீராவை ஆட்டோவில் ஏற்றி விட்டான். ஆட்டோ புறப்படும் போது ''நீங்க எவ்வளவு சீக்கிரம் எங்க லக்ஷ்மிக்குச் சிநேகிதி ஆகிறீர்களோ அந்த அளவுக்கு நிம்மதியாக இருக்கும் எனக்கு'' என்றான்.

சமீரா தலையை அசைத்தாள். ஆட்டோ நகர்ந்தது.

அவன் கையை ஆட்டினான்.

சமீராவுக்கு ஆட்டோவில் வந்து கொண்டிருந்த போது எல்லாமே ஏதோ வித்தியாசமாக நடப்பதுபோல் இருந்தது!

★ ★ ★

சமீரா எழுதிய டைரி!

உங்கள் லக்ஷ்மியுடன் அறிமுகத்தை ஏற்படுத்திக் கொள்வது எனக்கொன்றும் கஷ்டமாக இருக்கவில்லை. நேற்று வீட்டிற்கு வந்ததும் ஜன்னல் அருகில் நின்றுகொண்டு உங்கள் வீட்டுப் பக்கம் பார்த்தபடி லக்ஷ்மியுடன் அறிமுகத்தை ஏற்படுத்திக் கொள்வது எப்படி என்று யோசனையில் ஆழ்ந்தேன். பிறகு இரவு சாப்பிடும் பொழுது அம்மாவிடம் ''லக்ஷ்மி வீட்டில் எல்லோரும் எப்படி இருக்காங்கம்மா?'' என்று கேட்டேன்.

''எந்த லக்ஷ்மி?'' என்றாள் அம்மா.

''அதுதான்... அனிருத்தின் தங்கை.''

''நாராயண அய்யர் வீட்டிலேயா? பாவம்.. அவங்க எல்லார் முகத்திலும் சிரிப்பு என்பதே மாயமாகிவிட்டது. இதற்கு முன்னால் எல்லோ ருடனும் கலகலவென்று, நெருங்கிப் பழகிக் கொண்டிருந்தார்கள். இப்பொழுது அவர்கள் யாருடனும் பேசுவதே இல்லை. மகனின் கல்யாண விஷயம் இப்படி சந்தி சிரிக்கும்படி ஆகிவிட்டதே என்று வெட்கப்படுகிறார்கள்'' என்றாள்.

நான் இதைக் கேட்டவுடன் சும்மா இருந்துவிட்டேன். யாருடனும் பேசாதவர்கள் என்னுடன் மட்டும் பேசு வார்களா? சந்தேகத்தில் ஆழ்ந்தேன்.

இன்று காலையில் நான் ஜன்னல் வழியாக உங்கள் வீட்டையே பார்த்துக்கொண்டிருந்தேன். அதற்குள்

அவர்கள் வீட்டு கேட்டைத் திறந்துகொண்டு லக்ஷ்மி வெளியே வந்து கொண்டிருப்பது தெரிந்தது. அவள் கையில் கூடை ஒன்று இருந்தது. சாலைக்கு வந்ததும் அவள் வலது பக்கம் நடக்கத் தொடங்கினாள். நான் மேற்கொண்டு யோசிக்கவில்லை. செருப்பை மாட்டிக் கொண்டு மளமளவென்று தெருவில் இறங்கி ஓடினேன். லக்ஷ்மி தொலைவில் நின்ற கறிகாய் வண்டியிடம் போய்க் காய்கறி வாங்கிக் கொண்டிருந்தாள். நானும் அந்த வண்டியை நோக்கிப் போனேன். நேராக அவள் பக்கத்தில் போய் நின்றேன்.

லக்ஷ்மி என் பக்கம் திரும்பிப் பார்த்தாள். நான் சிரித்தேன். லக்ஷ்மி சிரிக்கவில்லை. வண்டியில் காய்கறிகளைப் பொறுக்கிக் கொண்டிருந்தாள். கொஞ்சம் பொறுத்து நானே கேட்டு விட்டேன்.

"லக்ஷ்மி! சௌக்கியமா?" என்று சிரித்துக் கொண்டே கேட்டேன். லக்ஷ்மி ஒரு வினாடி என்னைச் சந்தேகத்தோடு கூர்ந்து கவனித்தாள். சௌக்கியம்தான் என்பது போல் தலையை அசைத்துவிட்டுத் திரும்பிக் கொண்டாள். மறுபடியும் வெண்டைக்காயைப் பொறுக்கித் தராசில் போடத் தொடங்கினாள்.

"வெண்டைக்காய் எப்படி?" வண்டிக்காரனிடம் கேட்டேன்.

"கிலோ இருபது ரூபாய்."

"அம்மாடி! அவ்வளவு விலையா?" மார்பின் மீது கையை வைத்துக் கொண்டேன்.

வண்டிக்காரன் என்னை ஒரு பார்வை பார்த்தான். நீ வாங்கும் ஆள் இல்லை என்பது போல் இளப்பமாக இருந்தது அவன் பார்வை.

நான் பச்சை மிளகாய் வாங்கினேன். நூறு கிராம் ஒரு ரூபாய் என்றான்.

லக்ஷ்மி பத்து ரூபாய் நோட்டைக் கொடுத்து மீதிச் சில்லறையை வாங்கிக் கொண்டிருந்தாள்.

"ஒரு ரூபாய் எனக்குக் கடன் தர்றீங்களா?" என்று கேட்டேன்.

லக்ஷ்மி என்னை வித்தியாசமாகப் பார்த்தாள். பிறகு ஒரு ரூபாயை எடுத்துக் கொடுத்தாள்.

"தாங்க்யூ" என்றேன்.

லக்ஷ்மி அதைக் காதில் வாங்காதது போல் சும்மாயிருந்து விட்டாள். காய்கறி வாங்கி முடித்ததும் இருவரும் வீட்டை நோக்கி நடக்கத் தொடங்கினோம்.

"பரீட்சைகள் முடிந்துவிட்டது. பொழுதே போகவில்லை. ரொம்ப போர் அடிக்கிறது" என்றேன்.

லக்ஷ்மி பதில் பேசவில்லை. நான் பேசியது அவளிடம் இல்லை என்பது போல் இருந்துவிட்டாள். அதற்கு மேல் உரையாடலை நீடிக்க முடியவில்லை. லக்ஷ்மி உங்கள் வீட்டுக்குள் போய் விட்டாள். நானும் என் வீட்டிற்குள் வந்துவிட்டேன்.

பச்சை மிளகாயை எடுத்துக் கொண்டு போய் சமையலறையில் வைத்துக் கொண்டே "அம்மா! ஒரு ரூபாய் கொடேன்" என்றேன்.

"எதுக்குடி?" என்றாள்.

"பச்சை மிளகாய் வாங்கினேன். லக்ஷ்மியிடம் ஒரு ரூபா கடன் வாங்கினேன்..."

"எந்த லக்ஷ்மி?"

"நாராயண அய்யரின் மகள்."

அம்மா அந்தப் பச்சை மிளகாயையும் என்னையும் மாறி மாறிப் பார்த்தாள். "கஷ்டகாலம். உனக்குக் கொஞ்சமாவது புத்தியிருக்கா? உன்னை யார் இதை வாங்கச் சொன்னது? அதுவும் அந்தப் பெண்ணிடம் கடன் வேறு வாங்கினாயா? நீ சுயநினைவுடன்தான் இருக்கிறாயா அல்லது தூக்கத்தில் எழுந்து உலவிக் கொண்டிருக்கிறாயா? ஒரு வாளி தண்ணியைக் கொண்டு வந்து உன் தலையில கொட்டட்டுமா?" என்றாள்.

"சமையலுக்கு வேண்டியிருக்குமோ என்றுதான்மா வாங்கினேன். இதற்குப் போய் ஏன்மா இப்படிக் கத்தறே?" என்றேன்.

"கத்தறேனா? ஆமாம்டி. தவறுதான். நீ செய்த இந்தக் காரியத்திற்குத் திட்டக்கூடாது கொன்னே போட்டிருக்கணும்" என்றாள்.

அப்படித் திட்டினாளே தவிர ஒரு ரூபாயைக் கொண்டு வந்து என் முகத்தில் வீசி எறிந்தாள். "மொதல்ல அதைப் போய்க் கொடுத்து விட்டு வா. இனி இந்த மாதிரி வேண்டாத காரியங்களை ஒரு நாளும் செய்யாதே" என்று உத்தரவிட்டாள்.

நான் ரூபாயை எடுத்துக் கொண்டு உடனே போகவில்லை. மதிய நேரம் சாவகாசமாக உங்க வீட்டுக்குப் போனேன். லக்ஷ்மி வீட்டில்தான் இருந்தாள். கேட்டைத் திறந்துகொண்டு உள்ளே போனேன். தாங்க்ஸ் சொல்லிவிட்டு ஒரு ரூபாயைக் கொடுத்தேன். லக்ஷ்மி அதை

வாங்கிக்கொண்டாள். என்னை மரியாதைக்குக் கூட உட்காரும்படி சொல்லவில்லை.

"உங்களிடம் ஏதாவது புத்தகங்கள் இருக்கா?" என்று கேட்டேன்.

"இல்லை." பேச்சுக்கு முற்றுப்புள்ளி வைப்பது போல் சொன் னாள். நான் அப்படியே நின்று கொண்டிருந்தேன். லக்ஷ்மி நான் எப் பொழுது கிளம்பிப் போவேனோ என்பது போல் பார்த்துக் கொண் டிருந்தாள். அவள் முகத்தில் சிரிப்பும் இல்லை. வெறுப்பும் இல்லை. எந்த உணர்வுமே இருக்கவில்லை.

அதற்குள் உள்ளேயிருந்து பேச்சுக்குரல் கேட்டது. அதை இங்கே அப்படியே எழுதுகிறேன்.

"நீங்க இப்படி சாப்பாடும் தண்ணியும் இல்லாமல் எவ்வளவு நாளைக்குத்தான் இருப்பீங்க?" என்றாள் உங்க அம்மா.

"சாகும் வரையில்" என்றார் உங்க அப்பா. அவர் குரல் ரொம்பவும் பலவீனமாக இருந்தது.

"நீங்க இப்படி இருந்தா மட்டும் நடந்த அவமானமெல்லாம் போய் விடுமா? அவனுக்குப் புத்தி வந்துடுமா?"

"இரண்டுமே நடக்கப் போறதில்லை. அந்தக் கல்யாணம் நின்னு போய் எல்லோரும் நம்மைப் பார்த்துச் சிரித்த அன்றைக்கே நான் செத்துப் போய்ட்டேன். இந்த உடம்பிலிருந்து சீக்கிரம் ஆன்மா பிரிந்து போயிடணும். தற்கொலை செய்துகொள்வது பாவம்.

இந்த உடல் நசிந்து போய் கொஞ்சம் கொஞ்சமாகக் குறுகிக்கொண்டே வந்து என் உயிர் போயிடணும்."

"என்னங்க இது? உங்கள் பிடிவாதம்தான் உங்களுக்குப் பெரிசா யிருக்கு. எங்களைப் பற்றிக் கொஞ்சமாவது யோசித்துப் பார்த்தீங் களா?"

"என்னால் இப்ப உங்களுக்காக எதுவுமே செய்ய முடியாது. என்னை என் வழியிலேயே விட்டுவிடுங்கள்."

"இது என்ன தலையெழுத்து கடவுளே!" அவள் அழத் தொடங்கி னாள்.

"தலையெழுத்துதான். சந்தோஷமாக இருக்க வேண்டிய நாம் இதுபோல் ஊரார் சிரிப்புக்கு ஆளாகிவிட்டோம் என்றால் எல்லாம் நம் தலையெழுத்துதான்டி."

இந்த உரையாடலைக் கேட்டுக் கொண்டிருந்த லக்ஷ்மி மளமள வென்று அவர்களிடம் போனாள்.

"அப்பா! அண்ணா ஏதோ செய்து விட்டான்னு... அதுக்காக எங்களை நீங்க தண்டிக்கிறீங்களா?"

"நான் யாரையும் தண்டிக்கலை லக்ஷ்மி."

"அண்ணாவும் நம்மை விட்டுட்டுப் போய்விட்டான். நீங்களும் இந்த மாதிரி வலுக்கட்டாயமா உயிரை விடுவதாக இருந்தால் எங்க கதி என்னாகும் அப்பா?" லக்ஷ்மி அழுதுவிட்டாள்.

அவர் லக்ஷ்மியைத் தேற்றினார். "லக்ஷ்மி! மனுஷன் வாழணும் என்றால் பணமும், உயிரும் மட்டுமே முக்கியமான தேவை என்பது இல்லை. நாம் நம்பிய உண்மைகளும் நிலைக்க வேண்டும். மனிதன் பணத்தின் மீது எப்படி ஆதாரப்பட்டு இருக்கிறானோ அந்த அளவுக்குச் சில நம்பிக்கைகள் மீதும் ஆதாரப்பட்டிருப்பான்." அவர் மூச்சிரைக்க மேலும் சொன்னார். "உனக்கு இப்போ சொன்னாலும் புரியாது. என் குழந்தைகள் என்றால் எனக்கு உயிர். அவர்களை நான் சிறந்த முறையில் வளர்த்திருக்கிறேன். அப்படியிருக்கையில் அவர்கள் நான் நினைத்தாற்போல் அல்லாமல் மோசமாக நடந்து கொள்வதைப் பார்த்துத் தாங்கிக் கொண்டிருக்கிற சக்தி எனக்கு இல்லை. உங்க அம்மாவால் என்னைப் புரிந்துகொள்ள முடியாது. நீயாவது புரிந்து கொள்ளேன்."

லக்ஷ்மி அவர் மார்பில் முகத்தைப் புதைத்துக் கொண்டு குலுங்கி குலுங்கி அழுதுவிட்டாள்.

உங்க அம்மா சொன்னாள். "என்னங்க? லக்ஷ்மியை ஒருத்தனிடம் ஒப்படைக்க வேண்டிய பொறுப்பு நமக்கு இல்லையான்னு?" "குடும்பம் இவ்வளவு சந்தி சிரித்த பிறகு நம்ப லக்ஷ்மிக்கு நல்ல வரன் எங்கேயிருந்துடி வரும்? நாம் எப்படியாவது நல்ல வரனாகப் பார்த்து முடித்து வைத்தாலும், அவள் மாமியார் வீட்டில் உங்க வீட்டு மனிதர்கள் இந்த மாதிரிதானே என்று குத்திக் காட்டிப் பேச மாட்டார்களா? அந்த நரகத்தில் அவளை எதுக்குத் தள்ளணும்?"

"உங்களுக்கு எடுத்துச் சொல்ல என்னால முடியாது."

"நீ அதை எவ்வளவு சீக்கிரம் புரிந்து கொள்கிறாயோ எனக்கு அவ்வளவுக்கு அவ்வளவு சந்தோஷம்."

"சரி. உங்க விருப்பம் போலவே நடந்து கொள்ளுங்கள். நான் இப்ப உங்களை எதுவுமே கேட்கப் போவதில்லை. எல்லாம் எங்க தலையெழுத்து எப்படியோ அதன்படியே நடக்கட்டும்."

காய்ந்து போன அவர் உதடுகளில் லேசான முறுவல் படிந்தது.

"உன் உறுதி ஒரு மணி நேரம்கூட நீடிக்காது போடி."

அவள் முகத்தைத் துடைத்துக் கொண்டாள்.

"சரி, சாப்பிட வாங்க!"

"வேணாம், பசிக்கலை. நீங்க சாப்பிடுங்க!"

"நல்லாத்தான் இருக்கு. நீங்க சாப்பிடாம எங்களால எப்படி சாப்பிட முடியும்?"

"எனக்குப் பசிக்கவில்லை. எனக்காக நீங்க பட்டினிக் கிடக்காதீங்க."

"லக்ஷ்மி ! வாம்மா. உனக்குப் பரிமாறுகிறேன்" என்றாள் அந்த அம்மாள்.

"வேண்டாம் அம்மா. எனக்கும் பசியில்லை" என்றாள் அவள்.

"உனக்கும் வேண்டாமா? இப்படிப் பட்டினி கிடந்து ஏன் சாகணும்? இத்தனையூண்டு விஷம் வாங்கி வந்து ஆளுக்கு ஒரு மடக்குக் குடித்து உயிரை விட்டால் முடிந்தது."

"இந்த நரகத்தைவிட அதுவே மேல்" என்றாள் லக்ஷ்மி வெளியே வந்து கொண்டே.

எனக்குப் பயமாக இருந்தது. இவர்கள் என்ன சாவைப் பற்றி எவ்வளவு அனாயாசமாகப் பேசிக் கொள்கிறார்களே என்று நினைத்தேன்.

லக்ஷ்மி வெளியே வந்தாள். அங்கேயே நின்று கொண்டிருந்த என்னைப் பார்த்துவிட்டு "நீங்க இன்னும் இங்கேயே தான் இருக்கீங்களா? போகவில்லையா?" என்றாள்.

நான் சிரித்தேன். அங்கே இருந்த பூவேலைப்பாடு செய்திருந்த துணியைக் காட்டி "இது நீங்க போட்டதா? ரொம்ப நல்லா இருக்கு" என்றேன் பாராட்டுவது போல்.

லக்ஷ்மி சரேலென்று வந்து என் கையில் இருந்த துணியைப் பிடுங்கிக் கொண்டு போய் பீரோவில் வைத்து மூடினாள். என் அருகில் வந்து கைகளைக் கூப்பி "நீங்க இந்த வீட்டுக்கு ஏன் வந்தீங்க என்றும், என்னிடம் ஏன் பேச நினைக்கிறீங்க என்றும் எனக்குத் தெரியும். எங்கள் வீட்டு விஷயத்தைத் தெரிந்துகொண்டு நாலு பேரிடம் சொல்லி சிரிப்பதற்கு. நான் இதுவரை இப்படி முட்டாள் தனமாக வீடு வரையிலும் வருவதற்கு அனுமதி கொடுத்துவிட்டு சந்தி சிரிக்கும்படி செய்தது போதும். போய் விடுங்கள். உங்களுக்கு ஒரு கும்பிடு" என்றாள் கை குவித்து. நான் திகைத்துவிட்டேன்.

"போய் விடுங்க ப்ளீஸ்" என்றாள்.

"அது இல்லை லக்ஷ்மி. நான் சும்மாதான்... நட்புக்காகத்தான் வந்தேன்."

"நீங்களா? என்னுடனா... திடீரென்று என்னோட நட்பு தேவைப் படுவானேன்? எனக்கு எல்லாம் தெரியும். நாங்கள் வந்து இவ்வளவு நாளாகிவிட்டது. தெருவிலும், கோவிலிலும் நாம் நிறையத் தடவை சந்தித்துக் கொண்டிருக்கிறோம். நீங்க ஒரு தடவை கூட என்கிட்ட பேசியதில்லை. இப்போ...திடீரென்று என்னுடன் நட்பு வைத்துக் கொள்ள வேண்டுமென்ற நினைப்பு வருவானேன்?

உங்கள் வருகையில் ஏதோ உள்ளர்த்தம் இருக்கிறது. போய் விடுங்கள்" என்றாள்.

நான் சிலையாக நின்றுவிட்டேன்.

லக்ஷ்மி போகச் சொல்லித் துரத்தும் போது மேலும் பிடிவாதமாக அங்கேயே நிற்பதற்கு என்னால் முடியவில்லை.

அனிருத்! இதுதான் நடந்தது. என்னால் உங்கள் தங்கையுடன் நட்பு ஏற்படுத்திக் கொள்ள முடியாது. இது நடக்காத காரியம் என்று எனக்குத் தெரிந்துவிட்டது.

இதையெல்லாம் இவ்வளவு விவரமாக நோட் புத்தகத்தில் டைரியைப் போல் ஏன் எழுதுகிறேன் என்றால், நாளைக்கு இந்தப் புத்தகத்தை உங்களிடம் கொடுத்துவிட்டால் நீங்கள் நிதானமாகப் படித்துக் கொள்ளலாம். நாமிருவரும் இதை எல்லாம் விவரமாகப் பேசிக் கொள்ளனும்னா எங்கேயாவது போய் உட்கார்ந்துகொண்டு காபி குடிக்க வேண்டும். அது ஏன் வீண் செலவு? அந்த வேலை எனக்குக் கிடைக்கும் யோகம் இல்லை போலிருக்கு. அதான் இந்த முயற்சி ஆரம்பத்திலேயே முறிந்துவிட்டது.

இப்படிக்கு,

சமீரா.

சமீரா மறுநாள் பஸ்ஸ்டாண்டில் நின்று கொண்டிருந்தாள். அனிருத் வந்ததும் மௌனமாக அந்த நோட்டுப் புத்தகத்தை நீட்டினாள்.

"என்ன இது?"

"படித்துப் பாருங்கள். உங்களுக்கே புரியும்" என்றாள்.

"என் தங்கையைப் பார்த்தீங்களா? நீங்க அவளுடன் பேசி னீங்களா?" ஆர்வத்துடன் கேட்டான்.

"இதைப் படியுங்கள். எல்லாம் புரியும்" என்றாள் தாழ்ந்த குரலில்.

அனிருத் அந்த நோட்டுப் புத்தகத்தைத் திறந்தான். அதில் முத்து முத்தான எழுத்தில் கதை எழுதியது போல் சில பக்கங்கள் இருந்தன.

"என்ன இது?" என்றான்.

"நான் உங்களுக்காக எழுதியிருக்கும் அப்டேட் டைரி." எரிச்சலை அடக்கிக் கொண்டு சொன்னாள். சமீராவுக்கு அனிருத் துடன் மேற்கொண்டு பேசுவதில் விருப்பம் இல்லை. வேலை கிடைக்கப் போவதில்லை என்னும்போது இந்த அறிமுகம் எதற்கு என்று நினைத்தாள்.

"ரொம்பவும் தேங்க்ஸ். நான் நாளை உங்களைச் சந்திக்கிறேன்" என்றான் அவன்.

"இனி நாம் சந்திக்க வேண்டியதில்லைன்னு நினைக்கிறேன்" என்றாள் சமீரா.

அதற்குள் பஸ் வந்துவிட்டது. சமீரா அதில் ஏறிக் கொண்டுவிட்டாள்.

மறுநாள் சமீரா சிநேகிதியின் வீட்டுக்குப் புறப்பட்டாள். இருவருமாகச் சேர்ந்து இன்னொரு சிநேகிதியின் வீட்டுக்குப் போவதாகத் திட்டமிட்டிருந்தார்கள்.

பஸ்ஸ்டாண்டில் நின்று கொண்டிருந்த சமீராவின் பக்கத்தில் மோட்டார் சைக்கிள் ஒன்று வந்து நின்றது. சமீரா திரும்பிப் பார்த்தாள். எதிரே அனிருத் நின்றிருந்தான். அவன் மோட்டார் சைக்கிளை நிறுத்தவில்லை. ஒரு காலைத் தரையில் ஊன்றிக் கொண்டு சமீராவிடம் அந்த டைரியைக் கொடுத்தான்.

"என்ன இது?" என்று கேட்டாள்.

"படிச்சிப் பாருங்க. எல்லாமே உங்களுக்கே புரியும்" என்று சொல்லி விட்டுப் பதிலுக்காகக் காத்திராமல் போய்விட்டான்.

சமீரா டைரியைத் திறந்தாள். அதில் இவ்வாறு இருந்தது.

சமீரா அவர்களுக்கு,

தயவுசெய்து நீங்களும் உற்சாகமிழந்து என்னையும் உற்சாக மிழக்கச் செய்து விடாதீர்கள். உங்களுடைய முதல் முயற்சி ரொம்ப அற்புதமாக இருந்தது. நீங்க இன்னொரு முறை லக்ஷ்மியிடம் பேசிப்

பாருங்கள். லக்ஷ்மி உங்களுடன் நன்றாகப் பேசுவாள் என்று நான் நம்புகிறேன். ஏன் என்றால் எனக்கு அவளுடைய சுபாவம் நன்றாகத் தெரியும். யாருடனாவது கொஞ்சம் கடுமையாகப் பேசிவிட்டால், பிறகு அதற்காக ரொம்பவும் வருத்தப்படுவாள். வீட்டிற்கு யாராவது வந்து எங்கள் விஷயங்களைத் தெரிந்து கொண்டு வேண்டாத வதந்தி களைக் கிளப்பிவிடப் போகிறார்கள் என்பது அவள் பயம். நீங்க அப்படிப் பட்ட நபர் இல்லை என்ற நம்பிக்கை அவளுக்கு ஏற்பட்டு விட்டால் தன் வேதனையையெல்லாம் உங்களிடம் பகிர்ந்து கொள்வாள்.

எங்க அப்பா என் நண்பர்கள் யாரையுமே அந்தத் தெருவுக்குள் கூட நுழையவிடவில்லை. என்னால் அவர்களுக்கு ரொம்ப வேதனை ஏற் பட்டிருக்கிறது. நான் செய்யாத தவறுக்கு அவர்களுக்குத் தண்டனை கிடைத்திருக்கிறது. விரைவில் இந்த நிலைமையைச் சரி செய்கிறேன். என் கவலை எல்லாம் எங்க அப்பா அவசரப்பட்டு எந்தத் தீங்கும் செய்து கொண்டு விடக்கூடாதே என்றுதான். நான் அவருடையஎதிர் பார்ப்புகளுக்கு ஏற்ற மகன்தான். என்னிடம் என் தந்தை வைத்தி ருக்கும் நம்பிக்கை எந்த விதத்திலேயும் கெடவில்லை.

நான் ஒரு விஷ வளையத்தில் சிக்கிக் கொண்டிருக்கிறேன். அவ்வளவுதான். நான் குற்றமற்றவன் என்று நிரூபிக்கத் துடிக்கிறேன். அதற்கு எனக்குக் கொஞ்சம் அவகாசம் தேவைப்படுகிறது.

அதற்குள் எங்கள் வீட்டில் நடப்பதை நான் தெரிந்து கொள்ள வேண்டும். நீங்கள் என்னை நேரில் சந்தித்துச் சொல்வதைவிட இதுபோல் டைரியாக எழுதுவது நன்றாக இருக்கிறது. வேண்டிய அளவுக்குத் திரும்பத் திரும்பப் படிக்கலாம். உங்களுக்கு என் மனமார்ந்த நன்றி. இன்னொரு முக்கிய விஷயம். இதில் உங்கள் வேலைக்குச் சம்பந்தப்பட்ட ஆர்டர் கடிதத்தையும் இணைத்திருக் கிறேன். நீங்கள் நாளைக்கே போய் அந்த வேலையில் சேர்ந்து விடுங் கள். நீங்கள் எனக்கு உதவி செய்தாலும் செய்யா விட்டாலும் அந்த வேலை உங்களுடையது.

படிப்பதை நிறுத்தி அவன் எழுதியிருப்பது உண்மைதானா என்று தெரிந்துகொள்ள அத்துடனிருந்த கவரைப் பிரித்துப் படித்தாள். அது அப்பாயிண்ட்மெண்ட் ஆர்டரேதான்.

பிறகு மேலே கடிதத்தைப் படிக்கலானாள். உங்களுக்கு வேலை ரொம்ப முக்கியம்னு சொன்னீங்க. என்னால் உங்களுக்கு இந்த உப காரத்தை செய்ய முடிந்தது. செய்து முடித்துவிட்டேன். நீங்கள் லக்ஷ்மியுடன் சிநேகமாக இருக்க முடிந்தால் எனக்கு சந்தோஷம்தான். முடியா விட்டாலும் நான் ஒன்றும் நினைத்துக் கொள்ள மாட்டேன்.

நாளை மாலையில் உங்கள் எம்போரியத்திற்கு அருகில் இருக்கும் பஸ்ஸ்டாண்டில் சந்திக்கிறேன். என்னுடன் ஒரு வார்த்தைகூடப் பேச வேண்டாம். ஏன் என்றால் நான் மோட்டார் சைக்கிளில் வருவேனோ, காரில் வருவேனோ... எனக்கே தெரியாது. என் பக்கத்தில் யார் இருப்பார்கள் என்றும் எனக்குத் தெரியாது. லக்ஷ்மியுடன் உங்களால் பேச முடியாவிட்டாலும் தொலைவிலிருந்தாவது பார்த்து எப்படி இருக்கிறாள் என்று என்னிடம் சொல்லுங்கள்.

இப்படிக்கு,
அனிருத்

★ ★ ★

சமீரா பவானி ஹேண்டிகிராப்ட்ஸ் எம்போரியத்தில் சேர்ந்து மூன்று வாரமாகிவிட்டது. கூட வேலை செய்யும் சேல்ஸ் பெண்கள் இருவரும் நல்லவர்கள் தான். அவர்களில் சித்ராவுக்குத் திருமணமான சில மாதங்களிலேயே கணவன் இறந்து போய்விட்டானாம். உறவினர் வீட்டில் தங்கியிருந்தாள். அம்பிகாவின் கணவருக்கு வேறு ஒரு பிரைவேட் கம்பெனியில் வேலை. சம்பளம் குறைவு. பொருளாதார ரீதியாக ரொம்பவும் கஷ்டமாக இருந்தது. இதுவரை குழந்தைகள் இல்லை. இந்தச் சூழ்நிலையில் குழந்தைகள்வேறு பிறந்து விட்டால் சம்பளம் போதாது என்று குடும்பக் கட்டுப்பாட்டு முறையைப் பின்பற்றிக் குழந்தை பிறப்பை இப்போதைக்குத் தவிர்த்து வருகிறார்களாம்.

"தாய் தந்தை இரண்டு பேரும் இருக்கும் போது உனக்கு வேலைக்கு வர வேண்டிய அவசியம் என்ன?" என்று ஒரு நாள் சித்ரா கேட்டாள்.

"பெண்கள் வேலைக்குப் போவதுதான் நல்லது. அப்போதுதான் யாராவது ஒருத்தர் சீக்கிரமாக முன்வந்து கல்யாணம் பண்ணிக் கொள்வார்கள்" என்றாள் அம்பிகா. அவளுக்கு வேலை இருந்த தால்தான் அவள் கணவன் அவளைக் கல்யாணம் பண்ணிக் கொள்ள முன்வந்தானாம்.

சமீரா அவர்கள் பேசுவதைக் கேட்டுக் கொண்டிருந்தாள். அவளுக்கு முடிந்தால் மேற்கொண்டு படிக்க வேண்டும்

என்ற ஆசை இருந்தது. கல்யாணம் என்பது வேண்டுமானால் அவள் கையில் இல்லாமல் போகலாம். ஆனால் படிக்க வேண்டும் என்று அவள் நினைத்தால் அது முடியாமல் போகாது.

இனிமேல் நேரத்தை வீணாக்காமல் தன் எதிர்காலத்தைச் சிறப்பாக மாற்றி அமைக்கக் கூடியவகையில் திட்டம் போட வேண்டும் என்பது சமீராவின் எண்ணம்.

நடுத்தரக் குடும்பத்தில் உழன்று கொண்டிருக்கும் தம் பெற்றோர்கள் தங்கள் மகளை ஏதோ ஒரு விதமாக யாருக்காவது கட்டிவைத்தால் போதும் அது அவளைத் தாங்கள் நல்லவிதமாகக் கரை ஏறிவிட்டாற்போல்தான் என்று நினைத்துக் கொள்வார்கள்.

கல்யாண வயதில் மகள் வீட்டில் இருந்தால் அதை நெஞ்சில் சுமக்க முடியாத பாரமாய் நினைப்பார்கள். பெண்களுக்குக் கொஞ்சம் உலகஞானம் வந்துவிட்டால் அதற்குப் பிறகு சாதாரண மாப்பிள்ளையைப் பண்ணிக் கொள்ள சம்மதிக்க மாட்டார்கள் என்ற பயம் வேறு. என்னவானால் என்ன, கத்தரிக்காய் முற்றினால் கடைக்கு வந்துதானே ஆகவேண்டும் என்பது அவர்கள் நினைப்பு!

சமீரா வேலையில் சேர்ந்ததும்தான் நிம்மதியாக மூச்சு விட்டுக் கொண்டாள். இப்போது அவளுக்குச் சுப்புணியை வேண்டாம் என்று சொல்லக் கூடிய துணிச்சல் வந்தது.

சமீரா தான் வேலையில் சேர்ந்துவிட்டதாகச் சொன்னதும் தாய் மிகவும் ஆச்சரியப்பட்டுப் போனாள். ''வேலையா? உனக்கா? எந்த உதவாக்கரைடி உனக்கு வேலை கொடுத்தான்? சம்பளம் எவ்வளவு?'' என்று ஆர்வம் பொங்கக் கேலியாகக் கேட்டாள்.

சமீரா வேலை விவரங்களைச் சொன்னாள்.

அதைக் கேட்டதும் தான் தாய் சமாதானமடைந்தாள். ''அப்படி என்றால் பரவாயில்லை. கல்யாணத்தில் வரதட்சணை கொஞ்சம் குறையும்'' என்றாள்.

''அம்மா! உடனே என் கல்யாணப் பேச்சை எடுக்காதே. உனக்கு ரொம்பப் புண்ணியமாயிருக்கும்'' என்றாள் சமீரா எரிச்சலுடன்.

''மறுபடியும் இதென்னடி வீண்வாதம்?''

''இப்போ நான் கல்யாணம் செய்து கொள்ளாவிட்டால் என்னம்மா ஆகும்?''

''என்ன ஆகுமா? இப்படியே நீ நாலுநாள் தெருவில் சுற்றிவிட்டு வந்தால் தெரியும்டி ஊர் லட்சணம். கல்யாணம் ஆகாத பெண் என்றால் கண்ட கண்ட காலிப் பசங்க கண்ணும் உன்மேல்தான் இருக்கும்.''

''கல்யாணம் ஆகிவிட்டா மட்டும் இருக்காதா?''

''ஊஹும்.''

''அப்படி என்றால் அந்த ராதா கல்யாணம் ஆனவள்தானே? அந்த ரெளடி அவள் கையைப் பிடித்து நடுரோட்டுல ஏன் இழுத்தானாம்?''

சரஸ்வதியால் ஒரு நிமிஷம் பதில் சொல்ல முடியவில்லை. பிறகு ''அவள் ரொம்ப அழகா இருப்பா. அதனாலயிருக்கும்'' என்றாள்.

சமீரா கையை அலம்பிக் கொண்டே சொன்னாள். ''இல்லை அம்மா! அது இல்லை காரணம். ஒரு பெண் தனியாய்ச் சிக்கிக் கொண்டால் போதும். கல்யாணம் ஆனவளா, ஆகாதவளா, அழகான வளா, இல்லையா அல்லது சின்னவளா பெரியவளான்னெல்லாம் பார்க்கமாட்டானுங்க. ஒரு பெண் தனியாய்த் தென்பட்டு சந்தர்ப் பமும் சரியாக அமைந்துவிட்டால் போதும். வேலையத்த பசங் களோ, குடிகாரங்களோ... உடனே மனதிலும் உடம்பிலும் பைத்தி யம் பிடித்து அப்படி நடந்து கொள்வார்கள். கல்யாணம் ஆகாமல் வீட்டில் இருக்கும் பெண்ணைப்பற்றி யாராவது ஏதாவது சொல்லி விட்டால் அதற்காகத் தாய்தந்தையர் கவலைப்படணும். அந்த அவமானத்தை சகித்துக் கொள்ளணும். முடிந்தால் அந்த ரௌடிகளுக்குப் பாடம் கற்பிக்கணும். இல்லாவிட்டால் நாம் திராணியில்லாதவர்கள் என்று நினைத்து சும்மாயிருக்கணும். இதுவே பெண்ணுக்குக் கல்யாணம் பண்ணி வைத்து மாமியார் வீட்டுக்கு அனுப்பி வைத்துவிட்டால், அந்த அவஸ்தையை எல்லாம் அந்தக் கணவன் தாங்கிக் கொள்ளணும். அவன் கால்களை அலம்பி அவனுக்குப் பெண்ணைக் கன்யாதானம் செய்து கொடுத்து அந்தப் பொறுப்பை எல்லாம் அவன் தலையில் அப்பதான் மூட்டைக் கட்டி வைக்கிறோம்னு என்று அர்த்தம். அதான் உண்மையான விஷயம்.''

''அம்மாடி! வேலையில் சேர்ந்து முழுசா ஒரு மாதம்கூட ஆகவில்லை. அதற்குள்ளே எவ்வளவு நீண்ட சொற்பொழிவுடி ஆற்றி விட்டாய்? இனி சம்பளப்பணமும் உன் கைக்கு வந்துவிட்டால் நீ என் பேச்சைக் கேட்பாயா?'' என்றாள் தாய்.

''நேற்று வரையிலும் என் படிப்பையும், புத்தகங்களையும் திட்டிக் கொண்டிருந்தாய். இப்போ... வேலையை வசைபாடுகிறாய். நான் என்ன செய்தாலும் உனக்குப் பயம்தான். இனிமேல் வேலை இருக்

கும் துணிச்சலில் உன் பேச்சைக் கேட்க மாட்டேன் என்று புலம் புவாய். உன் பயத்தைக் கடவுளே வந்தாலும் போக்க முடியாது.''

''உன்னைப் பெற்றபோதே அந்தத் தலையெழுத்தை என் நெற்றி யில அவன் எழுதி வைத்துவிட்டான்டி. இனி வேலைக்குப் போய்க் கிழித்தது போதும். கல்யாணத்தைப் பண்ணி அனுப்பி வைத்து விடு கிறேன்.

அதற்குப் பிறகு உன் இஷ்டம் போல் நடந்துக்க.''

அவள் தாயுடன் அதற்குமேல் வாதாடிப் பிரயோஜனம் இல்லை என்று மவுனமாக இருந்துவிட்டாள்..

சமீரா வேலைக்குப் போகும் போதோ வரும் போதோ லக்ஷ்மி கண்ணில் பட்டுக் கொண்டுதான் இருந்தாள். ஒரு நாள் லக்ஷ்மியைச் சாலையில் பார்த்தபோது சமீரா அவளைக் கூப்பிட்டாள். "லக்ஷ்மி!"

லக்ஷ்மி பின்னால் திரும்பிப் பார்த்தாள்.

தாமதியாமல் சமீரா வேகமாக நாலே எட்டில் லக்ஷ்மி அருகில் சென்றாள். தன் கையில் இருந்த புத்தகங்களை லக்ஷ்மியின் கையில் வைத்துக் கொண்டே ''இவை எல்லாம் உங்களுக்குப் பிடித்த புத்த கங்கள்தானே. படிச்சிட்டுத் தாங்க'' என்றாள்.

லக்ஷ்மி திகைத்துப் போனாள். கையில் இருந்த புத்தகங்களைப் பார்த்தாள். ''எனக்குப் பிடிக்கும்னு உங்களுக்கு யார் சொன்னாங்க?'' என்றாள் ஆச்சரியத்துடன்.

''வாரப் பத்திரிகைகளைப் படிக்க யாருக்குத்தான் பிடிக்காது? அதில் வரும் தொடர்கதைகளை நிறையப் பேர் விரும்பிப் படிக்கி றார்கள். அதுபோல உங்களுக்கும் அவை பிடிக்கும் என்று தான் கொண்டு வந்தேன். என்னை அப்படிச் சந்தேகத்துடன் பார்க்காதீங்க. ரகசியம் ஒன்றைச் சொல்லி விடட்டுமா? நான் அப்பப்ப உங்களைப் பின் தொடர்ந்து வந்து காக்கா பிடித்துக் கொண்டிருப்பது ஏன் தெரியுமா?''

''ஏனாம்?'' லக்ஷ்மி பயந்துவிட்டவள் போல் பார்த்தாள்.

''நீங்க திரைச்சீலையில் பூவேலைப்பாடு செய்திருக்கீங்களே. அது எவ்வளவு நன்றாக இருக்கு தெரியுமா? அதை எப்படியாவது கத்துக் கணும்கிற பிடிவாதம் எனக்கு. என் மனம் எதிலாவது ஒன்றில் பதிந்து விட்டால் அதை சாதித்துத் தீரும் வரையில் எனக்குத் தூக்கமே வராது. என்ன செய்றது? நான் திரும்பத் திரும்ப உங்களிடம் பேச வரும் போதெல்லாம் நீங்க வெறுப்புடன் தள்ளிப் போய் விடுகிறீர்கள். இது தான் அந்த ரகசியம்'' என்றாள் மெய்போல ஒரு பொய்யைச் சொல்லி!

லக்ஷ்மி சமீரா சொன்னதை எல்லாம் கவனமாகக் கேட்டுக் கொண்டாள். அவள் சொன்னதைக் கேட்ட பிறகு லக்ஷ்மியின் மனதில் அது வரை இருந்த பயம் மாயமாகிவிட்டது.

"நான் உங்கள் கண்ணுக்குத் திருடியாகத் தென்படுகிறேன் இல்லையா? எனக்குத் தெரியும். நீங்க என்னை எவ்வளவு சந்தேகக் கண்ணோடு பார்க்கிறீங்கன்னு."

சமீரா வேண்டுமென்றே முகத்தைப் பாவமாக வைத்துக் கொண்ட விதத்தைப் பார்த்துவிட்டு லக்ஷ்மி பக்கென்று சிரித்தேவிட்டாள்.

"ரொம்ப அழகுதான் போங்க. இந்த விஷயத்தை என்னிடம் நேராவே நீங்க சொல்லியிருக்கலாம் இல்லையா? இந்த மாதிரி சுற்றி வளைப்பானேன்?" என்றாள் சமீராவின் கையை உரிமையுடன் பற்றிக் கொண்டே. 'நான் உங்களைத் தவறாகப் புரிந்துகொண்டது உண்மை தான். ஸாரி... என்னை மன்னித்து விடுங்கள். ஏனோ, இந்தத் தெருவில் இருக்கும் பெண்களைக் கண்டாலே எனக்குப் பயம்."

லக்ஷ்மி சமீராவைத் தன் வீட்டிற்கு அழைத்துச் சென்றாள். அவள் உட்காரத் தடுக்குப் பாயை எடுத்துப் போட்டாள். எம்பிராய்டரி செய்வதற்காக ஊசி, நூல் சாமான்களை எல்லாம் எடுத்து வந்து சமீராவுக்குச் சொல்லிக் கொடுக்க ஆரம்பித்தாள். திரைச்சீலையைக் காட்டிக் கொண்டே "இதுவரையிலும் தான் நான் போட்டேன். அந்தக் கடைசியிலிருந்து அண்ணாதான் போட்டு முடித்தான்" என்றாள்.

"உங்க அண்ணாவா!" வியப்புடன் பார்த்தாள் சமீரா.

"ஆமாம். எங்க அண்ணாதான்." ஈரம் படிந்த லக்ஷ்மியின் கண்கள் பெருமையால் பளபளத்தன. 'ஒரு முறை விடுமுறையில் நாங்கள் இருவரும் பந்தயம் போட்டுக் கொண்டோம். பெண்கள் செய்வது போல் எம்பிராய்டரி வேலையை ஆண்களால் செய்ய முடியாது என்றேன் நான். அவனுக்கு ரோஷம் வந்துவிட்டது. தன்னால் போட முடியும் என்றான். என்னிடம் தான் கற்றுக் கொண்டான். விடுமுறையில் நாங்கள் போட்டிப் போட்டுக் கொண்டு எம்பிராய்டரி செய்து கொண்டிருந்தோம்.

இரவு பகல் இடைவிடாமல் போட்டுக் கொண்டே இருந்தோம். கண் விழிச்சா கெடுதல் என்று அம்மா சத்தம் போட்டாள். நான் விடியற்காலையில் எழுந்து கொண்டால், அவன் அதற்கு முன்னரே எழுந்துகொண்டு வராண்டாவில் விளக்குப் போட்டுக் கொண்டு பூவேலைப்பாடு செய்து கொண்டிருப்பான். அந்த விடுமுறையில்தான் எனக்கு சைக்கிள் ஓட்டக் கற்றுக் கொடுத்தான். பெண்பிள்ளைக்கு

எதுக்கு இதெல்லாம் என்று அம்மா கடிந்து கொண்டால் "இந்தக் காலத்தில் ஆண்பெண் வித்தியாசமில்லாமல் எல்லோருக்கும் எல்லா வேலைகளும் தெரிஞ்சிருக்கணும்" என்றான். எங்களிடம் உயிரையே வைத்திருந்தான். யாராவது எங்களை ஏதாவது சொல்லி விட்டால் அவங்களைக் கொன்று விடுவது போல் பார்ப்பான். அப்படிப்பட்ட அண்ணா இன்று இந்த மாதிரி எங்களை நாலுபேர் சிரிக்கும் விதமாகச் செய்துவிட்டான் என்றால்...." லக்ஷ்மி தலைகுனிந்தபடி அழுதுவிட்டாள்.

சமீராவுக்கு ரொம்ப வருத்தமாக இருந்தது. லக்ஷ்மியின் வேதனை அவளுக்கு நன்றாகப் புரிந்தது. வேண்டியவர்கள் பிரிந்து போய்விட்டால் மனம் படும் தவிப்பு அது. அவள் தோள் தட்டிக் கொடுத்தாள் இவள்.

லக்ஷ்மி சட்டென்று கண்களைத் துடைத்துக் கொண்டாள். நிமிர்ந்து "இதற்காகத்தான் நான் யாரிடமும் சரியாகப் பேசுவ தில்லை. யாருடன் பேசினாலும் எனக்கு அண்ணாவின் நினைவு வந்து விடுகிறது" என்றாள் எழுந்துகொண்டே.

சமீராவும் எழுந்து கொண்டாள்.

"இன்றைக்கு இது போதும். போயிட்டு வாங்க" என்றாள் லக்ஷ்மி.

சமீரா போக முற்பட்டவள் நின்று "லக்ஷ்மீ!" என்று அழைத்தாள்.

லக்ஷ்மி திரும்பிப் பார்த்தாள்.

"வாழ்க்கையில் கஷ்டங்கள் வந்து கொண்டேதான் இருக்கும். அந்தச் சமயத்தில்தான் யாருமே தைரியமாக இருக்கணும். உங்க அண்ணாவைப் பற்றி எனக்குத் தெரியாது. நீங்க மட்டும் இந்த விஷயத் தில் எந்தத் தவறும் செய்யவில்லையே."

"எங்க அண்ணாவும் தவறு செய்திருக்க மாட்டான் என்றுதான் நானும் நம்புகிறேன். ஏதோ சொல்லக் கூடாத விஷயம் நடந்திருக்கும் போலிருக்கு. அதான் இந்த மாதிரி நடந்து கொண்டிருக்கான்னு நினைக் கிறேன்" என்றாள்.

"அப்படித்தான் இருக்கும். எனக்கும் அப்படித்தான் தோன்றுகிறது" என்றாள் சமீரா இரக்கம் நிறைந்த குரலில்.

"உங்களுக்கும் அப்படித்தான் தோன்றுகிறதா? உண்மையாகவா?"

"உண்மைதான். இல்லாவிட்டால் அவ்வளவு நல்ல மனிதன் திடீர்னு இப்படி மாறுவானா? நீங்களே சொல்லுங்கள்!" என்றாள் சமீரா.

லக்ஷ்மி சமீராவை ஒரு வினாடி கூர்ந்து பார்த்தாள். அந்தப் பார்வை சமீரா அதை மனப்பூர்வமாகச் சொன்னாளா இல்லையா என்று ஆராய்வது போல் இருந்தது. ஏனோ தெரியவில்லை. லக்ஷ்மிக்கு அவள் மனப் பூர்வமாகச் சொன்னாற்போலிருக்கவே அவள் மீது அவளுக்கு அதிக நம்பிக்கை ஏற்பட்டுவிட்டது.

வாசல் வரையிலும் வந்து சமீராவை வழியனுப்பி வைத்தாள். ''சமீரா நீங்க புத்தகங்களைக் கொடுத்ததற்கு ரொம்ப தாங்க்ஸ். நாலு நாளில் உங்களுக்குப் பூவேலை நன்றாக வருவது போல் நான் கற்றுக் கொடுத்து விடுகிறேன்'' என்றாள்.

''நான் அடிக்கடி வந்தால் ஒன்றும் நினைத்துக் கொள்ள மாட்டீங் களே?''

''ஊஹும். தவறா நினைக்கவே மாட்டேன்.'' லக்ஷ்மி சிரித்துக் கொண்டே ''இப்போ உங்களுடைய சிநேகத்தால எனக்குதான் லாபம். இந்த மாதிரி புத்தகங்களையெல்லாம் அண்ணா இருந்த போது வாங்கிக் கொண்டிருந்தோம். இப்பொழுது வீண் செலவு என்று அம்மா நிறுத்திவிட்டாள். அண்ணாவின் கல்யாணத்திற்கு ஜவுளி, மற்ற சாமான்களை எல்லாம் வாங்குவதற்கு இருபத்தையாயி ரத்திற்கு மேல் செலவாகிவிட்டது.

இதோ பார்த்தீங்களா, திரும்பவும் அண்ணாவின் பேச்சு வந்துவிட்டது. இன்னும் கொஞ்ச நேரம் நின் றால் உங்களுக்கே போர் அடிக்கத் தொடங்கிவிடும்'' என்றாள் லக்ஷ்மி.

சமீரா, அப்புறம் நிறையப் பேசலாம் என்று கூறிச் சிரித்துவிட்டு வீட்டிற்கு வந்துவிட்டாள்.

அன்று மாலை சமீரா அனிருத்தை ஆபீசுக்கு அருகில் சந்தித்த போது டைரியைக் கொடுத்தாள்.

''ஒரு கப் காபி குடிப்போம் வாங்க'' என்றான்.

''இப்பொழுதா? வீட்டுக்குப் போகத் தாமதமாகிவிடும்'' என்றாள்.

''பரவாயில்லை வாங்க. டைரியைப் படித்துவிட்டு நான் சொல்ல வேண்டியது ஏதாவது இருந்தால் நேர்லயே சொல்லி விடுவேன். ப்ளீஸ் மறுக்காதீங்க!'' என்றான்.

இருவரும் ஹோட்டலுக்கு வந்தார்கள். மூன்றாவது மாடி. ஜன்னல் பக்கமாக இருந்த நாற்காலியில் உட்கார்ந்தார்கள்.

அனிருத் காபிக்கு ஆர்டர் கொடுக்கப் போனான். சமீரா வேண்டாம் என்றாள். அவன் காதில் அதைக் வாங்கிக் கொள்ளவில்லை.

"இரண்டு காபி" என்றான். பிறகு சமீரா கொடுத்த டைரியைப் படிக்கத் தொடங்கினான்.

சமீரா ஜன்னல் வழியாகக் கீழே தெரிந்த டிராபிக்கைப் பார்த்தபடியே உட்கார்ந்திருந்தாள். அவன் டைரியைப் படித்து முடிக்கும் வரையில் எதிரே சமீரா உட்கார்ந்திருந்ததையோ, பக்கத்தில் ஏற்பட்ட சந்தடிகளையோ கவனிக்காதவன் போல் அவன் காணப்பட்டான்.

சர்வர் காபி கொண்டு வந்து இருவருக்கும் நடுவில் வைத்துவிட்டுப் போனான். அவன் அதை நிமிர்ந்துகூடப் பார்க்கவில்லை. சமீரா பேக்கை மடியில் வைத்துக் கொண்டு வெளியே பார்த்தபடி உட்கார்ந்திருந்தாள். அவன் டைரியை மூடி விட்டு நிமிர்ந்து பார்த்தான்.

அவன் முகத்தில் வேதனை, சந்தோஷம் இரண்டும் அடுத்தடுத்துத் தோன்றி மறைந்தன.

டைரியை சமீராவிடம் கொடுத்துக் கொண்டே 'எனக்கு என் வீட்டுக்குப் போய் எங்க லக்ஷ்மியிடம் பேசியது போலவே இருக்கு. ஸ்வீட் காரம் காபியே சொல்லியிருக்கலாம். உங்களுக்கு ரொம்ப நன்றிங்க" என்றான்.

சமீரா பதிலேதும் பேசவில்லை. மெள்ளச் சிரித்துக் கொண்டாள்.

"அடடா காபி ஆறிப் போகிறதே. எடுத்துக் கொள்ளுங்கள்" என்றான்.

"நான் வேண்டாம்னுதானே சொன்னேன்" என்றாள் சமீரா.

"பரவாயில்லை. எடுத்துக் கொள்ளுங்கள்" கோப்பையை எடுத்து நீட்டினான்.

"நான் இன்றைக்கு உபவாசம்" என்றாள்.

"உபவாசமா? எதுக்கு?" என்றான் வியப்படைந்தவனாக.

சமீரா பதில் சொல்லவில்லை.

"வெளியே யாருக்கும் சொல்லக் கூடாது என்று நிபந்தனை இருக்கிற தனிப்பட்ட விஷயமாக்கும் அது?" என்றான்.

சமீரா அவன் பக்கம் பார்த்தாள்.

"உங்களுக்கு ஆட்சேபணை இல்லையென்றால் சொல்லுங்கள். நிறையப் பேர் தேவையில்லாத காரணங்களுக்காக வேண்டிக் கொண்டு உபவாசம் இருப்பார்கள். உங்களுக்கும் அந்த பத்தாம்பசலித் தனம் இருக்கிறதோ என்னவோ?"

சொல்லட்டுமா என்பது போல் பார்த்தாள்.

"சொல்லுங்கள்." தான் நினைப்பது போல் அல்லாமல் சமீரா பத்தாம்பசலியாக இருப்பாளோ என்று தெரிந்து கொள்வதற்காக மறுபடியும் கேட்டான்.

"இந்த உபவாசம் பூஜைக்காகவோ, விரதத்திற்காகவோ இல்லை."

"பின்னே?"

"எனக்கு நானே விதித்துக் கொண்ட தண்டனை."

"என்னது? தண்டனையா! என்ன தவறு செய்துட்டீங்க நீங்க?" அவன் வியப்படைந்தான்.

"போய்...உங்க லக்ஷ்மியிடம் பொய் சொன்னேன். நீங்க தந்த புத்தகங்களை நான் கொடுத்ததாகச் சொன்னேன். நீங்க போகச் சொன்னதால் போய்விட்டு, நானாக அவளுடைய நட்பை விரும்பி வந்திருப்பதாகச் சொன்னேன்."

"அதனால...?"

"என் கண்ணோட்டத்தில் இது என் தேவைக்காக நான் சொன்ன பெரிய பொய் இது. அதனாலதான் என்னை நானே தண்டித்துக் கொள் கிறேன்."

அனிருத் வியப்பும் குழப்பமும் அடைந்தவனாக அவளைப் பார்த்தான். "நீங்க லக்ஷ்மியிடம் எனக்காகத்தானே பேசினீங்க."

"அதை அவளிடம் நான் சொல்லவில்லையே?"

"அப்படி என்றால்? லக்ஷ்மியிடம் பேசும் ஒவ்வொரு சமயமும் இந்த மாதிரி உபவாசம் இருக்கப் போறீங்களா?"

"ஆமாம்." திடமாகவே வந்தது பதில்.

"அடடா!" அவன் ஒரு வினாடி சமீராவைத் தலை முதல் கால் வரையிலும் உற்றுப் பார்த்தான்.

பிறகு நயமாகச் சொல்வது போல் "இந்தக் காலத்தில் இது போன்ற சின்னச் சின்ன பொய்களைச் சொல்லாமல் யாரால் தான் ஊரு உலகத்துல பிழைக்க முடியும்? நீங்க செய்யறது பைத்தியக்காரத்தனம்" என்றான்.

"நீங்கள் என்ன வேண்டுமானாலும் நினைத்துக்கொள்ளுங்கள். எனக்கு ஆட்சேபணையில்லை. என் நம்பிக்கை அது. நீங்க எனக்கு வேலை வாங்கிக் கொடுத்து என்னை ஒரு பயங்கரமான ஆபத்தி லிருந்து தப்பிக்க வழி செய்து கொடுத்தீங்க. நான் உங்களுக்கு மனப்

பூர்வமாக உதவி செய்கிறேன். ஆனால் லக்ஷ்மி நீங்க அனுப்பியதாக சொன்னால் வாங்கிக் கொள்ள மாட்டாள். லக்ஷ்மியிடம் பொய் சொல்ல வேண்டிய கட்டாயம் எனக்கு. அதனால்தான் எனக்கு இந்தத் தண்டனை.''

''பட்டினிக் கிடந்தால் மட்டும் பொய் சொன்ன பாவம் புண்ணியமா மாறிவிடுமா?''

''நான் பாவ புண்ணியத்தைப் பற்றியெல்லாம் யோசிக்கவில்லை. என் மனதிற்குச் சரி என்று பட்டதைச் செய்கிறேன்.''

''இது ரொம்ப முட்டாள்தனமால்ல இருக்கு.''

''அதனால்தான் உங்களிடம் சொல்லக் கூடாதுன்னு நினைத்தேன். சொல்லாவிட்டால் காபியைக் குடிக்கச் சொல்லி நீங்க வற்புறுத்துவீங்களே'' என்றாள்.

அனிருத் பதில் பேச முடியாதவனானான். ''நீங்கள் இப்படி இருந்தால் இப்படியெல்லாம் உதவி செய்யச் சொல்லி இனிமேல் என்னால் உங்களிடம் எப்படிங்க கேட்க முடியும்?''

''நீங்க என்னைப் பற்றி யோசிக்காதீங்க. ஒருநாள் உபவாசம் இருப்பது உடலுக்கும் ரொம்ப நல்லதுதான்.''

''அப்படி என்றால் இனிமேல் நீங்க லக்ஷ்மியைச் சந்திப்பதை விட்டுவிடுவதே நல்லதோ என்னவோ?''

''அப்படி என்றால் நானும் கிளம்புகிறேன். வேலையை விட்டு விடுகிறேன்.'' சமீரா எழுந்துகொள்ளப் போனாள்.

''அடடா! நில்லுங்க சமீரா! என்ன அவசரம்?'' அனிருத் தடுத்து நிறுத்தப் போனான்.

''நீங்க இதைச் சின்ன விஷயம் என்று சொல்லிக் கொண்டே இவ்வளவு பெரிசு பண்ணுவீங்க என்று நான் நினைக்கவில்லை. நான் லக்ஷ்மிக்கு உதவி செய்யத் தயாராக இருக்கிறேன். ஆனால் நான் அப்படிப் பொய் சொல்லும் போதெல்லாம் என் சாப்பாட்டை விட்டுவிடுவேன்.

நீங்கள் இதற்குப்புக் கொண்டால் நம் நட்பு நீடிக்கும். இல்லாவிட்டால் நாம் இத்துடன் நிறுத்திக்கலாம்.''

அனிருத் அதற்கு பதில் சொல்ல முடியாதவன் போல் பரிதாபமாக அவளைப் பார்த்தான்.''இதற்கு வேறு வழியே இல்லையா?''

''இருக்கு.''

''என்ன? சொல்லுங்கள்.'' அவசரமாகக் கேட்டான்.

"நீங்க எந்தச் சூழ்நிலையால் அவர்களுக்குத் தலைகுனிவு ஏற்படுத்தும் விதமாக நடந்து கொண்டீங்களோ, அதை அவர்களிடம் சொல்வது. நீங்க எல்லோரும் ஒன்று சேர்வது."

அவன் பின் வாங்கினான். "த்சொ! அது இப்போதைக்கு முடியாத காரியம்."

"அப்போ அவர்களைப் பற்றிக் கவலைப்படுவதையும் நிறுத்துங்கள்."

"அதுவும் முடியாதே."

"அப்படியானால் இந்த வேலைக்கு வேறு யாரையாவது பார்த்துக் கொள்ளுங்களேன்."

"அது இன்னும் இடைஞ்சல்."

"அப்படி என்றால் இது ஒன்றுதான் வழி."

"சரி, சரி! உட்காருங்கள்." நாற்காலியைக் காட்டினான். "சரி, போகட்டும். உங்களுக்குப் பதில் நான் உபவாசம் இருந்தால் என்ன?"

"நீங்க இப்படிக் கேலியாகப் பேசினால் நான் இப்பவே போய் விடுகிறேன்." சமீரா மறுபடியும் எழுந்துகொள்ளப் போனாள்.

"இல்லை இல்லை உட்காருங்கள்" என்றான் அவன் கைகளைக் குவித்தபடி.

அவன் சட்டைப் பையிலிருந்து பணத்தை எடுத்துக் கொடுத்தான். "இதை எப்படியாவது லக்ஷ்மியிடம் கொடுத்துவிடுங்கள்" என்றான்.

"சரி" என்று வாங்கிக் கொண்டு சமீரா அதை பேக்கில் வைத்துக் கொண்டாள்.

"இது ஏது... ஏன்னா... அவ என்னவென்று சொல்லுவீங்க?" என்று கேட்டான்.

"அதெல்லாம் என் தலைவலி. நீங்க எதுக்கு இப்பவே அதுபத்தி யோசிக்கிறீங்க?" என்றாள்.

"மறுபடியும் எப்போ நாம சந்திப்பது?"

"டைரி எழுதி முடித்ததுமே உங்களுக்கு போன் செய்கிறேன்."

"மறந்துவிட்டேன். எனக்கு பர்சனல் போன் வந்துவிட்டது. நம்பர் இதுதான். நீங்க எப்போ வேண்டுமானாலும் போன் பண்ணலாம்" என்றான்.

சமீரா நம்பரை எழுதி வாங்கிக் கொண்டாள்.

பிறகு அவள் வீட்டிற்குக் கிளம்பினாள். தந்தையின் நிலைமை நன்றாக இருந்த காலத்திலிருந்து அவர்கள் வீட்டில் போன் இருந்து வந்தது. அதற்குப் பிறகு போனை விற்று விடணும் என்று அவள் தந்தை முயற்சி செய்தார். தாய் சம்மதிக்கவில்லை.

அந்தத் தெருவில் இருப்பவர்களுக்கு அது ஒரு பொது தொலைபேசி போல்தான். ஒரு போன் செய்தால் இரண்டு செய்ததாகப் பணத்தைப் பிடுங்கிக் கொள்வாள். அதனால் அதில் ஒரு மாதத்தில் போனுக்குக் கட்ட வேண்டியது போக கொஞ்ச நஞ்சம் பணம் மிச்சப்படும்.

"இது என்ன அடாவடித்தனம்?"

என்று சமீரா கோபித்துக் கொண்டால் "உன் கல்யாணத்திற்குப் பணம் சேர்க்க வேண்டாமாடி?" என்பாள்.

சமீரா வீட்டுக்கு வந்தாள். அவள் உடைகளை மாற்றிக் கொண்டிருக்கும்போதே அவள் தாய் அங்கே வந்தாள். ஏதோ நடக்கக் கூடாதது நடந்து விட்டாற்போல் அவள் முகத்தில் எள்ளும் கொள்ளும் வெடித்துக் கொண்டிருந்தன.

"சமீரா உனக்கு உண்மையில எவ்வளவு சம்பளம்டி வருது?" என்றாள் தடிப்பான குரலில்.

"ஏன் கேட்கிறாய்?"

"இல்லை. எவ்வளவுதான் வருகிறது என்று தெரிந்துகொள்ளத்தான். என்னிடம் சொன்னதைவிட நிறையவே வருகிறது இல்லையா?" குற்றம் சாட்டுவது போல் பார்த்தாள்.

"அப்படி ஏன்மா நினைக்கிறாய்? நான் உன்னிடம் பொய் சொல்லுவேனா?"

"பொய்தான் சொல்லியிருக்கிறாய்."

"அம்மா!" சமீரா கத்திவிட்டாள். "என்ன பேசறே நீ?"

தாய் போய் மேஜை டிராயரில் அவள் மறைத்து வைத்திருந்த புத்தகங்களையெல்லாம் எடுத்து வந்து சமீராவின் முன்னால் போட்டாள்.

"இல்லாவிட்டால் இந்த வாரப் பத்திரிகைகள், புத்தகங்கள் இதையெல்லாம் பணம் கொடுத்து வாங்கும் அளவுக்குத் தகுதி உனக்கு எங்கேருந்துடி வந்தது?"

"இதுவா." சமீரா அவற்றைப் பார்த்ததும் பின் வாங்கினாள்.

''இப்பொழுதுதான் லக்ஷ்மி கொண்டு வந்து கொடுத்தாள். அந்தப் பெண்ணுக்குப் படிப்பதற்காகக் கொடுத்தாயாமே? காசு கொடுத்து வாங்கியிருக்கிறாயாமே? ஒவ்வொரு மாதமும் இப்படித் தருவதாகச் சொன்னாயாமே? வீட்டில் காசு போறாமல் இங்கே நான் திண்டாடிக் கொண்டு இருக்கும் போது நீ அவ்வளவு பணத்தைச் செலவழித்து அந்த வேண்டாத புத்தகங்களையெல்லாம் வாங்குகிறாயா? உனக்குக் கொஞ்சமாவது புத்தி இருக்கா?''

''இதையெல்லாம் நான் வாங்கவில்லை அம்மா'' என்றாள் சமீரா.

''மூடு வாயை. நீ வாங்கா விட்டால் இதையெல்லாம் யார் உனக்குக் கொடுத்தார்கள்? உன் அத்தைமகன் எவனாவது நீ படித்துவிட்டு அந்த லக்ஷ்மிக்கும் கொடுன்னு சும்மா கொடுத்தானா? உன் புத்தகப் பைத்தியம் எனக்குத் தெரியாதா? படித்துக் கொண் டிருந்த நாட்களிலேயே சினிமாவுக்குக் காசு கொடுத்தால் புத்தகங் களை வாங்கி காசைக் கரியாக்குவாய், இதோ பார், இனிமேல் நானே உன் ஆபீசுக்கு வந்து உன் சம்பளத்தை வாங்கிக் கொள்கிறேன். உன்னிடம் அதைக்கொடுக்க வேண்டாம்னு அவர்களிடம் சொல்லி விடுகிறேன்'' என்று கத்திக் கூச்சலிட்டாள்.

''அது ஒன்றும் பள்ளிக்கூடம் இல்லைம்மா, நீ சொல்வதையெல் லாம் அவங்க கேட்டுக் கொள்வதற்கு'' என்றாள் சமீரா.

''அப்படி என்றால் நீ வேலையை விட்டுவிடு. வேலைக்குப் போவா னேன்? சம்பளப் பணத்தை புத்தகக்காரனுக்குத் தாரை வார்ப் பானேன்?'' தீர்மானமாகச் சொல்லிவிட்டாள்.

சமீரா தலையைப் பிடித்துக் கொண்டு கட்டிலில் உட்கார்ந்தாள்.

''இதோ பார். இந்த நிமிஷத்திலிருந்து நீ அந்த லக்ஷ்மியுடன் பேசினால் நான் சும்மாயிருக்க மாட்டேன். புரிந்ததா?'' தாய் எல்லா வற்றுக்கும் அவளே முடிவுரையும் கூறிவிட்டாள்.

★★★

அனிருத் குளித்துவிட்டு வந்து உடை மாற்றிக் கொண் டிருந்தான். அவன் மனம் யோச னையில் ஆழ்ந்திருந்தது. அவன் தியாகராஜனின் கையில் ஒரு விதமாக சிறைப்பட்டிருந்தான். அதிலிருந்து வெளியேறும் வழியைத் தேடிக் கொண்டிருந்தான். அதற்கான முயற்சியில் அவன் எந்தவொரு துரும்பைப் பிடித்துஇழுத்தாலும் அது நேராக அவனது தாய் தந்தையரைப் போய்த் தாக்கி விடலாம். குடும்பத்திற்கு மறுபடியும் நாலுபேர் சிரிக்கும் விதமான நிலை ஏற்பட்டுவிடும். தாய் தந்தையர் நடைப்பிணமாகி விடுவார் கள். உடன் பிறந்தவர்களின் எதிர்காலமெல்லாம் அதனால் நாசமாகி விடும்.

அதனால்தான் அவன் வாயைத் திறக்காமல் இந்த ஜெயில் தண்டனையை அனுபவித்துக் கொண்டிருக் கிறான். தனக்கு என்ன வானாலும் பரவாயில்லை. உலகம் தன்னை சுயநலக்காரன் என்று தூற்றினாலும் பரவாயில்லை. தாய் தந்தை தன்னைப் புரிந்து கொள்ளாமல் வருத்தப்பட்டாலும் பரவாயில்லை. தன்னை வீட்டைவிட்டு வெளியேற்றி விட்டாலும், அவர்கள் எல்லோரும் ஒரே கூட்டில் இப்போது நிம்மதியாக வாழ்ந்து கொண்டிருக்கிறார்களே, அதுவே போதும்.

அவர்களுடைய எதிர்காலத்திற்கு எந்த ஆபத்தும் இல்லை என்ற அந்த எண்ணமே அவனுக்கு நிம்மதியை அளித்தது!

அவனிடம் எந்தத் தடுமாற்றமும் இருக்கவில்லை. தன்னுடைய செயல்களைப் பற்றி அவன் தெளிவாகவே இருந்தான். அவன் நோக்கமெல்லாம் ஒன்றுதான். தாய் தந்தையர் இந்த வேதனையின் காரணமாக மனம் தளர்ந்து உடல்நலம் கெட்டுப் போகாமல் இருக்க வேண்டும். அவர்களுக்கு எதுவும் நேரும் முன்பே தான் இதிலிருந்து விடுபட்டு விடவேண்டும்.

தான் செய்த இந்தக் காரியம் எவ்வளவு நல்லதென்றும், அதனால் குடும்பத்திற்கு எவ்வளவு நன்மை ஏற்பட் டது என்றும் அவர்களுக்குத் தெரியவேண்டும். அம்மா அப்பா தன்னை மறுபடியும் ''அனூ'' என்று வாய் நிறைய அன்புடன் அழைக்க வேண்டும்.

பிரதிபா அவனை விட்டு விலகிவிட்டாள். அதுவும் அவனுக்கு அதிக வேதனையைத்தான் தந்தது. ஆனால் அதையே நினைத்துக் கொண்டிருந்தால் அவனால் வேறு எதைப் பற்றியுமே யோசிக்க முடி யாது. முதலில் இந்தப் புதைகுழியிலிருந்து வெளியேற வேண்டும். அதுதான் அவன் லட்சியம்.

கையை இறுக்கி ஜன்னல் கதவை ஓங் கிக் குத்தினான். ''டாமிட்!'' வாழ்க்கையில் தான் கனவில்கூட ஊகித் திராத பிரச்னையொன்று வந்துவிட்டது. அதைத் தகர்த்துப் பொடிப் பொடியாக்க வேண்டும். அதற்கு நாம் பணிந்து போய்விடக் கூடாது.

சட்டையை மாட்டிக் கொண்டு திரும்பியவன் திகைத்துப் போய் அப்படியே நின்றுவிட்டான். அங்கே அவன் எப்பொழுது வந்தானோ தெரியாது. தியாகராஜன் நாற்காலியில் கால்மேல் கால் போட்டபடி பைப்பைப் புகைத்துக் கொண்டு உட்கார்ந்திருந்தான்.

''அட நீங்களா?'' என்றான் அனிருத்.

அவன் பதிலுக்கு ஆமாம் என்பது போல் புருவங்களை உயர்த்தி மேலும் கீழுமாகத் தலையாட்டினான்.

''உங்களுக்கு.. உங்களுக்கு மரியாதையே தெரியாதா? மத்தவங்க வீட்டுக்குள்ள வரும்போது கதவைத் தட்டிவிட்டு வரணும்?''

''எனக்கு காலிங்பெல் அழுத்தித்தான் பழக்கமே தவிர கதவைத் தட்டிப் பழக்கமே இல்லை. கதவுக்குப் பக்கத்தில் பார்த்தேன். சுவிட்ச் எதுவும் இல்லை'' என்றபடியே அறை முழுவதையும் கண் களால் துழாவினான்.

குறைந்த வாடகைக்கு எடுத்தாற்போல் அந்த அறை ரொம்பவும் சின்னதாக இருந்தது. சுண்ணாம்பு வெளுத்துக் காரை பெயர்ந்து

போன சுவர்கள். அறையின் மூலையில் சுவரில் மழைநீரின் ஈரம் தெரிந்தது.

ஓரமாக இருந்த மேடையில் இதற்கு முன்னால் இருந்த வர்கள் சமையல் செய்ததற்கு அடையாளமான கரிப்புகை படிந்து, பிசுக்காக இருந்தது. இன்னொரு மூலையில் அனிருத்தின் பெட்டியும், படுக்கையும் இருந்தன.

தியாகராஜன் தோள்களைக் குலுக்கிக்கொண்டே ''இந்த எலி வளையத்துக்குள்ளே நீ எப்படிக் குடியிருக்கிறாய்?'' என்றான்.

''வார்த்தையை அளந்து பேசுங்கள். நீங்கள் கோடீஸ்வரராய் இருக் கலாம். அதனால் எதிராளியின் ஏழ்மையைப் பரிகாசம் செய்யும் உரிமை உங்களுக்கு இல்லை.''

''நீ ஒரு முட்டாள்.''

''நானும் உங்களைப் பார்த்து அதே வார்த்தையை சொல்லலாம்! கீப் யுவர் டங்.''

''ஏன் இப்படி மரியாதையெல்லாம் கொடுக்கிறாய்? என்னை ஒருமையில் விளிக்கச் சொல்லி எத்தனை தடவை சொல்லியிருக் கிறேன்?''

''வேற்று மனிதர்களை மரியாதையாய் அழைத்துதான் எனக்குப் பழக்கம்.''

''நீ எங்களுக்கும், நாங்கள் உனக்கும் சொந்தம் ஆகிற வழியைத் தான் புரியும்படியா உனக்குச் சொன்னேனே?''

''அதெல்லாம் நடக்காத காரியம் என்று அப்பொழுதே நான் சொல்லிவிட்டேன்.''

''செல்வம் தேடி வந்தால் யாராவது வேண்டாம் என்று சொல் வார்களா?''

''என் பார்வையில் அது செல்வமே இல்லை. குப்பை. அது எனக் குத் தேவையுமில்லை.''

''எதை வைத்து இந்த வெறுப்பு உனக்கு?''

''இந்த உலகத்தில் எந்தச் செல்வத்தாலும் வாங்க முடியாத சொத்து என்னிடம் இருக்கிறது. நான் முதல்நாளே இதையெல்லாம் சொல்லி விட்டேன். வீணாக என்னிடம் விவாதம் புரிய வேண்டாம்.''

''என்ன பெரிய சொத்து? கிழமாகிவிட்ட தாய் தந்தையும், தங்கை, தம்பியும்தானே?''

''ஷட் அப்! அவர்களை வீணே இங்கு இழுக்க வேண்டாம். நம் இருவருக்கும் இடையே இருக்கும் லிங்க் நம்மோடேயே இருக்

கட்டும். என் வீட்டாரைப் பற்றிய பேச்சு உங்க நாத்த வாயிலிருந்து வரக்கூடாது.''

அவன் கோபத்தைக் கண்டு தியாகராஜன் வித்தியாசமாகப் பார்த்தான். அவன் கண்களில் கோரத் தீ கொழுந்து விட்டெரிந்தது. அந்த நேரத்தில் அனிருத்தின் மீது பாய்ந்து அவனைக் கொன்று போட்டு விட வேண்டும் போல் இருந்தது அவனுக்கு. சற்றுமுன் நிதானமாக உட்கார்ந்திருந்தாற்போல் அவனால் இப்போது இருக்க முடியவில்லை. அதனால் சரேலென்று எழுந்துகொண்டான்.

''ஆல்ரைட்! நான் யாருடைய பெயரையும் எடுக்கவில்லை. யாருடைய கால்களிலும் விழுந்து அழ வேண்டிய தலையெழுத்தும் எனக்கு இல்லை. நீ டீலிங்க் என்று சொன்னாயே? அதைப் பற்றித் தான் பேசுகிறேன். நீ எங்க சுபாவைக் கல்யாணம் செய்து கொள். எனக்கு அது ஒண்ணு போதும்! வேற எதுவுமே தேவையில்லை.''

''அது நடக்காதுன்னு எப்போதோ சொல்லிவிட்டேன்.''

''நடக்கும். நடக்கணும் என்று நான் சொல்கிறேன்.''

''இது ஆசை, பேராசை!''

''ஆசைப்படுவதை அடைய முடிவதாக மாற்றுவதுதான் இந்தத் தியாகராஜனின் திறமை. இல்லாவிட்டால் இன்றைக்கு இந்த நிலையில் நான் இருந்திருக்க மாட்டேன்!''

''மக்களை ஏமாற்றி, அவர்களைத் தற்கொலைக்குத் தூண்டி அதன் மூலம் சம்பாதிக்கும் பணத்தைவிட இந்த உலகத்தில் மகா மோசமானது வேறு எதுவுமே இல்லை.''

''ய்யூ ஷட் அப்!'' அவன் கத்தினான். பிறகு அறையில் நடை போட்டுக்கொண்டே ''சொற்பொழிவு ஆற்றுவதைத் தவிர வேறு எதுவுமே தெரியாது உனக்கு. உன்னிடம் உங்க அம்மா அப்பா உரு ஏற்றியிருக்கும் பைத்தியம் அது. நியாயம், தர்மம் என்று உன் கை கால்களை கட்டிப் போட்டுவிட்டு உன் சாமர்த்தியத்தை அவர்கள் நசுக்கிவிட்டார்கள். நிறையப் பெற்றோர்கள் இதே போல் தான் தங்களுக்குப் பிடித்தாற்போல் வாழச்சொல்லித் தங்கள் குழந்தைகளின் உயிரை எடுத்து விடுவார்கள். திறமைசாலிகள் இவர்களை எதிர்த்து நின்று சுதந்திரமாக வாழத் தொடங்குவார்கள். உனக்கும் அதைத்தான் சொல்கிறேன். அந்தக் கூட்டிலிருந்து வெளியே வா. என்னை நம்பு. சுபாவைக் கல்யாணம் செய்துகொள். என்னுடன் வந்துவிடு. இந்த உலகத்தில் எவ்வளவு சந்தோஷம், சுகம் இருக்குன்னு தெரிந்துகொள். பணத்தால் வசதிகளை அனுபவிக்கத் தெரியாதவர்கள்தான் பணத்தால் எதையும் சாதிக்க முடியாது என்ற நீதி

மொழிகளையெல்லாம் பேசுவார்கள். பணம் தான் மனிதனுக்கு மூச்சுச் சுவாசம் போன்றது. பணம் இல்லாவிட்டால் மனிதனால் எதுவுமே செய்ய முடியாது.

வாழ்க்கையில் நாம் விரும்பும் இடத்திற்கு, விரும்பும் சந்தோஷத்தை நோக்கி நம்மை அனாயாசமாக இட்டுச் செல்லக் கூடிய வாகனம் போன்றது இந்தப் பணம். முட்டாள்கள், கையாலாகாதவர்கள்தான் பணத்தின் மதிப்பைப் புரிந்துகொள்ள மாட்டார்கள். அனிருத்! ... நீ சுபாவைக் கல்யாணம் செய்துகொண்டு கம்பளிப்பூச்சி போன்ற அந்த வாழ்க்கைக்கு முற்றுப்புள்ளி வைக்கணும். வண்ணத்துப் பூச்சியாகப் பறந்து வந்து என்னுடன் சேர்ந்து கொள்ளணும்கிறேன்.

ஒருமுறை நீ என்னுடன் வெளிநாடுகளுக்கு வா. மாட்டேன் என்று மட்டும் சொல்லாதே. உனக்கு ஆல்ப்ஸ் மலைகளின் அழகு தெரியுமா? சுவிட்சர்லாந்த் மலைத் தொடர்களைப் பார்க்கும் போது எவ்வளவு சந்தோஷமாக இருக்கும் தெரியுமா? நயாகரா நீர்வீழ்ச்சியின் பிரம்மாண்டம் தெரியுமா? நியூயார்க்கில் இரவு வேளையில் காரில் போகும் போது அந்த ஒரு நாள் இரவு வாழ்ந்ததே போதும் என்ற திருப்தி நமக்கு ஏற்பட்டுவிடும்.

அதிர்ஷ்டம் உன் வீட்டுக் கதவைத் திறந்து வைத்துக் கொண்டு வா... வா... என்று கம்பளத்தை விரிக்கும் போது மாட்டேன்... மாட்டேன் என்கிறாயே? நீ ஒரு கோழையா, முட்டாளா, இல்லை அசடா?''

''மூன்றுமேதான் என்று வைத்துக் கொள்ளுங்கள். அதற்கு எனக்கு எந்த ஒரு ஆட்சேபணையும் இல்லை.''

''பிடிவாதத்தை விடு.

சுபா உன் மனைவியாக... உன் பக்கத்தில் நின்றால் உனக்கு எவ்வளவு பெருமை, கௌரவம் கிடைக்கும் தெரி யுமா? அந்த பிரதிபாவை நீ கல்யாணம் பண்ணிக் கொண்டால் உனக்கு என்ன கிடைக்கும்... குழந்தைகள், வியாதி, கடன் இதைத் தவிர.''

''தாங்க்ஸ். வேறு ஒருத்தரால் எனக்குக் கிடைக்கிற இந்த போலி கௌரவமும், பெருமையும் எனக்குத் தேவையில்லை. எனக்கு என்ன வேண்டும் என்று எனக்கு மிகவும் நன்றாகத் தெரியும்.''

''உன் பிடிவாதத்தை விடவே மாட்டாயா?''

''நீங்க விரும்பியதுதானே நடந்திருக்கிறது. நான் எங்க வீட்டாரை விட்டுப் பிரிந்து தொலைவில் வந்துவிட்டேனே.''

"அதனால் எனக்கென்ன சந்தோஷம்?"

"உங்கள் எண்ணம் அதுதானே?"

தியாகராஜன் அவனை வெறுப்புடன் பார்த்தான். பிறகு கோபமாக ஏதோ சொல்லப் போனவன் சமாளித்துக் கொண்டான். அங்கிருந்து கிளம்புவதற்குப் புறப்பட்டவன் திரும்பி அனிருத்தைப் பார்த்துச் சிரித்தான். "நான் பிடிவாதத்தில் விக்ரமாதித்தியன் தெரியுமா? நினைத்ததைச் சாதிப்பது என் ரத்தத்திலேயே கலந்துவிட்ட வித்தை."

"நானும் அதையே தான் சொல்கிறேன். பிடிவாதம் என்னோடவே பிறந்தது!"

அவன் அனிருத்தைப் பார்த்தான். அவன் கண்களில் இப்போது சாந்தம் வந்து குடிகொண்டிருந்தது. அருகில் வந்து அவன் கையைப் பற்றிக் குலுக்கிவிட்டு சொன்னான். "அதனால்தான் உன்னை எனக்கு ரொம்பப் பிடிக்கும். என்னிடம் இருக்கும் பிடிவாதம்தான் உன்னிடமும் இருக்கிறது. அதான் உன்னைச் சுபாவை திருமணம் பண்ணிக் கொண்டு எங்களுடைய ஆளாகிவிடச் சொல்கிறேன். வர்றேன். மாலை ஆறு மணிக்குக் கார் வரும். வந்துடு."

வருகிறாயா என்று அனிருத்தின் அபிப்பிராயத்தைக் கூட அவன் கேட்கவில்லை. வந்துடு என்று உத்தரவு போட்டுவிட்டுப் போய் விட்டான்.

அனிருத் ஜன்னல் வழியாகப் பார்த்துக் கொண்டிருந்தான். கார் புறப்பட்டுப் போய்விட்டது. அனிருத்தின் காதுகளில் அவன் வார்த்தைகள் இன்னும் எதிரொலித்துக் கொண்டிருந்தன.

இந்த தியாகராஜன் தன்னை விடவே மாட்டான். அது முற்றிலும் மறுக்க முடியாத ஒரு உண்மை. அவனுக்குத் தான் வேண்டும். அதற்காக அவன் என்ன வேண்டுமானாலும் செய்வான். அனிருத்தின் கைகள் ஜன்னல் கம்பிகளைப் பலமாகப் பற்றிக் கொண்டன, அவன் நரம்புகள் புடைத்தன.

"ஓ காட்! இந்த விஷ வளையத்தில் என்னை ஏன் தள்ளி விட்டாய்?" எப்போதுதான் என்னை இதிலிருந்து விடுவிக்கப் போகிறாய்!" ஒரு வினாடி அவனை இயலாமை சூழ்ந்து கொண்டது!

★★★

11

மறுநாள் மாலை...

தெருவில் மக்கள் கூட்டமும் போக்குவரத்தும் எப்போ தும்போல் அதிகமாக இருந்தது. சமீரா, பவானி ஹேண்டி கிராப்ட்ஸ் எம்போரியத்தை விட்டு வெளியே வந்தாள். வெளியே வந்ததும் சுற்றிலும் பார்வையால் தேடினாள். அனிருத் ஸ்கூட்டரிலோ, காரிலோ, நடந்தோ வருகிறானா என்று பார்த்தாள். எங்கும் அவன் தென்படவில்லை.

பஸ்ஸ்டாண்ட் அருகில் வந்து நின்றாள்.

அதற்குள் ஒரு டாக்சி அங்கு வந்து நின்றது. அதில் அனிருத் உட்கார்ந்திருந்தான். டாக்சி நிற்பதற்குள்ளாகவே கதவைத் திறந்து கொண்டு அதிலிருந்து அவன் குதித்துவிட்டான். சமீராவைப் பார்த்த பிறகுதான் அவன் கண்களில் நிம்மதி தெரிந்தது. ''அப்பாடா! இன் னிக்கு உங்களைப் பார்க்க முடியுமோ முடியாதோ என்று பயந்து போனேன்! லக்ஷ்மியைப் பார்த்தீங்களா? அந்தப் பணத்தைக் கொடுத்தீங்களா?'' என்றான்.

''ஊம்.''

''வாங்கிக் கொண்டாளா?''

ஆம் என்பது போல் தலையை அசைத்தாள்.

''தாங்க்யு.. தாங்க்யு. என்ன சொன்னாள் சொல்லுங்க?''

சமீரா பேக்கிலிருந்து டைரியை எடுக்கப் போனாள். ஆனால் டைரி இருக்கவில்லை. இன்றைக்குக் கிளம்பும் போதே தாமதமாகி விட்டது. வெள்ளிக்

கிழமை பூஜை என்று தாய் லேசில் அவளுக்குச் சாப்பாடு போடவில்லை. அவசரப்படுத்தினால் ''இன்று வேலைக்கு லீவ் போட்டுவிடு'' என்பாள். அந்த ரகளையில் டைரியை எடுத்து வைத்துக் கொள்ள மறந்துவிட்டாள்.

அனிருத் டாக்ஸி கதவைத் திறந்து ''ஒரு நிமிஷம் என்னுடன் வாங்க'' என்றான்.

''எதுக்கு?''

''எனக்குத் தர வேண்டிய டானிக்கைத் தர மாட்டீங்களா?''

''டானிக்கா?''... வியப்படைந்தாள்.

''பின்னே இல்லையா? நீங்க எங்க அம்மா அப்பாவைப் பற்றிச் சொல்வீங்களே? அதுதான் எனக்கு டானிக். அந்தத் தெம்பில்தான் நான் மீதி நேரத்தையெல்லாம் கழித்துக் கொண்டிருக்கிறேன். வாங்க. ரொம்ப நேரம் எடுத்துக்கொள்ள மாட்டேன். எனக்கும் வேலை இருக்கு.''

சமீராவால் அவன் அவசரத்தைத் தட்ட முடியவில்லை. அவன் தன் குடும்பத்தாருக்காக படும் தவிப்பைப் பார்த்தால் வேடிக்கையாக இருந்தது. இருவரும் டாக்ஸியில் ஹோட்டலுக்கு வந்தார்கள்.

ஃபேமிலி அறையில் நுழைந்தார்கள். அவன் டிபனுக்கு ஆர்டர் தரப் போன போது சமீரா குறுக்கிட்டு ''நான் இப்பவும் சாப்பிட மாட்டேன்'' என்றாள்.

''உபவாசமா?'' கேட்டான் அவன். ஆமாம் என்பது போல் தலையை மேலும் கீழுமாக அசைத்தான். அவன் முகத்திலிருந்த மகிழ்ச்சியும், சிரிப்பும் மாயமாகிவிட்டன. ''இது ரொம்ப அநியாயம்'' என்றான்.

சமீரா அவன் சொன்னதைப் புரிந்துகொண்டு ''என் சொந்த விஷயத்தில் நீங்க தலையிடாதீங்க. அதுதான் நம்ம ஒப்பந்தம்'' என்றாள்.

''ஓ.கே. ஓ.கே!'' என்றான்.

''இரண்டு பைனாப்பிள் ஜூஸ்.'' பேரரிடம் சொன்னான். அவன் போய்விட்டான்.

''நான் குடிக்க மாட்டேன்.''

''இரண்டும் எனக்குத்தான்னு வைத்துக் கொள்ளுங்களேன்'' என்றான். ''நீங்க டைரியை வீட்டிலேயே விட்டு விட்டீங்களே... பரவாயில்லையா? அதை யாரும் பார்க்க மாட்டாங்களா?'' அவன் கவலைப்பட்டான்.

"பரவாயில்லை. சாதாரணமாக எங்க அம்மா என் அறையில் இருக்கும் புத்தகங்களைத் தொடவே மாட்டாள். அவற்றைப் பார்த்தாலே எப்போதுமே அவளுக்குக் கோபம். வெறுப்பு"

"லக்ஷ்மி என்ன சொன்னாள்? நீங்க என்ன சொன்னீங்க அவளிடம்? பணத்தை எப்படி வாங்கிக் கொண்டாள்? ஆட்சேபணை எதுவும் சொல்லவில்லையா?" ஆர்வத்துடன் கேட்டான்.

"நான் போன சமயத்தில்தான் மளிகைக் கடைக்காரனும், பால்காரனும் பணத்திற்காக வந்திருந்தார்கள். உங்க அம்மா அப்புறமாக வான்னு சொல்லி அனுப்பிவிட்டாள். லக்ஷ்மி நான் போன போது தான் வெள்ளித்தட்டை எடுத்துக் கொண்டு வெளியே போய்க்கொண்டிருந்தாள். நான் வாசலில் எதிர்ப்பட்டேன்.

அது என்ன என்று கேட்டபோது ஒன்றுமில்லை என்றாள். இருவரும் உள்ளே போய் உட்கார்ந்து கொண்டோம். சாதாரணமாகப் பேசிக்கொண்டிருந்தோம். அதற்குள் மளிகைக் கடைக்காரன் திரும்பவும் வந்தான். உங்க அம்மா லக்ஷ்மியை "இன்னும் போகவில்லையா?" என்று சத்தம் போட்டாள்.

"போகிறேன் அம்மா" என்று லஷ்மி கிளம்பினாள். திரும்பவும் அந்த வெள்ளித் தட்டை எடுத்துக் கொண்டாள்.

"அது என்ன?" என்றேன் மறுபடியும் அவளிடம்.

"பணத்திற்கு ரொம்பக் கஷ்டமா இருக்கு. மாமியிடம் கொண்டு போய் இதை விற்கப் போகிறேன்."

நான் லக்ஷ்மியின் கையைப் பிடித்துக் கொண்டேன். "லக்ஷ்மி! ஒரு வார்த்தை சொல்கிறேன். ஒன்றும் நினைத்துக்கொள்ள மாட்டியே? நாம் இருவரும் சிநேகிதிகள்தானே?" என்றேன்.

"ஆமாம் ஏன் கேக்கிறே?" என்றாள்.

"தற்சமயம் என்னிடம் பணம் இருக்கிறது. நான் அதை வங்கியில்தான் போடப் போகிறேன். நீ இதை இந்த அவசரத் தேவைக்குப் பயன்படுத்திக் கொள். அப்புறமா எனக்குத் தரலாம்" என்றேன்.

"உங்களிடம் எவ்வளவு இருக்கு? எங்களுக்கு நூறு இருநூறு எல்லாம் போதாதே?" என்றாள்.

"தற்சமயம் எட்டு நூறு இருக்கு."

லக்ஷ்மி ஆச்சரியத்துடன் பார்த்தாள். "அவ்வளவு பணத்தையும் வாங்கிக் கொண்டால் பின்னால் என்னால் எப்படி இந்தக் கடனைத் தீர்க்க முடியும்?" என்றாள்.

"அந்தச் சமயத்தில் இந்தத் தட்டை விற்றுக் கொள்ளலாம்?"

லக்ஷ்மி தடுமாறினாள். நான் தட்டைப் பிடுங்கிக் கொண்டு அங்கே இருந்த மேஜைமீது வைத்துவிட்டுப் பணத்தை எடுத்து லக்ஷ்மியின் கையில் வலுக்கட்டாயமாகத் திணித்தேன்.

லக்ஷ்மி "ஒரு நிமிஷம்" என்று உங்க அம்மாவிடம் போய் இதைச் சொன்னாள்.

"அவ்வளவு பணமா? மொதல்ல அவங்க அம்மாவிடம் சொல்லி விட்டு வரச்சொல்லு" என்றாள்.

"தேவையில்லை. எங்க அம்மா ஒன்றும் சொல்ல மாட்டாள்" என்றேன். அந்தம்மாள் தயங்கினாள்.

"எனக்கு வேண்டும் என்ற போது தட்டை விற்றுவிட்டுக் கொடுங்கள்" என்றேன்.

இருவரும் ஒருவர் முகத்தை ஒருவர் பார்த்துக் கொண்டார்கள்.

"எடுத்துக் கொள் அம்மா. சமீரா எப்போ கேட்கிறாளோ அப்போ இந்தத் தட்டை விற்றுக் கொடுக்கலாம்" என்றாள் லக்ஷ்மி. உங்க அம்மா அப்புறம்தான் பணத்தை வாங்கிக் கொண்டாள். அதைக்கொண்டுபோய் மளிகைக் கடைக்காரனிடம் கொடுத்தாள். அவன் என்ன சொன்னான் தெரியுமா? பணத்தை வீட்டில் வைத்துக் கொண்டே தரவில்லை என்று கண்டபடி திட்டிவிட்டுப் போய் விட்டான். உங்க அம்மா அழுது கொண்டே உட்கார்ந்திருந்தாள். உங்க அப்பா அறையில் இருந்தபடியே "யார் அது கத்துகிறது?" என்று கேட்டார். யாரும் இல்லை என்று லக்ஷ்மி சொன்னாள். நான் எப்போ போனாலும் அவர் தூங்கிக் கொண்டு இருப்பதைக் கவனித் தேன். தூக்க மாத்திரை போட்டுக் கொள்கிறாராம். கைக்கு எட்டும் படியாக இருந்தால் எந்த ஆபத்தும் வந்து விடுமோ என்று லக்ஷ்மி தானே எழுந்து ஒவ்வொரு மாத்திரையாகத் தருவாளாம். இளைத்துத் துரும் பாகிவிட்டார். பாவம் சாப்பிடுவதே இல்லை. உங்க அம்மா ஒரே அழுகை.

லக்ஷ்மி என் கையைப் பிடித்துக் கொண்டு "சமீரா! இந்தச் சூழ்நிலையில் நீங்க எனக்கு சிநேகிதியாகக் கிடைச்சது எவ்வளவு அதிர்ஷ்டம் தெரியுமா? கடவுள்தான் உங்களை எனக்குத் துணையாக அனுப்பியிருக்கிறார்" என்றாள் நீர் நிறைந்த கண்களுடன்.

"அந்த வீட்டில் அழுகை, அவமானம், கவலை தவிர வேறெதுவும் எனக்கு தென்படவில்லை" என்று சொல்லிக்கொண்டே சமீரா நிமிர்ந்தாள்.

அனிருத் முகத்தைக் கைகளால் பொத்திக் கொண்டிருந்தான்.

அதற்குள் பேரர் பைனாப்பிள் ஜூஸ் கொண்டு வந்தான். அனிருத் சட்டென்று கைக்குட்டையை எடுத்து கண்களில் வழிந்த நீரால் நனைந்திருந்த முகத்தைத் துடைத்துக் கொண்டான்.

தான் சொன்ன விஷயங்கள் அவனுக்குப் பெரும் வேதனையை உண்டாக்கியிருப்பது சமீராவுக்குப் புரிந்துதான் இருந்தது. இவனால் என்ன செய்ய முடியும்? இது அவனாக வரவழைத்துக் கொண்ட வினை.

அவன் ஒரு கிளாஸ் ஜூஸை எடுத்து சமீராவிடம் நீட்டினான்.

"நோ.. நான் குடிக்க மாட்டேன்னு முன்னாடியே சொல்லிட்டேன்."

"என்ன பொண்ணோ!" அவன் சரேலென்று எழுந்துகொண்டான். சமீராவின் நாற்காலியிடம் வந்து அவள் தோளைச் சுற்றிக் கை போட்டான். கிளாஸிலிருந்த ஜூஸை சமீராவின் உதட்டருகில் வைத்தான். சமீரா உதடுகளை இறுக்கிக் கொண்டாள்.

"சமீரா! ப்ளீஸ் .. ஐ நீட் யு. ஐ நீட் யு வெரிமச். லக்ஷ்மியுடன் தினமும் பேச வேண்டியிருக்கும். இப்படிப் பட்டினி கிடந்தால் நீங்க கட்டில்லயே கிடக்க வேண்டியதுதான். ப்ளீஸ்.. எனக்காக.. ஐ பெக் யு ப்ளீஸ்."

அந்த நிமிடம் அவன் கண்களில் தென்பட்ட நெருக்கம், வேண்டுகோள், உரிமை இந்த மூன்றும் சேர்ந்து சமீராவின் பிடிவாதத்தை மெதுவாகத் தளரச் செய்தன. சமீராவால் மேற்கொண்டு பிடிவாதமாக இருக்க முடியவில்லை. அவன் டம்ளரை உதட்டருகில் அழுத்தினான். சமீரா இரண்டு மடக்குக் குடித்துவிட்டாள்.

"விடுங்க... நானே குடிக்கிறேன்."

"ஊஹூம்.. குடி" என்றான் டம்ளரை விடாமல், குடிக்க வைத்துக் கொண்டே!

சமீரா குடித்துக் கொண்டிருந்தாள்.

அதற்குள் அந்த அறைக்கதவு திறந்துகொண்ட சத்தம் கேட்டது. அனிருத் நிமிர்ந்து பார்த்தான்.

பிரதிபா தன் சிநேகிதியுடன் எதிர்பாராதபடி உள்ளே வந்து கொண்டிருந்தாள். அங்கே அனிருத்தைப் பார்த்ததைவிட, அவன் பண்ணிக் கொண்டிருந்த காரியத்தைப் பார்த்துவிட்டுச் சிலையாக நின்றுவிட்டாள்.

அதற்குள் சமீரா குடித்துவிட்டாள்.

சமீராவின் தோளில் கையைப் பதித்து அவள் நாற்காலிக்கு அருகில் நின்று கொண்டிருந்த அனிருத்தும், உள்ளே வந்து கொண்

டிருந்த பிரதிபாவும் ஒருவரை ஒருவர் பார்த்துக் கொண்டார்கள். பார்த்துக் கொண்டிருந்த போதே பிரதிபாவின் கண்களில் பொறாமைத் தீயானது பக்கென்று பற்றிக் கொண்டது. கூட வந்த சிநேகிதி இதை எதையும் கவனிக்கவில்லை.

''அந்த டேபிள் காலியாக இருக்குடி. வா அங்கேபோய் உட்கார்ந்து கொள்வோம்'' என்றாள்.

இருவரும் அங்கே போய் உட்கார்ந்துகொண்டார்கள்.

அனிருத் தன் இடத்தில் மீண்டும் வந்து உட்கார்ந்தான். ''சாப்பிடு கிறாயா?'' சமீராவிடம் கேட்டான்.

''இப்பொழுதா? வீட்டிற்குப் போய் சாப்பிடுகிறேன்'' என்றாள்.

''டிபன் சாப்பிடு'' அவன் பேரரைக் கூப்பிட்டு இட்லி, தோசைக்கு ஆர்டர் கொடுத்தான்.

சமீராவுக்கு மின்சாரம் தாக்கியது போல் இருந்தது. மனமானது இலவம் பஞ்சாய் இலேசாகிப் பறப்பது போல் இருந்தது. திடீரென்று இந்த உலகமே மிக அற்புதமாகத் தோன்றத் தொடங்கியது.

''நீங்க இன்றைக்கு என் விரதத்தைப் பாழடிச்சிட்டீங்க'' என்றாள் சமீரா.

''ஐ லைக் இட். அன்றைக்கே பாழடிச்சிருக்க வேண்டியது'' என்றான்.

பக்கத்து மேஜையில் இருந்தது யாரென்று சமீராவுக்குத் தெரியாது. டிபன் வந்தது. அனிருத் சமீராவைக் கெஞ்சி சாப்பிட வைத்துக் கொண் டிருந்தான்.

பிரதிபா பார்வையால் துளைத்துக் கொண்டிருந்தது அவனுக்குத் தெரிந்துதான் இருந்தது. சமீராவும், அனிருத்தும் டிபன் சாப்பிட்டுக் கொண்டிருந்தார்கள்.

அதற்குள் பிரதிபா வேகமாக எழுந்து அவனிடம் வந்தாள். ஓங்கி அவன் கன்னத்தில் ஒரு அறைவிட்டாள். ''யூ ப்ரூட்! யூ ராஸ்கெல்! யூ உமனைஸர்!'' அழுதுகொண்டே இன்னும் என்னவெல்லாமோ சொல்லித் திட்டித் தீர்த்துவிட்டாள்.

சமீரா திகைத்துப் போனாள். வாயடைத்து விட்டவள் போல் இருவரையும் மாறி மாறிப் பார்த்துக் கொண்டிருந்தாள்.

அனிருத் பிரதிபாவின் செயலைக் கண்டு ஆவேசப்படவில்லை. அவமானமாக நினைக்கவும் இல்லை. தன்னை அடித்த பிரதிபாவின்

கையைப் பற்றிக்கொண்டு அமைதியாகப் பார்த்தபடி ''இப்போ உன் வெறுப்பு தீர்ந்ததா?'' என்றான்.

''உன்னைக் கொன்று போட்டால் தவிர என் வெறுப்பு துளியும் தணியாது.''

''பொது இடத்தில் வேண்டாம். சாட்சிகள் இருப்பார்கள். நீ இடத்தைச் சொல்லு. நான் வருகிறேன்.''

''சீ!'' பிரதிபா வெறுப்புடன் சமீராவின் பக்கம் திரும்பி ''இவனைப் போன்ற ஏமாற்றுப் பேர்வழி வேறு யாருமே இருக்க மாட்டார்கள். இவனை நம்பிட்டீர்களா? உங்க தலையெழுத்து!'' என்று வேகமாக வெளியே போய்விட்டாள். பிரதிபா ஆத்திரத்துடன் சாத்திய ஸ்பிரிங் கதவு ஆடிக் கொண்டே இருந்தது.

அனிருத் சிலையாகிவிட்டான்.

சமீரா சலனமற்றவள் போல் அப்படியே உட்கார்ந்திருந்தாள். ஒரு நிமிஷம் கழித்து பேக்கை எடுத்துக் கொண்டு ''வருகிறேன்'' என்று கிளம்பினாள்.

அவள் வெளியே வந்தாள். கொஞ்ச நேரத்திற்கு முன்னால் அற்புத உலகத்தில் பறந்து கொண்டிருந்த மனம் மெல்ல மெல்லக் கீழே இறங்கி வரத் தொடங்கியது. உலகம் பழையபடியே இருப்பது போல் இருந்தது. ஏனோ தன்மீதே தனக்குக் கோபம் கோபமாக வந்தது. யார் அவள்... என்ன கொடுமை இது!

★★★

12

அனிருத் லிஃப்டில் அங்கே வந்தான். எதிரே இருந்த கண்ணாடிக் கதவைத் திறந்து உள்ளே ஹாலில் அடியெடுத்து வைத்தான். கதவைத் திறந்தானோ இல்லையோ, அந்த ஹாலில் எதிரொலித்துக் கொண்டிருந்த டம் டம் டம் என்ற ட்ரம் சத்தம், அத்துடன் காதுகளைப் பிளக்குமாறு பாட்டுடன் சேர்ந்து கேட்கத் தொடங்கியது.

அங்கே இருந்த மேஜைகளில் பலரும் உட்கார்ந் திருந்தார்கள். எல்லோரும் அவரவர்களுக்குப் பிடித்த உணவு வகைகளை ருசித்துச் சாப்பிட்டுக் கொண்டே குரலைத் தாழ்த்திப் பேசிக் கொண்டிருந்தார்கள். அவர்களைப் பார்த்தால் ஏதோ நாகரீகத்திற்காகக் குச்சியில், ஸ்பூனில், ஸ்போர்க்கில் எடுத்துக் கொறித்துக் கொண்டி ருந்தாற்போல் இருந்ததே தவிர பசிக்குச் சாப்பிடுவது போல் இல்லை.

அனிருத் ஒரு நிமிடம் கதவுக்கு அருகில் நின்றுவிட் டான். அவன் கண்கள் சுபாவும், தியாகராஜனும் எங்கே உட்கார்ந்திருக்கிறார்கள் என்று தேடிக் கொண்டிருந்தன. அதற்குள் பேரர் அங்கே வந்தான்.

அவனை வலது பக்கமாக இருந்த மேஜை அருகில் அழைத்துச் சென்றான். அங்கே சுபா உட்கார்ந்திருந்தாள். தியாகராஜன் இல்லை.

அனிருத்தைப் பார்த்ததுமே சுபாவின் கண்கள் சந்தோஷ த்தால் மின்னின. ''ஹல்லோ!'' என்றாள்.

"குட் ஈவினிங்" அவன் விஷ் செய்துவிட்டு எதிரே இருந்த நாற்காலியில் சாதாரணமாகப் பட்டும் படாமலுமாக உட்கார்ந்தான்.

"உங்களுக்குத் தண்டனை காத்திருக்கிறது" என்றாள் அவள்.

"எதுக்கு?" அவன் ஆர்வமில்லாத குரலில் கேட்டான்.

"நான் உட்காரச் சொல்லாமலேயே நீங்க உட்கார்ந்து கொண்டதற்கு."

ஓ! அவன் லேசாகத் தோள்களை குலுக்கிக் கொண்டான். "தியாகராஜன் என் இஷ்டம்போல் பணத்தை ட்ரா செய்து கொள்வதற்கு பிளாங்க் செக்குகள் தந்திருக்கிறார். ஹோட்டலில் அவருடைய அறைக்கு என் விருப்பம் போல் போய்த் தங்குவதற்கும், சாப்பிடுவதற்கும் அதிகாரம் கொடுத்து அறையின் சாவியைக் கொடுத்திருக்கிறார். உங்களை எப்போது வேண்டுமானாலும் வெளியில் அழைத்துப் போவதற்குத் தோதாகக் காரையும் டிரைவரையும் எனக்காகத் தயாராக வைத்திருக்கிறார். இத்தனை அதிகாரங்கள் இருக்கும் நான் நீங்க உட்காரச் சொல்லும் வரையிலும் காத்திருப்பேனா? காத்திருக்கச் சொல்வது உங்களுக்கே நியாயமாகத் தெரிகிறதா?"

சுபா விழுந்து விழுந்து சிரித்தாள். சிவந்த உதடுகள். ரோஜாவின் மெல்லிய இதழ்கள் கூட அந்த இதழ்களுக்கு முன்னால் தடிமனாகத் தோன்றலாம். வெண்மையான பல்வரிசை, மென்மையான கன்னங்கள், அவள் தோற்றத்திலும், பேச்சிலும், நடத்தையிலும் ஏதாவது குறையைக் கண்டு பிடிக்க வேண்டுமென்று அனிருத் அறிமுகமான இந்த இரண்டு மாதங்களாய் அவளைக் கூர்ந்து கவனித்து வந்தான்.

ஆனால் எந்தக் குறையும் தென்படவில்லை. பார்த்த மாத்திரத்தில் கண்களைத் திருப்பிக்கொள்ள முடியாத அழகு சிலபேரிடம் இருக்கலாம். ஆனால் அந்த அழகுடன் நல்ல குணமும், நடத்தையும் கூடி விட்டால் எவ்வளவு நன்றாக இருக்கும்....அத்தகைய தெய்வீக குணம் கோடியில் ஒருத்தரிடத்தில்தான் கிட்டும்!

ஒரே வார்த்தையில் சொல்ல வேண்டும் என்றால் சுபாவிடம் தெய்வீக அழகு இருந்தது. அந்த அழகைப் பற்றி அவளுக்கே தெரியாதவளாக அவள் இருந்தாள். ஐஸ்வரியத்தால் ஏற்படும் செருக்கு அவளிடம் துளியும் இல்லை. அவள் பேச்சிலும், நடத்தையிலும் நேர்மை இருந்தது. வைரவியாபாரி வைரத்தைப் பார்த்ததுமே அதன் ஜாதி, மதிப்பு எல்லாவற்றையும் அக்குவேறு ஆணிவேராகச் சொல்லி விடுவது போல் சிறுவயது முதல் விதவிதமான மனிதர்களின்

குணநலன்களைப் பற்றித் தெரிந்து வைத்திருந்த அனிருத் சுபாவிடம் இருந்த நல்ல குணத்தையும், நேர்மையையும் நன்றாகத் தெரிந்து கொண்டு விட்டிருந்தான். மனிதநேயத்திற்கு எடுத்துக்காட்டான குணங்கள் கொண்ட சுபாவுக்கும், குரூர மிருகத்தைப் போன்ற தியாகராஜனுக்கும் இடையே எப்படித்தான் உறவு எற்பட்டது என்று அவனுக்குப் புரியவில்லை. ஒன்று மட்டும் உண்மை. தியாகராஜனுக்கு சுபாவிடம் பெற்ற மகளைக் காட்டிலும் அன்பு இருந்தது.

சுபாவின் சுண்டுவிரலில் சின்ன காயம் ஏற்பட்டாலும் தியாகராஜன் தவியாய்த் தவித்துவிடுவான். சுபாவுக்கும் தியாகராஜனிடம் அளவுகடந்த அபிமானம். இந்த உலகத்தில் கடவுள் என்று ஒருத்தர் இருக்கிறார் என்றால் அது தியாகராஜன்தான் என்று சொல்லக் கூடியவள். அவ்விரு வரும் சேர்ந்து இருக்கும் போது அந்த உலகமே வேறு விதமானதாக இருக்கும்.

அந்த உலகத்தில் உலவும்போது தியாகராஜன் மென்மை யான இதயம் படைத்தவனாக இருந்தான். கெடுதலின் நிழல் கூட அங்கே இருக்காது. தியாகராஜனை யாராவது கொஞ்சம் எடுத்தெறிந்து பேசினாலும் சுபாவால் தாங்கிக் கொள்ள முடியாது. அவர்களின் நிழல் கூட தன் சுற்றுவட்டாரத்தில் இருக்க அனுமதிக்க மாட்டாள்.

''ஏதாவது சாப்பிடுறீங்களா?'' என்று சுபா கேட்டாள்.

''வேண்டாம்'' என்று அனிருத் மறுத்துவிட்டான். பெயருக்குக் கொறிப்பது அவனுக்குப் பிடிக்காது. வேளை தவறாமல் சாப்பிடுவது அவன் பழக்கம். ஏதாவது ஒரு வேளை சாப்பிடவில்லை என்றால் அடுத்த வேளை வரும் வரையில் அவனால் பசியைத் தாங்கிக் கொள்ள முடியும். பசி, தூக்கம், பணத்தைச் செலவு செய்வது... இந்த மூன்றும் எப்போதும் அவன் கட்டுப்பாட்டில் இருக்கும். இங்கே வருவதற்கு முன்னால்தான் ஹோட்டலில் டிபன் சாப்பிட்டான்.

''ஐஸ்க்ரீம் சாப்பிடுங்களேன்.''

''ஊஹூம்.''

''சாப்பிடக் கூடாதா?''

''பசியில்லை.''

''எனக்குக் கம்பெனிக்காக. அங்கிள் இன்னும் வரவில்லை...'' என்றாள்.

''எங்கே போனார்?''

''ஏதோ வேலையாகப் போயிருக்கிறார்.''

சுபாவை எப்போது கேட்டாலும் இதே பதில்தான் சொல்லுவாள். தியாகராஜன் அருகில் இல்லாதபோது அனிருத் அவனைப் பற்றி விசாரிக்கும் போதெல்லாம் இதே பதில்தான் வரும். அவன் எங்கே போகிறான் என்று உண்மையிலேயே அவளுக்குத் தெரியாதா அல்லது தெரிந்தும் சொல்லாமல் மறைக்கிறாளா என்று அனிருத்திற்குப் புரிய வில்லை.

பேரர் வந்ததும் சுபா ஐஸ்க்ரீமுக்காக ஆர்டர் கொடுத்தாள். அனிருத் வேண்டுமென்றே அவளைப் பேச்சிற்கு இழுத்தான். "உங்க அங்கிள் எங்கேயாவது போனால் உங்களிடம் சொல்ல மாட்டாரா?"

"ஏன் சொல்ல மாட்டார்? அவர் காரில் ஏறும் போது நான் டாட்டா காட்டினால்தான் அவர் கிளம்பிப் போவார்."

"எங்கே போவார்?"

"ஏதோ... வேலையாகப் போகிறான் என்பார்."

"என்ன வேலை என்று கேட்க மாட்டீங்களா?"

"ஊஹூம். அவர் சொன்னாலும் நான் கேட்டுக் கொள்ள மாட்டேன். ரொம்ப போர்."

"கேட்கா விட்டால் எப்படி? அவர் எப்பொழுதாவது வேலையாகப் போய்விட்டு வீட்டிற்கு வராவிட்டால்?"

"ஏன் வரமாட்டார்?"

"ஏதாவது போற வழில ஆபத்து நேர்ந்தால்?"

"ஆபத்தா! அங்கிளுக்கா?" சுபா சிரிப்புடன் நெற்றியைச் சுளித்தாள். உடனே உரக்கச் சிரித்துவிட்டு "விதிப்படி நடக்க வேண்டியது ஏதாவது இருந்தால் அதை நடக்காமல் யாராலும் தடுத்து நிறுத்திவிட முடியாது என்பதை நான் நம்புகிறேன். அங்கிளுக்கு ஏதாவது நேர்ந்தால் முதலில் எனக்குத்தான் தெரியும்."

"சுபா! நீங்க எங்கே படிச்சீங்க?"

சுபா அவனைப் பார்த்துச் சிரித்தாள். "என்ன விசேஷம்? இன்றைக்கு உங்க பேச்சே புதுசா இருக்கே? என் படிப்பைப் பற்றி உங்களுக்கு ஆர்வம் ஏன்?"

"சும்மாதான் கேட்டேன். நேற்று நீங்க போனில் பேசும் போது கேட்டேன். பிரஞ்ச் ரொம்ப நன்றாகப் பேசுறீங்க. ஆங்கிலம் கூட மறு முனையிலிருந்து கேட்டால் பேசுவது வெளிநாட்டுப் பெண்ணோ என்று நினைக்கத் தோன்றும்."

சுபா சிரித்தபடி "அதென்ன பெரிய விஷயம்? கற்றுக் கொண்டால் எல்லாமே தானே வரும்" என்றாள்.

"உங்கள் சிறுவயதை நீங்கள் இந்தியாவில் கழிக்கவில்லை என்று என்னால் நிச்சயமாகச் சொல்ல முடியும்."

"எப்படிச் சொல்றீங்க?"

"என்னை சி.ஐ.டியைப் போல் நீங்க பரிசோதிச்சிப் பார்க்கிறீங்களா?"

"அந்த அவசியம் எனக்கு இல்லை. சி.ஐ.டி.க்கள்தான் எங்கள் பின்னால் சுற்றிக் கொண்டிருப்பார்கள்." பேரர் கொண்டு வந்த ஐஸ் க்ரீமைச் சுவைத்துக் கொண்டே சொன்னாள்.

அவன் சுறுசுறுப்பானான். "சி.ஐ.டி.க்கள் உங்கள் பின்னால் சுற்று வானேன்?"

"உங்களுக்குத் தெரியாதா? இந்தக் காலத்தில் நாலு காசைச் சம்பாதித்து விட்டால் எல்லோருக்கும் சந்தேகம்தான். எங்கள் அங்கிளி டம் இருக்கும் பணத்தைப் பார்த்தால் யாருக்குமே எப்படி இந்த அள வுக்கு அவருக்குச் சம்பாத்யம்னு சந்தேகம் வரும்."

"ஓ...அவருடைய பிசினெஸ் என்னவென்று உங்களுக்குத் தெரியுமா?"

சுபா சிரித்தாள். "ஊகூம் எனக்குத் தெரியாது. ஆனாலும் எங்க அங்கிள் தன்னுடைய புத்தி சாதுரியத்தினால் பணத்தைச் சம்பாதித் துக் கொள்வதுபத்தி மற்றவர்களுக்கு இவ்வளவு வயிற்றெரிச்சல் ஏன்?"

"அது ரொம்ப சகஜம். ஏன் என்றால் இந்த உலகத்திலுள்ள எல் லோருக்கும் கொஞ்ச நஞ்சமாவது திறமை இருக்கத்தான் செய்கிறது. அவர்களெல்லாம் நேர்மையுடன், கஷ்டப்பட்டு உழைத்தால் இவ்வ ளவு பணம் சம்பாதிக்கப் பல தலைமுறைகள் ஆகும். அப்படி இருக் கும்போது உங்க அங்கிள் மட்டும் ரொம்பக் குறுகிய காலத்தில்..."

"யாருக்கும் கிடைக்காத வாய்ப்புகள் எதுனா அவருக்குக் கிடைத் திருக்கலாம்."

"அந்த வாய்ப்புகள் என்னவென்று எல்லோருக்கும் தெரிந்தால் இந்தப் பிரச்னையே இருக்காதே."

"எதுக்குத் தெரியணும்? அது பர்சனல் விஷயம். இந்த உலகத் திலுள்ள எல்லோரும் அவரவர்கள் பண்ணும் காரியங்களைப் பற்றி மற்றவர்களிடம் தண்டோரா அடித்துப் பறைசாற்றிக் கொண்டிருக் கிறார்களா என்ன?"

"இல்லைதான்.

''ப்ளீஸ். நாம் அங்கிள் பற்றிப் பேசுவதை இதோட விட்டு விடுவோமே?''

''ஒய் நாட்! ஓ.கே. ஓ.கே.'' சட்டென்று சொன்னான் அவன்.

அதற்குள் அங்கே தியாகராஜன் வந்தான். வந்ததுமே சுபாவின் அருகில் சென்று செல்லமாகக் கன்னத்தில் தட்டிவிட்டு ''ஹலோ! மை லிட்டில் ஏஞ்சல்'' என்றான்.

''அங்கிள்! ஏன் இவ்வளவு தாமதம் செய்து விட்டீங்க?'' சுபா அவனுடைய கையைப் பிடித்துக் கொண்டாள்.

''கொஞ்சம் லேட் ஆகிவிட்டது. கவலைப்பட்டுவிட்டாயா?''

''இல்லை. இப்பொழுதுதான் இவர் உங்க அங்கிளுக்கு ஏதாவது ஆபத்து நேர்ந்துவிட்டால் என்ன செய்வாய் என்று பயமுறுத்திக் கொண்டிருந்தார்.''

கேலியாக அதே சமயம் புகார் செய்வது போல் சொன்னாள்.

''யாரு... அனிருத்தா?'' அவனைத் திரும்பிப் பார்த்தான்.

அனிருத் இயந்திரகதியில் அவனை வணங்கினான்.

''குட்! நீ வரமாட்டாயோ என்று நினைத்தேன்.'' அந்தக் குரலில் கொஞ்சம் ஏளனமும், நீ என்ன முறுக்கிக் கொண்டாலும் வராமல் இருக்க முடியாது என்று எனக்குத் தெரியும் என்ற தற்பெருமையும் வெளிப்பட்டன.

அனிருத் அதைப் பொருட்படுத்தவில்லை. அவ்விருவரையுமே பார்த்துக் கொண்டிருந்தான். அவர்கள் ஒருவர் கையை மற்றவர் பிடித்துக் கொண்டிருந்தார்கள். அந்த ஸ்பரிசத்திலும் சந்தோஷத்திலும் தந்தை மகளின் நெருக்கத்தைத் தவிர வேறெதுவுமே தென்படவில்லை அவனுக்கு.

அதற்குள் அங்கே நீலநிற சூட் அணிந்துகொண்டு தலைப்பாகை தரித்திருந்த பஞ்சாபிக்காரன் ஒருவன் வந்தான். அவனுக்கு வயது சுமார் ஐம்பது இருக்கலாம். அவனது முகம் உப்பலாய், வட்டமாய் இருந்தது. தியாகராஜனைப் பார்த்து அவன் விஷ் செய்தான்.

தியாகராஜன் பதிலுக்கு விஷ் செய்துவிட்டு சுபாவை அவனுக்கு அறிமுகப்படுத்தினார். பிறகு அனிருத்தைக் காட்டி ''சுபாவுக்கு கணவனாக வரப் போகிறவர்'' என்று அறிமுகப்படுத்தினான்.

அனிருத் நிமிர்ந்து உட்கார்ந்தான். சுபாவின் கண்களில் ஒரு வினாடி ஆனந்தம் மின்னிவிட்டு மறைந்தது. அதை அனிருத்தின்

கண்கள் கவனித்துவிட்டன. அவன் மனதில் சந்தோஷமும், மறுப்பும் ஒரு வினாடி சண்டை போட்டுக் கொண்டன!

தியாகராஜன் தனக்குக் கண்ணி வைத்திருக்கிறான். அந்தக் கண்ணியில் பொறியாக சுபாவைப் பயன்படுத்துகிறான். தான் கொஞ்சம் பலவீனமடைந்து விட்டால்கூடப் போதும், தியாகராஜன் அவனைத் தன்னுடைய உலகத்திற்குள் இழுத்துக் கொண்டு விடுவான். அதற்குப் பிறகு அவனுக்கு எது ஒன்றும் தன்னுடையது என்ற எண்ணமோ, இந்த உலகமோ எதுவும் இல்லாமல் போய்விடும். அனிருத்திற்கு அந்த ஆபத்தைப் பற்றி நன்றாகவே தெரியும். சுயநினைவு இருக்கும் வரையில் அவன் அந்த விஷயத்தை மறக்க மாட்டான்.

அவனுக்கு அந்த நேரத்தில் பிரதிபாவைப் பற்றிய நினைவு வந்தது. இந்த சமயத்தில் பிரதிபா அவனுக்குப் பக்கபலமாக இருந்திருக்க வேண்டும். இந்தப் போராட்டத்தில் அவன் மனதிற்குத் தெம்பை ஊட்டியிருக்க வேண்டும்.

"இவன் எனக்குச் சொந்தமானவன்" என்று முகத்தில் அடித்தாற்போல் இவர்களிடம் சொல்லியிருக்க வேண்டும். ஆனால் அவன் துரதிர்ஷ்டம். பிரதிபா அவனைத் தவறாகப் புரிந்துகொண்டு பிரிந்து போய்விட்டாள். அதனால் அவனுக்கு வாழ்க்கை இருமடங்கு வேதனையானதாக, பாரமானதாக மாறிவிட்டது.

★★★

சமீராவுக்கு அன்று வீடு திரும்பியதிலிருந்தே உடல் முழுவதும் வலியாக இருந்தது. மறுநாள் எழுந்துகொள்ளும் போது ஜுரத்தால் உடம்பு அனலாகக் கொதித்துக் கொண்டிருந்தது. எப்படியோ எழுந்துகொண்டு ஒரு வழியாகக் குளித்துவிட்டு வந்தாள். சாப்பிட உட்கார்ந்தாளே தவிர சாப்பிட முடியவில்லை. ஆபீசுக்குக் கிளம்புவதற்காக உடை மாற்றிக் கொண்டாள். அதற்குமேல் முடியாத வளாகக் கட்டிலில் வந்து படுத்துக் கொண்டுவிட்டாள்.

"என்னடி? ஆபீசுக்குக் கிளம்பியவள் இப்படி வந்து படுத்திருக்கிறாயே?" என்று தாய் அருகில் வந்தாள்.

"என்னால இன்னைக்குப் போக முடியாதும்மா" என்றாள்.

தாய் அவள் உடம்பைத் தொட்டுப் பார்த்துவிட்டுத் திடுக்கிட்டாள். "என்னடி இது? உடம்பு அனலாகக் கொதிக்கிறதே? ஜுரமாக இருக்கா?" என்றாள்.

சமீரா ஆமாம் என்பது போல் தலையை அசைத்தாள்.

"ஐயோ! இவ்வளவு ஜுரத்தோடு ஏண்டி குளிச்சே? உனக்குப் புத்தியிருக்கா?"

"என்னைத் திட்டாதேம்மா. ப்ளீஸ்!"

"ஆமாம். நீ செய்த காரியம் ரொம்ப அழகாகத்தான் இருக்கு. நான் ஏதாவது சொல்லிவிட்டால் அது ஒனக்கு வாயாடித்தனமாகத் தாண்டி இருக்கும். நான் ஒரு ராட்சசி... பிடாரி. அப்படித்தானே?"

''அம்மா.. ப்ளீஸ்மா.'' வேண்டுவது போல் அவளைப் பார்த்தாள்.

''ஜன்னி கண்டுவிட்டால் என்னடி செய்றது? ச்சே, என்ன குழந்தைகளோ? என்ன உலகமோ? எல்லாமே ரகசியம்தான். ஜுரம் வந்தால்கூட வாய்விட்டுச் சொல்லக்கூடாதா. தாய் ஒருத்தி இன்னும் உயிருடன் இருக்கிறாள் என்பதாவது தெரியுமா உனக்கு?''

அவள் திட்டிக் கொண்டும், புலம்பிக் கொண்டும் டாக்டரிடம் ஓடினாள். எதிர்த்த வீட்டில் மருத்துவம் கடைசி ஆண்டு படித்துக் கொண்டிருக்கும் இளைஞன் ஒருவன் இருந்தான். அவன் பீசு கேட்கமாட்டான் என்பதால் சரஸ்வதி எப்போதும் எதுவானாலும் அவனிடம்தான் போவாள்.

அவன் கல்லூரிக்குக் கிளம்பிக் கொண்டிருந்தான். சரஸ்வதி போய்க் கூப்பிட்டதும் வந்தான். தர்மாமீட்டரைக் கேட்டு வாங்கிக் கொண்டு சமீராவின் ஜுரத்தைப் பார்த்தான்.

கையைப் பிடித்து நாடியைப் பரிசோதித்தான். கண்களையும், நாக்கையும் பரிசோதித்துவிட்டு ஃப்ளூ என்று சொன்னான்.

மருந்துகளை எழுதிக் கொடுத்துவிட்டு ''ஒரு வாரம் ஆபீஸ் என்ற பேச்சையே எடுக்காதீங்க'' என்று எச்சரித்தான். ''ஈவ்னிங் வந்து பார்க்கிறேன்'' என்று சொல்லிவிட்டுப் போனான்.

அவன் போனதும் தாய் ''எவ்வளவு நல்ல பையன்?'' என்று அவன் புகழ்பாடினாள்.

''அழைத்து வந்து வளர்த்துக்கொள். வேண்டுமானால் இந்த வீட்டையும் அவனுக்கு எழுதிக்கொடு'' என்றாள்.

''நீயும் உன் குதர்க்கப் பேச்சும். பாவம்டி கூப்பிட்டதுமே வந்து பார்த்தான். அந்த நன்றி கூட உனக்கு இல்லையே?''

''இருமல் ஜலதோஷத்திற்கு எழுதித் தரும் மருந்துகளைத்தானே அவன் எழுதித் தந்திருக்கான்.''

''இருந்தால் மட்டும்? ஃபீசு வாங்கிக்கொள்ளாத டாக்டர் இல்லை யா? காரில் வந்து அட்டகாசம் செய்தால்தான் பெருமையா'' என்றாள் சரஸ்வதி.

பிறகு கடைத்தெருவுக்குப் போய் மருந்துகளை வாங்கி வந்தாள். சமீரா மாத்திரைகளைப் போட்டுக் கொண்டு தூங்கிவிட்டாள். மதியத்திற்கு மேல்தான் விழிப்பு வந்தது. கண்ணைத் திறந்து பார்த்த போது எதிரே லக்ஷ்மி உட்கார்ந்திருந்தாள். கட்டிலுக்கு அருகிலேயே

உட்கார்ந்து என்னவோ பழைய பத்திரிகையை புரட்டிக் கொண்டி ருந்தாள்.

சமீரா கண்களைத் திறந்ததைப் பார்த்துவிட்டு லக்ஷ்மி முறு வலித்தாள். அந்தச் சிரிப்பு நெருக்கமாக, குளிர்ச்சியாக இருந்தது.

''எவ்வளவு நேரமாச்சும்மா வந்து?'' சமீரா எழுந்துகொள்ளப் போனாள்.

''வேண்டாம். எழுந்திருக்க வேண்டாம். உங்க அம்மா காய்கறி வாங்கிக் கொண்டிருந்த போது கண்ணில் பட்டாங்க. சமீரா ஆபீசுக் குப் போயிருக்கிறாளா என்று கேட்டேன். இல்லை ஜுரம்னு சொன் னாங்க. உடனே வந்துவிட்டேன். நீ தூங்கிக் கொண்டிருந்தாய். எவ்வ ளவு நேரமானாலும் சரி, விழித்துக் கொள்ளும் வரையில் இருந்து பார்த்து விட்டுப் போகலாம் என்று உட்கார்ந்திருந்தேன். உன் கம்பெனி நம்பர் கேட்டு லீவு சொல்லி விட்டேன்'' என்றாள்.

''தாங்ஸ் லக்ஷ்மீ!'' என்றாள் சமீரா.

லக்ஷ்மி சமீராவின் கையைப் பற்றிக் கொண்டாள். அதை அன்பு டன் தடவிக் கொண்டே ''ஃப்ளூ ஜுரம்தானே. சீக்கிரமாகக் குறைந்து விடும். உனக்குப் பொழுது போகவில்லை என்றால் நான் வந்து இங்கேயே உட்கார்ந்து கொள்கிறேன். உனக்கு ஜுரம் குறைந்து நீ ஆபீசுக் குப் போகும் வரையில் என் முகாம் இங்கேதான். சரிதானா?'' என்றாள்.

''உங்க வீட்டில் எதுவும் சொல்ல மாட்டார்களா?''

''என்னையா? ஊஹும். ஒன்றுமே சொல்ல மாட்டார்கள். நான் மட்டும்தானா? எங்க வீட்டில் எல்லோருக்கும் நட்பின் மதிப்புபற்றி நன்றாகவே தெரியும். நட்புக்காக உயிரையும் கொடுப்பார்கள். எங்க அம்மா, அப்பா, அண்ணா...'' லக்ஷ்மி பேச்சைப் பாதியிலேயே நிறுத்தி விட்டாள். அண்ணா என்று சொன்னதுமே ஏதோ சொல்லக் கூடாத வார்த்தை வாயில் வந்துவிட்டாற்போல் சமாளித்துக் கொண்டு இடை யிலேயே நிறுத்திக் கொண்டுவிட்டாள்.

லக்ஷ்மியின் வாயிலிருந்து அண்ணா என்ற வார்த்தை வெளிப்பட் டதுமே சமீராவும் சூனியத்தைப் பார்த்தபடி மௌனமாக இருந்து விட்டாள். நேற்றிரவு வீட்டுக்கு வந்ததிலிருந்து சமீராவின் மனம் ஊமை யாகி விட்டிருந்தது. திரும்பத் திரும்ப பிரதிபா அனிருத்தை கன்னத் தில் அடித்ததே நினைவில் வந்து கொண்டிருந்தது. அந்தப் பெண் அவ்வளவு தூரம் அவனை அவமானப்படுத்தியிருக்கிறாள். ஆனாலும் அவன் கடுகளவு கூட ஆவேசப்படவில்லை. அவள் போன பிறகு

அவளை எடுத்தெறிந்தும் பேசவில்லை. அவன் அவளை மணக்க இருந்தவன்தான். ஆனாலும் யாராய் இருந்தால்தான் என்ன? எதற்காக இவ்வளவு பொறுமை காட்டவேண்டும்? யார் மீதாவது அளவு கடந்த அன்பு இருந்தால்தானே, அப்படிப்பட்டவர்கள் செய்யும் எல்லாக் காரியங்களையும் பொறுத்துக் கொள்ள முடியும்? அனிருத்திற்குப் பிரதிபா என்றால் அவ்வளவு இஷ்டமா? அவ்வளவு இஷ்டம் இருந்தால் அவர்கள் திருமணத்தை ஏன் நிறுத்திவிட்டான்?

எதற்காகத் தனக்கு இந்த யோசனையெல்லாம் வரவேண்டும்? தனக்கும் அவர்களுக்கும் எந்தவித சம்பந்தமும் இல்லை. ஆனாலும் அவள் அவர்களைப் பற்றி இவ்வளவு தூரம் யோசிப்பானேன்? இது என்ன பைத்தியக்காரத்தனம்? ஒன்று மட்டும் உண்மை. இனி அனிருத்துடன் தான் பேசப் போவதில்லை.

சமீரா நேற்று இரவே இந்த முடிவுக்கு வந்துவிட்டாள். அந்த வேலை அவளுக்கு மிகவும் அவசியம்தான். ஆனாலும் வேறு வழியில்லை.

அதை விட்டுவிடத்தான் வேண்டும். தனக்கு வேலை கிடைக்கவே இல்லை என்று நினைத்துக் கொள்வதுதான் உத்தமம். லக்ஷ்மியுடன்கூட இனிமேல் பேச்சு வைத்துக்கொள்ளக் கூடாது.

"என்ன சமீரா யோசிக்கிறாய்?" என்றாள் லக்ஷ்மி.

"ஒன்றும் இல்லை."

அதற்குள் சரஸ்வதி அங்கே வந்தாள். "காலையிலிருந்து ஒன்றுமே சாப்பிடவில்லை. இந்தா... இந்த ப்ரெட்டையாவது சாப்பிடு."

"அம்மா! எனக்குப் பிடிக்கவில்லை. வேண்டாம்மா."

"டாக்டர் சொல்லியிருக்கிறார். சாப்பிடவில்லையென்றால் மிகவும் பலவீனமாகி விடுவாயாம். இந்த ஜுரத்திற்குப் பட்டினி இருக்கக் கூடாதாம். கொலைப்பட்டினி கிடந்தா எப்படி?"

"இப்படிக் கொடுங்கம்மா. நான் தருகிறேன்" என்றாள் லக்ஷ்மி.

லக்ஷ்மி பிரட்டை சிறு துண்டுகளாக்கி பாலில் போட்டு ஸ்பூனால் எடுத்து அவள் வாயில் கொடுத்துக் கொண்டே "நல்ல பெண் இல்லையா. சாப்பிடு" என்றாள் சிறு குழந்தைக்குச் சொல்வது போல்!

சமீராவால் மறுக்க முடியவில்லை. "நீ நர்ஸாக இருந்தால் நன்றாக இருந்திருக்கும்" என்றாள்.

"ஏன் அப்படிச் சொல்கிறாய்?"

''நோயாளிகளுக்குச் சீக்கிரம் தேவலையாகிவிடும். எனக்குப் பார். ஜுரமும், உடல்வலியும் உன்னால கொஞ்சம் குறைந்தாற்போல் இருக்கு.''

''நீ ரொம்பத்தான் ஐஸ் வைக்கிறாய்'' என்றாள் லக்ஷ்மி. அதன் பிறகு ரொம்ப நேரம் பேசிக் கொண்டிருந்துவிட்டுப் போனாள்.

ஒரு வாரமாகிவிட்டது. சமீராவின் ஜுரம் கொஞ்சம் குறைந் திருந்தது. ப்ளூ ஜுரம் கொஞ்சம் தீவிரமாக இருந்ததால் அவள் குண மாக எதிர்பார்த்ததைவிட அதிகநாள் பிடித்தது. ஒரு நாள் தான் லீவு என்றாலும், இரண்டு நாட்களுக்கு முன்னாடியே சமீரா ராஜிநாமா கடிதம் எழுதி தம்பியிடம் கொடுத்தனுப்பிவிட்டாள். வீட்டில் தாயி டமும், லக்ஷ்மியிடமும் அவர்களே தன்னை வேலையிலிருந்து நீக்கி விட்டதாகச் சொன்னாள். இதைக் கேட்டதும் லக்ஷ்மி ரொம்பவும் வருத்தப்பட்டாள்.

''அவர்களுடைய தலையில் இடிவிழ. அவர்கள்ல யாருக்குமே ஜுரம் எதுவும் வராதாமா?'' என்று வசைபாடினாள்.

இந்த ஜுரத்தின் மூலமாக லக்ஷ்மியும் சமீராவும் இன்னும் நெருங்கிய சிநேகிதிகளாகி விட்டார்கள். இருவருக்குள் பரஸ்பரம் பிரியம் ஏற்பட்டது. இருவருமே இதுவரை இனம் புரியாத தனிமை யால் அவஸ்தைப்பட்டுக் கொண்டிருந்தார்கள். இப்போது மனம் விட்டு பேசிக் கொள்ளும் போது நிம்மதியாக உணர்ந்தார்கள்.

கடைத் தெருவுக்குப் போவதாக இருந்தால் இருவரும் சேர்ந்தே போகத் தொடங்கினார்கள். பகல் முழுவதும் சேர்ந்தே கழித்தார்கள்.

சமீராவுக்கு இப்பொழுது நிம்மதியாக இருந்தது. மனதில் எந்தக் கலவரமும் இல்லை. லக்ஷ்மியுடன் நட்பு வைத்துக் கொள்வதில் நேர்மை இருந்தது. இதற்கு முன்னால் லக்ஷ்மியை தான் ஏமாற்றிக் கொண்டிருக்கிறோம் என்ற குற்ற உணர்வு இருந்தது. தனக்காக அல் லாமல் அனிருத்திற்காக அவளுடன் சிநேகம் வைத்துக் கொண் டிருப்பதாக மனதில் ஒரு உறுத்தல் இருந்து கொண்டே இருந்தது.

அன்று லக்ஷ்மி வந்தாள். அப்போது சமீரா புத்தகம் படித்துக் கொண்டிருந்தாள்.

லக்ஷ்மி வந்து அவள் பக்கத்தில் உட்கார்ந்துகொண்டாள். ''சமீரா!'' என்று அவளை அழைத்தாள். அந்த அழைப்பு சாதாரணமானதாக இல்லை. அதில் அவளிடம் எதையோ கேட்க வந்ததுபோல் ஒரு விதத் தயக்கம் நிறைந்திருந்தது.

''என்ன?''

"ஒரு... நூறு ரூபாய் பணம் இருக்குமா? வீட்டில்..." லக்ஷ்மி தயக்கத்துடன் அத்துடன் நிறுத்திக் கொண்டாள்.

சமீராவுக்குப் புரிந்துவிட்டது. அதைவிட விவரமாகச் சொல்ல வேண்டியதில்லை. சமீரா அதற்கு மௌனமாக இருந்தாள்.

"நீ வேலையை விட்டுவிட்டாய் என்று தெரியும். ஆனாலும் என்ன செய்வது என்று புரியவில்லை. யாரைக் கேட்பது என்று தெரியவும் இல்லை. அம்மாவும் அப்பாவும் மூளை கலங்கிவிட்டாற்போல் மௌனமாக இருக்கிறார்கள். வீட்டில் என்ன இருக்கு என்ன இல்லை என்றெல்லாம் கவனிப்பதேயில்லை. நேற்று முழுவதும் எல்லோரும் பட்டினிதான். இன்று அம்மா தலையை சுற்றிக் கொண்டு வருகிறது என்று புடவைத் தலைப்பை விரித்துக்கொண்டு படுத்து விட்டாள். அப்பா கட்டிலை விட்டு எழுந்து கொள்ளவே இல்லை."

"லக்ஷ்மி! இதை நேற்றே என்னிடம் ஏன் சொல்லவில்லை?"

"முடிந்த வரையில் சமாளித்துப் பார்த்தேன்."

"லக்ஷ்மி! நீ வீட்டுக்குப் போ. கால் மணி நேரத்தில் நான் உனக்குப் பணம் கொண்டு வந்து தருகிறேன்" என்றாள்.

லக்ஷ்மி கண்களைத் துடைத்துக் கொண்டு போய்விட்டாள்.

சமீரா யோசனையில் ஆழ்ந்தாள். தன்னால் நூறு ரூபாய் எங்கிருந்து தரமுடியும்? தன்னிடம் ஒரு ரூபாய் கூட விட்டு வைக்காமல் தாய் எல்லாவற்றையும் வாங்கிக் கொண்டு விடுகிறாள். அவள் சமீபத்தில் இன்னொரு காரியமும் பண்ணியிருக்கிறாள். பக்கத்து வீட்டிற்குப் புதிதாகக் குடி வந்திருக்கும் வக்கீலுக்குப் போன் வேண்டுமாம். வீட்டில் இருந்ததை அவர்களுக்கு விற்றுவிட்டு அந்தப் பணத்தை அப்படியே வங்கியில் போட்டுவிட்டாள். சமீரா தனக்கு ஒரு ரூபாய் வேண்டும் என்று அவளிடம் கேட்டாலும் அதற்கு ஆயிரம் கேள்விகள் கேட்பாள். "பணம் மரத்தில் காய்க்காது" என்று ஒரு சொற்பொழிவே ஆற்றி விடுவாள். அவளிடமிருந்து பணம் வசூல் செய்வது நடக்காத காரியம். அப்படி இருக்கும்போது லேசில் நூறு ரூபாய் கொடுத்து விடுவாளா?

சமீராவுக்கு என்ன செய்வதென்று புரியவில்லை. கடைசியில் அவளுக்கு ஒரு யோசனை வந்தது. பக்கத்துத் தெருவில் பார்வதி என்ற சிநேகிதியின் தாய் இருக்கிறாள். ஏதாவது பொருளை அடமானம் வாங்கிக் கொண்டு பணம் தருவாள். சமீராவின் விரலில் ஒரே ஒரு தங்க மோதிரத்தைத் தவிர வேறு நகை எதுவும் இல்லை.

அதுவும் பழங்காலத்து நகை அது. பாட்டி கொடுத்தது. சமீரா அவ்வப் பொழுது அதைக் கழற்றிப் பெட்டியில் வைப்பாள். திரும்பவும் விருப்பம் இருந்தால் எடுத்து போட்டுக் கொள்வாள். அதனால் தாய்க்கு அதைப் பற்றிய சந்தேகமும் வராது.

சமீரா எழுந்து உடைகளை மாற்றிக் கொண்டாள். பெட்டியிலிருந்து மோதிரத்தை எடுத்து விரலில் போட்டுக் கொண்டு பார்வதியின் வீட்டுக்குக் கிளம்பினாள்.

அரைமணி நேரம் கழித்து வந்து லக்ஷ்மியிடம் நூறு ரூபாய் கொடுத்தாள். சமீரா போன போது லக்ஷ்மி வாசலிலேயே காத்திருந் தாள். சமீராவைப் பார்த்ததும் முகம் மலர ஓடி வந்தாள்.

''இதோ பணம். சீக்கிரம் கடைத் தெருவுக்குப் போய் எதுனா வாங்கி யாந்து உங்க அம்மா அப்பாவுக்குச் சாப்பாடு போடு'' என்றாள்.

பார்த்துக் கொண்டிருந்த போதே லக்ஷ்மிக்கு விழியில் நீர் பெரு கிற்று. சட்டென்று சமீராவை அப்படியே கட்டிக் கொண்டு விட்டாள்.

''ஏய்.. என்ன இது?'' என்றாள் சமீரா.

''நான் அடிக்கடி நினைத்துக் கொள்வேன். இந்தச் சூழ்நிலையில் நீ சிநேகிதியாய் கிடைத்திருக்காவிட்டால் என்னவாகி இருப்பேனோ என்று.''

''அப்படியெல்லாம் சொல்லாதே. கடவுள் ஏதாவது ஒரு வழி காட்டுவார்.''

லக்ஷ்மி கண்களைத் துடைத்துக் கொண்டாள். ''தவறு முழுவதும் எங்க அப்பாவுடையதுதான். கையில் இருந்த கொஞ்ச நஞ்ச பணத்தையும் அண்ணா பிரதிபாவைத்தான் கல்யாணம் செய்து கொள்ளப் போகிறானே என்று அவர்களுடைய வியாபாரத்தில் போட்டுவிட்டார். பிரதிபா இப்போ அதையெல்லாம் அமுக்கி வைத்துக்கொண்டுவிட்டாள். எங்களை எவ்வளவு துன்புறுத்தணுமோ அவ்வளவு துன்புறுத்துகிறாள்.

இதில் அவளையும் எந்தத் தவறும் சொல்ல முடியாது. அவளுடைய அப்பா இறந்து போனதால் அவ ளுக்கு ஏற்பட்டிருக்கும் வேதனை சாதாரணமானது இல்லையே?''

''இதற்கெல்லாம் காரணம் உங்க அண்ணாதானே?''

''இல்லை.''

''இல்லையா?'' இரட்டிப்பது போல் கேட்டாள் சமீரா.

லக்ஷ்மி அவள் சொன்னதை மறுப்பதுபோல் தலையசைத்துக் கொண்டே திடமான குரலில் "இதற்கெல்லாம் காரணம் எங்க துரதிர்ஷ்டம்தான். விதி இப்படி இருப்பதால்தான் எங்களுக்கு இந்த மாதிரி சூழ்நிலை வந்திருக்கிறது.''

"பேஷ்! எல்லோரும் இப்படி கர்ம சித்தாந்தத்தை ஒப்பிக்கத் தொடங்கிவிட்டால் இந்த உலகத்தில் கோபதாபங்கள், வெறுப்பு, துவேஷம் இவற்றில் எதுவுமே இருக்காதே.''

"அதுவும் சரிதான். ஆனால் யார் நினைக்காவிட்டாலும் நான் அப்படித்தான் நினைப்பேன்.''

சமீரா லக்ஷ்மியிடம் விடைபெற்றுக் கொண்டு வந்துவிட்டாள். அன்று இரவு சாப்பிடும் போது மனதுக்கு நிம்மதியாக இருந்தது. இன்று லக்ஷ்மிக்கு உதவி செய்ததில் எந்தச் சுயநலமும் இல்லை. யாரையும் ஏமாற்றவும் இல்லை. தானும் உபவாசம் இருக்கத் தேவை யில்லை. இந்த விஷயம் அனிருத்திற்குத் தெரிந்தால் எவ்வளவு நன்றாக இருக்கும்? சமீராவுக்கு இன்னொரு விஷயத்திலும் சந்தோஷமாக இருந்தது. தான் ராஜிநாமா கொடுத்த விஷயம் இந்நேரம் அவனுக்குத் தெரிந்துதான் இருக்கும். இனி உதவி செய்யச் சொல்லி தன்னிடம் எப்படிக் கேட்க முடியும் அவனால்? தன் வீட்டாரைப் பற்றிய சமாசாரங்கள் தெரியாமல் தவித்துக் கொண்டு இருப்பான். நன்றாகத் தவிக்கட்டும். சமீராவுக்கு ஏனோ அவனுக்குத் தன்னால் வேதனை ஏற் படும் என்ற நினைப்பு மனதிற்குக் கொஞ்சம் ஆறுதலைக் கொடுத்தது.

★★★

ஒருவாரம் கழித்து...

தாய் சில ஜாக்கெட் பிட்டுகளை வாங்கி வரச் சொன்னதால் சமீரா கடைத்தெருவுக்குப் போய் அவற்றை வாங்கிக் கொண்டு வீடு திரும்பிக் கொண்டிருந்தாள். இந்த ஒரு வாரமாகவே சமீராவும், லக்ஷ்மியும் பெரும்பாலான நேரத்தைச் சேர்ந்தாற் போலவே கழித்து வந்தார்கள். சமீராவுக்கு வேலையை விட்டுவிட்ட பிறகு வீட்டில் பொழுதே போகவில்லை. கையில் பணமும் இல்லை. தாய் அவளை ஏதாவதொரு வேலையைப் பார்த்துக் கொள்ளச் சொல்லி நச்சரிக்கத் தொடங்கினாள். சமீராவுக்கும் தனக்கு என்று ஒரு வரு மானம் இல்லாவிட்டால் சமாளிக்க முடியாது என்றே தோன்றியது. கல்யாணம் என்று தாய் தன்னைப் புதைகுழியில் தள்ளுவதற்கு முன்பே தான் பொருளாதார ரீதியாகச் சுதந்திரமாக இருக்க வேண்டும். கல்யாணம் ஆன பிறகு கணவனாக வருபவனுடன் தன்னுடைய வாழ்க்கை நிச்சிந்தையாக, நிம்மதியாகக் கழிந்து போகும் என்றால், அவனும் தேவையில்லை என்று சொல்லிவிட்டால் வேலையை விட்டுவிட்டு இல்லத்தரசியாய் இருந்து விட வேண்டும்.

ரொம்ப பேருக்குத் தெரியாது. இல்லத்தரசியின் வாழ்க்கை எவ்வ ளவு பொறுப்புகள் நிறைந்தது என்று. புரிந்து கொண்டவர்களுக்குத்தான் அதன் மதிப்புத் தெரியும். இந்த நாட்டில் வீட்டு வேலைகளைச் செய்யும் இல்லாளின் உழைப்பிற்கு விலை கொடுக்க வேண்டும் என்றால், எந்த ஆண்மகனின் சம்பளத்திலும் ஒற்றை

ரூபாய் கூட மிச்சமிருக்காதோ என்னவோ. பரம்பரை பரம்பரையாக தொடர்ந்து கொண்டிருக்கும் பந்தங்கள் காரணமாகத்தான் ஒவ்வொருவருடைய வாழ்க்கையும் பிரச்சனை எதுவும் இல்லாமல் கழிந்து கொண்டிருக்கிறது.

தனக்குப் பிடித்தவன், தன் மனதை விரும்புகிறவன் தனக்குக் கணவனாக வருவது சந்தேகம் என்று சமீராவுக்குத் தோன்றியது. கல்யாணம் என்றால் ஒரு ஆணுடன் சேர்ந்து வாழ்வது மட்டும்தான் என்றும், தன் மனதில் எங்கேயோ புதைந்திருக்கும் இனிய கனவுகள் தனக்குத் தெரியாமலேயே நசிந்து போய் விடும் என்றும் அவள் நம்பினாள். இந்தக் காலத்தில் கல்யாணம் என்பது வெறும் சடங்காகவே மாறிவிட்டது. அதன் அர்த்தத்தை, பின்னணியை யாரும் யோசிப்பதில்லை. இதனால் அற்புதமாக இருக்க வேண்டிய கல்யாணம் என்ற அனுபவம் பாழடைந்த வீட்டைப் போல் சிதிலமாகிக் கொண்டிருக்கிறது.

கல்யாணத்தைப் பற்றித் தனக்கு இவ்வளவு யோசனைகள் இருப்பது தன்னுடைய துரதிர்ஷ்டம்தான். தனக்கு எதுவுமே தெரியாமல் இருந்திருந்தால் சந்தையில் விற்கப்படும் மாட்டைப் போல் தான் ஏதோ ஒரு விலைக்குப் படிந்து போவதோ அல்லது வீட்டுக்குத் திரும்புவதோ நடந்திருக்கும்.

சமீராவுக்கு ரொம்பவே வருத்தமாக இருந்தது. தாய் பார்த்துப் பண்ணும் கல்யாணம் தனக்குப் பிடிக்காது. தன்னுடைய எண்ணங்களைச் சொன்னாலும் தாய்க்குப் புரியாது. "உன் மூஞ்சி! கல்யாணமாகி இரண்டு குழந்தைகளைப் பெற்றால் தவிர பெண்ணுக்குப் பொறுப்பு, சுமை எதுவும் தெரியாது" என்று சொல்லிவிடுவாள்.

தற்சமயம் சமீராவின் மனதில் நடந்து கொண்டிருக்கும் போராட்டம் இது. ஏதோ ஒரு கல்யாணம் என்று பண்ணிக் கொண்டு அவஸ்தைப்படுவதைவிட வாழ்நாள் முழுவதும் கன்னியாகவே இருப்பது மேல். ஆனால் அதற்கு அம்மாவைச் சம்மதிக்க வைப்பது கஷ்டம்.

"மீரா!"

தலைகுனிந்தபடி யோசனையில் மூழ்கியவாறு பஸ்ஸ்டாண்டை நோக்கி நடந்து கொண்டிருந்த சமீரா திடுக்கிட்டுத் திரும்பிப் பார்த்தாள். மீரா... அந்த மாதிரி தந்தையைத் தவிர வேறு யாரும் அப்படி அழைக்க மாட்டார்கள்.

எதிரே அனிருத் நின்றிருந்தான். அவன் சமீராவையே பார்த்துக் கொண்டிருந்தான். சமீரா ஒரு வினாடி அவனைப் பார்த்ததும் திகைத்துப் போய்விட்டாள்.

அவன் கண்களில் கோபம் வெளிப்படையாகத் தெரிந்தது. ''ஆமா... நீ பவானி எம்போரியத்தில் ஏன் வேலையை விட்டுவிட்டாய்?'' அவன் குரல் அடிக்க வருவது போல் ஆத்திரத்துடன் ஒலித்தது.

சமீரா அவனையே பார்த்தாள்.

''சொல்லு. என்னிடம் அது பற்றி ஏன் முன்னாலயே சொல்லா மல் வேலையை விட்டாய்?''

''நான் செய்யும் ஒவ்வொரு காரியத்தையுமே உங்களிடம் சொல்லி விட்டுத்தான் செய்கிறேனா?''

''அந்த வார்த்தையைச் சொல்வதற்கு உனக்கு வெட்கமாக இல் லையா? உன்னை நம்பியவர்களை நட்டாற்றில் மூழ்கடிப்பதுதான் உன் பழக்கமா?''

வெயிலினாலோ அல்லது அவன் வார்த்தைகளில் இருந்த வெப்பத் தினாலோ சமீராவின் கன்னங்கள் சிவந்துவிட்டன. ஆவேசத்துடன் பதில் சொல்லத் துடித்தது அவள் மனம். ஆனால் வார்த்தைகள் வெளிவராமல் நின்றுவிட்டன. இவன் என்ன சொல்கிறான்? என்ன அதிகாரம் இது?

அதற்குள் பஸ் வந்துவிட்டது. சமீரா விருட்டென்று திரும்பி பஸ்ஸை நோக்கி நடக்க ஆரம்பித்தாள். அவன் சரேலென்று சமீரா வின் தோளைப் பிடித்துத் தடுத்து நிறுத்தினான். சமீரா விருட்டென்று திரும்பிக் கோபமாகப் பார்த்து ''என்ன வேலை இது?'' என்றாள்.

''நான் உன்னிடம் கொஞ்சம் பேசணும்.''

''பஸ் போய்டும். நான் வீட்டுக்குப் போகணும்.''

''நான் கொண்டுபோய் இறக்கி விடுகிறேன்.''

''சீ!'' என்று தன்னை விடுவித்துக் கொள்ள முயன்றாள். ஆனால் அவன் கை மேலும் அழுத்தமாகப் பிடித்துக் கொண்டதே தவிர அவன் பிடியிலிருந்து சமீராவுக்கு விடுதலை கிடைக்கவில்லை.

''என்ன அக்கிரமம் இது?''

''நான் சொல்வதை நீ கேட்டாகணும். கேட்டு முடிக்கிறவரைக்கும் நான் விட மாட்டேன். நீ யாரையாவது கூப்பிட்டாலோ, ஏதாவது ரகளை செய்தாலோ இவள் என் அத்தை மகள் என்று எதுனா சொல் லுவேன்.''

சமீரா அவனைத் திகைப்புடன் தீவிரமாகப் பார்த்தாள்.

''சமீரா! ப்ளீஸ்.. நான் அனுபவித்துக் கொண்டிருக்கும் வேதனை உனக்குத் தெரியாது. இதிலிருந்து நான் வெளியேறும் வரையில்

எனக்குக் கொஞ்சம் உதவி செய். பதிலுக்கு நீ என்ன சொன்னாலும் செய்கிறேன்.''

இந்த முறை அவன் கண்களில் கோபத்தைவிட வேண்டுகோளும், இயலாமையும் அதிகமாகத் தென்பட்டன.

''என்னுடன் வா. ஒரு நிமிஷம் இருவரும் சில விஷயங்களை உன்னிடம் பேச வேண்டியிருக்கிறது'' என்று சொல்லிக் கொண்டே சமீராவின் தோளைப் பற்றி பலவந்தமாக காரை நோக்கி இழுத்துக் கொண்டு போனான்.

அதற்குள் எவனோ ஒருத்தன் ஓடி வந்தான். ''ஏய் மிஸ்டர்!..'' என்று அவனை அதட்டிவிட்டு அவளிடம் ''என்ன மேடம்? நீங்க ஏதாவது ஆபத்தில் இருக்கீங்களா? ஹெல்ப் வேண்டுமா?'' என்றான்.

சமீரா இயலாமையுடன் அவனைப் பார்த்தாள்.

சமீராவைக் காரில் தள்ளி உட்கார வைத்துவிட்டு, அனிருத் அவனிடம் ''நாங்க வேண்டியவர்கள் சார். எங்களுக்குள் சின்ன கருத்து வேற்றுமை. இதோ பாருங்க. என் மீது சந்தேகம் இருந்தால் இந்த நம்பருக்கு எஸ்.பி.க்கு போன் செய்து விசாரித்துக்கொள்ளுங்கள்'' என்று ஒரு விசிட்டிங் கார்டை அவன் மீது வீசிவிட்டு உள்ளே உட்கார்ந்துகொண்டு கார் கதவைச் சாத்தினான். அவன் கதவைச் சாத்தியதுமே டிரைவர் காரை ஸ்டார்ட் செய்தான்.

கார் போய்க் கொண்டிருந்தது. அனிருத் சமீராவின் கையைத் தன் கையில் எடுத்துக் கொண்டான். மன்னிப்பு கேட்கும் குரலில் ''சாரி.. ரொம்ப தொந்தரவு கொடுத்துவிட்டேன். உனக்கு எவ்வளவு அவமானமாக இருக்கும் என்று எனக்குத் தெரியும். ஆனால் நான் ஒன்றும் செய்ய முடியாத நிலைமையில் இருக்கிறேன்'' என்றான்.

அவன் வாயிலிருந்து வந்த அந்த வார்த்தைகளைக் கேட்டது சமீராவுக்கு வேடிக்கையாக இருந்தது. பதில் சொல்லாமல் சாலையில் நடந்து போகும் ஜனங்களைப் பார்த்தபடி உட்கார்ந ்திருந்தாள். உண்மையில் அவளுக்கு ரொம்பவும் ஆவேசமாக இருந்தது.

ஒரு நிமிஷம் கார் கண்ணாடியை இறக்கிவிட்டுத் தலையை வெளியில் நீட்டி ''ஹெல்ப்.. ஹெல்ப்'' என்று கத்திக் கூட்டத்தைக் கூட்டி ரகளை செய்து அவனை போலீஸில் ஒப்படைக்க வேண்டுமென்று கூடத் தோன்றியது. ஆனால் அத்தனை ஆவேசத்திலும் விவேகம் அவளை எச்சரித்தது. ''இது நடக்கிற காரியம் இல்லை. இப்போதைக்கு நீ தப்பித்துக் கொண்டாலும் அவன் உன்னை விடப்

போவதில்லை. அவனுக்கு உன்னுடைய உதவி தேவையாக இருக்கிறது. அது உன்னால் முடியாது என்று நயமாக எடுத்துச் சொல்லி விட்டால் அதற்குப் பிறகு அவன் இப்படி உன்னைத் துரத்திக் கொண்டு வரமாட்டான்.''

அவனும் அதற்குப் பிறகு பேசவே இல்லை. டிரைவர் ஆர்வத்துடன் அவ்விருவரையும் ரியர் வ்யூ கண்ணாடியில் பார்த்துக் கொண்டிருப்பதை அனிருத் கவனித்தான். அதற்குமேல் அனிருத் சமீராவை கேள்வி கேட்கவும் இல்லை. பேச்சுக் கொடுக்கவும் இல்லை.

கார் ஒரு ஹோட்டலுக்கு முன்னால் வந்து நின்றது. சமீரா தானே கதவைத் திறந்து கொண்டு அவனைப் பின் தொடர்ந்தாள்.

இருவரும் லிஃப்ட்டில் ஏறி நான்காவது மாடியிலிருந்த ஒரு அறையின் முன்னால் வந்தார்கள். தியாகராஜன் அவனை வலுக்கட்டாயமாக அந்த அறையில் தங்க வைத்திருந்தான்.

அனிருத் அறையின் கதவைத் திறந்தான். கதவைத் திறந்து உள்ளே ஒரு அடியெடுத்து வைத்து ''இதுதான் இப்போதைக்கு நான் தங்கியிருக்கும் சிறைச்சாலை! செல்'' என்றான்.

அந்த அறையில் காலடி வைத்த சமீரா வியப்படைந்தாள். மெத்தென்று சோபாக்கள், சாய்வு நாற்காலி, அழகான விளக்குகள், போன், ரேடியோ, பிரிட்ஜ் எல்லா வசதிகளும் கொண்ட சிறைச்சாலை! எதையும் மிகைப்படுத்திச் சொல்வதில் அனிருத்தின் திறமை அபாரம்!

''உட்காருங்கள்.'' அவன் குரலில் பழையபடி மரியாதை வந்து விட்டது. ''கூ...டா ஒரு காபி குடிக்கிறீங்களா?''

''தேவையில்லை. இப்ப நீங்க சொல்ல வந்ததை சொல்லுங்கள்'' என்றாள்.

''ஏதாவது முக்கியமான விஷயம் பேச வேண்டும் என்றால் மனிதர்களின் மனநிலை ஸ்திரமாக இருக்க வேண்டும். அப்படி இருந்தால்தான் எதிராளி சொல்லும் விஷயத்தைச் சரியாகப் புரிந்துகொள்ள முடியும்.''

''சமீரா சோபாவில் அல்லாமல் பக்கத்தில் இருந்த நாற்காலியில் உட்கார்ந்துகொண்டாள். ''சொல்லுங்கள்.''

அவன் எதிரே இருந்த சோபாவின் கையில் உட்கார்ந்து கொண்டான். ''மீரா..''

''என்னை சமீரா என்றே அழையுங்கள்.''

அவன், தோள்களைக் குலுக்கிக் கொண்டான். ‘‘ஓ.கே. நான் இருக்கும் நிலைமையை உங்களிடம் சொல்லிவிட்டேன். உங்களுக்கு விருப்பம் இருந்தாலும் இல்லாவிட்டாலும், என்னை உங்களுக்குப் பிடித்திருந்தாலும் பிடிக்காவிட்டாலும் உங்களுடைய நட்பு எப்பவும் எனக்கு வேண்டும்.’’

‘‘நட்பு என்பது எப்போ சாத்தியமாகும் என்று உங்களுக்குத் தெரியாதா?’’

‘‘தெரியும். சிறுவயது முதல் சேர்ந்து வளர்ந்தவர்களுக்கு இடையில் சாத்தியமாகும். கணவன் மனைவிக்கு நடுவில், பெற்றோர்களுக்கும் குழந்தைகளுக்கும் நடுவில், அக்கம் பக்கத்தாருக்கு நடுவில், குரு சிஷ்யனுக்கு நடுவில் இப்படி எத்தனையோ பேருக்கு நடுவில் சாத்தியமாகும்.’’

சமீரா சட்டென்று நிமிர்ந்து ஏதோ சொல்லப் போனாள்.

அவன் இடது கையை உயர்த்தி ஜாடை காட்டிக் கொண்டே ‘‘நில்லுங்கள். நான் சொன்ன பட்டியலைவிட இன்னும் சில பேருக்கு நடுவில் கூட நட்பு மலரும். பரஸ்பரம் பலமான தேவையிருக்கும் பட்சத்தில் எந்த மனிதர்களுக்கு நடுவிலும் நட்பு ஏற்படலாம். என்னைக் கேட்டால் இரண்டு நபர்கள் நட்பாக இருப்பதாக நினைத்துக் கொண்டு, அதன்படி வாழ்ந்தால் இருவருக்கும் நடுவில் ஏதோ ஒரு தேவை அந்தர்வாகினியாய் இருக்கு என்று அர்த்தம். சற்று முன் நான் சொன்ன பட்டியலில் இருப்பவர்களுக்கும் இது பொருந்தும்.’’

‘‘எனக்கு உங்ககிட்ட இப்ப எந்தத் தேவையும் இல்லையே?’’

‘‘இல்லை என்று சொல்ல வேண்டாம். ஏதாவது வேலை உங்களுக்கு ரொம்ப அவசியம் தேவைப்படும்.’’

‘‘ஆனால் அதற்காக நான் உங்களுடன் நட்பு வைத்துக் கொள்ளத் தேவையில்லை.’’

‘‘என்னுடன் நட்பு வைத்துக் கொண்டால் உங்கள் தேவை சுலபமாக நிறைவேறும். என் குடும்பத்தாருக்கு நான் நெருக்கமாக இருக்க வேண்டுமென்றால், அவர்களின் நலனைப் பற்றித் தெரிந்து கொள்ள வேண்டுமென்றால், முக்கியமாக அவர்களுக்குப் பண உதவி செய்யணும் என்றால் உங்களுடைய நட்பு எனக்குத் தேவையாச்சே.’’

சமீரா தலையைக் குனிந்துகொண்டாள்.

அவன் தேவையைப் பற்றி அவன் இனி சொல்ல வேண்டியதில்லை. அவன் சொன்னதைவிட தனக்கே அதிகமாகத் தெரியும்.

அவன் சோபாவை விட்டு எழுந்துகொண்டான். அறையில் குறுக்கும் நெடுக்குமாக மெள்ள நடந்துகொண்டே சொன்னான். ''மீரா... சாரி. சமீரா.. நான் ஒரு ஆபத்தில் இருக்கிறேன். இந்த நேரத்தில் கடவுள்தான் உங்களை விடாதே, பிடிச்சிக்கோன்னு எனக் குத் துணையாகக் காட்டியிருக்கிறார். நீங்க எனக்கு உதவி செய்வதால் உங்களுக்கு ஏற்படப் போகும் நஷ்டம் எதுவும் இல்லை. அதிக நாள் உங்களைக் கஷ்டப்படுத்தமாட்டேன். கூடிய சீக்கிரம் இதிலிருந்து வெளியேறத் தவித்துக் கொண்டிருக்கிறேன். எப்படியாவது வெளியேறி விடுவேன். அது எனக்குத் தெரியும். ஆனால் அதற்குள் என் குடும்பத்தாருக்கு எதாவது பணக்கஷ்டம் ஏற்பட்டு ஏதாவது வேண்டாத முடிவிற்கு வந்து விடுவார்களோ என்று பயப்படுகிறேன். அவர்கள் என்னைத் திட்டினாலும், வெறுத்தாலும் கூடப் பரவாயில்லை. பணக்கஷ்டத்தைச் சமாளிக்க முடியாமல் எதையாவது பண்ணிக் கொள்ளக் கூடாது. அவர்களுக்கு ஏதாவது ஆகிவிட்டால்...'' அவன் குரல் நடுங்கியது. கண்கள் கலங்கின!

நடந்து கொண்டிருந்தவன் அப்படியே நின்று விட்டான். மெதுவாக அடிமேல் அடிவைத்து சமீராவின் அருகில் வந்தான்.

''மீரா! நீங்க எனக்காக இல்லை. எங்க குடும்பத்திற்காக உதவி செய்வதாக நினைத்துக் கொள்ளுங்கள். எங்க லக்ஷ்மிக்கு உங்க வயசுதான். அம்மா அப்பா வயதில் பெரியவர்கள். என் காரணமாக அவர்களுக்கு ஒரு ஆபத்து வந்துவிட்டது. உலகத்திற்கு முன்னால் அவர்களால் நிமிர்ந்து நிற்க முடியவில்லை. தளர்ந்து போய் விட்டார்கள். இந்தச் சூழ்நிலையில் சாப்பாடு எதுவும் இல்லா விட்டால் அவர்கள் என்ன செய்வார்கள் என்று எனக்கு நன்றாகத் தெரியும். எல்லோருமாகச் சேர்ந்து தூக்க மாத்திரை விழுங்கினாலும் விழுங்கி விடுவார்கள். அவர்களைப் பற்றி உங்களுக்குத் தெரியாது.

எனக்குத் தெரியும். அதனால்தான் உங்களை இப்படி துரத்திக் கொண்டு இருக்கிறேன். சமீரா! ப்ளீஸ்.'' அவன் சமீராவின் கையைத் தன் இரு கைகளாலும் பிடித்துக் கொண்டான். ''நீங்க எனக்கு உதவி செய்தால் என் குடும்பத்தாரைக் காப்பாற்றியவராவீங்க. உங்களைப் பார்த்தால் எனக்கு எப்படி இருக்கு தெரியுமா? சுழலில் சிக்கித் தவித்துக் கொண் டிருப்பவன் கைக்குக் கிடைத்த லைஃப் போட் போல் கிடைச்சிருக் கீங்க. அதனால்தான் உங்களை நான் விடவில்லை. உங்களை விட்டு விட்டால் என் குடும்பத்தாருடன் சம்பந்தம் அறுந்து போய்விடும். என் வீட்டாருக்கு ஏதாவது

நேர்ந்துவிட்டால் பிறகு நான் இதிலிருந்து வெளியேறினாலும் ஒன்றுதான் வெளியேறாவிட்டாலும் ஒன்றுதான். நீங்க என்னையும், என் குடும்பத்தாரையும் காப்பாற்றுவீங்க இல்லையா? ப்ளீஸ்... சொல்லுங்கள்.''

அவனிடம் கோபம் இல்லை. வேதனை இருந்தது. வேண்டுகோள் இருந்தது.

சமீராவின் கோபம் கொஞ்சம் கொஞ்சமாகக் குறையத் தொடங்கியது. இவனுக்கு உதவி செய்வதற்கு அவளுக்கு விருப்பம் இல்லாமல் இருக்கலாம். ஆனால் லக்ஷ்மி? இவன் சொன்னாற்போல் லக்ஷ்மியோ, அவன் பெற்றோர்களோ ஏதாவது செய்துகொண்டுவிட்டால் அவள் மனதிற்கு நிம்மதிதான் இருக்குமா? என்ன இது? அவர்களுடைய குடும்பமும் வந்து தன் கழுத்தைக் கட்டிக்கொண்டு விட்டது? இந்தச் சூழ்நிலையில் சரியென்று ஏற்றுக் கொள்வதா இல்லை முடியாது என்று மறுத்து விடுவதா என்று தெரியாமல் தத்தளித்தாள் அவள்.

''உங்களுடைய முடிவைச் சொல்லுங்கள். ப்ளீஸ்...எனக்கு உதவி செய்வீங்க இல்லையா?''

சமீரா நிமிர்ந்து பார்த்தாள். அவன் முகத்தில் வேதனை நிரம்பி யிருந்தது. அவன் பேசிய ஒவ்வொரு வார்த்தையும் அவன் மனதைக் கண்ணாடியில் காட்டுவது போல் துல்லியமாகக் காட்டியது.

சமீரா அவனையே பார்த்துக் கொண்டிருந்தாள். அவனும் அவளையே பார்த்துக் கொண்டிருந்தான். சமீராவின் கை அவன் கையில் சிறைப்பட்டிருந்தது. அவள் பதில் சொல்லத் தாமதம் ஆக ஆக அவன் பிடி மேலும் இறுகிக் கொண்டிருந்தது.

''சமீரா! சொல்லுங்க... எனக்கு உதவி செய்ய மாட்டீங்களா?''

''செய்கிறேன்.'' சமீராவின் வாயிலிருந்து அவளை அறியாமலேயே அந்த வார்த்தை மெலிதாக வெளியில் வந்துவிட்டது.

அவன் ஒரு வினாடி திகைத்துவிட்டாற்போல் அப்படியே நின்று விட்டான். அந்தக் கண்களில் தன்னைத் தானே நம்ப முடியாத உணர்வு தென்பட்டது.

''உண்மையாகவா?''

அடுத்த நிமிடம் அவன் முழங்காலிட்டுக் கீழே மண்டியிட்டுச் சரிந்து உட்கார்ந்தபடி சமீராவின் மடியில் தலையைப் புதைத்துக்

கொண்டுவிட்டான். அவன் கைகள் சமீராவின் கையை விடவில்லை. தாங்க முடியாத சந்தோஷத்தோடு மேலும் இறுக்கமாயின.

''தாங்க்யு.. தாங்க்யு.. எப்படி நன்றியைத் தெரிவிப்பது என்று தெரியவில்லை.'' அவன் குரல் தழுதழுத்தது. அதற்கு மேல் வாய் வார்த்தை வராதது போல் நிறுத்திக் கொண்டான்.

சமீரா நிமிர்ந்து உட்கார்ந்தாள். என்ன இது? இவன் இப்படிச் செய்துவிட்டானே? என்று இயலாமையுடன் பார்த்துக் கொண்டிருந்தாள்.

''மீரா! நீ வேலையை ராஜினாமா செய்துவிட்டாய் என்று தெரிந்ததுமே என் சப்தநாடிகளுமே தளர்ந்துவிட்டன. என்ன செய்வதென்றே தெரியவில்லை. உன் வீட்டில் போன் இணைப்பை எடுத்துவிட்டதாகத் தெரியவந்தது. எப்படி உன்னைச் சந்திப்பது? சரி, போகட்டும் வேறு யார் மூலமாகவாவது எங்கள் வீட்டுக்குப் பணத்தை அனுப்பி வைக்கலாம் என்றால் உன்னை விட எனக்குத் தெரிந்தவர்கள் யாரையுமே எங்க அப்பா வாசற்படியை ஏற விடுவதில்லை. கடைசியில் உன்னைக் கடத்திக் கொண்டு வந்தாவது என் வேதனையை போக்கிக் கொள்ள வேண்டுமென்று தோன்றியது. மீரா! நீ எந்த அளவுக்கு என்னைக் காப்பாற்றிக் கொண்டு வருகிறாய் என்றும், இந்த ஆபத்து சமயத்தில் எவ்வளவு தூரம் கைகொடுத்து உதவி செய்கிறாய் என்றும் உனக்குத் தெரியாது. என் பெற்றோரை நான் இந்த சமயத்தில் இழக்க நேர்ந்தால் என்னைப் போன்ற துரதிருஷ்டசாலி யாருமே இருக்க மாட்டார்கள். என்னால் அவர்களுக்கு இந்தத் துன்பம் நேர்ந்துவிட்டதற்கு நான் ரொம்ப வருத்தப்படுகிறேன். இந்த தியாகராஜன் ஒரு சாத்தானை போல் என்னை துரத்திக் கொண்டு இருக்கிறான். என் வீட்டாரிடமிருந்து என்னைப் பிரிக்கணும் என்ற அவன் எண்ணம் நிறைவேறப் போவதில்லை. அவன் விரலாலேயே அவன் கண்ணைக் குத்தணும் என்று நான் திட்டம் வைத்திருக்கிறேன். இந்தப் போராட்டத்தில் என்னால் தனியாகப் போராட முடியும். ஆனால் இந்தப் போராட்டத்தில் நான் வெற்றி பெற்று எந்தவிதக் களங்கமும் இல்லாமல் என் வீட்டாரிடம் போய்ச் சேர வேண்டும். மீரா! எனக்கு அந்த பலத்தை நீதான் தர வேண்டும். என் குடும்பத்தார் நலமாக இருப்பதாக தெரிந்தால்தான் என்னால் இந்தப் போராட்டத்தை நடத்தமுடியும். மீரா! நாம் இருவரும் சிநேகிதர்கள். கடவுள் நம் இருவரையும் ஏன் சேர்த்து வைத்தார் என்று எனக்குத் தெரியாது. நீ மட்டும் எனக்குக் கடவுள் கொடுத்த நல்ல துணை என்று தோன்றுகிறது.''

சமீராவின் தொண்டையை ஏதோ அடைத்துக் கொண்டது போல் இருந்தது. அவனுக்கு ஏதாவது பதில் சொல்ல வேண்டும் என்று தோன்றினாலும் பேச்சே வராமல் ஊமையாகிவிட்டது போல் இருந்தது.

அனிருத் பேசுவதும் நின்றுவிட்டது. சமீராவின் புடவையை அவன் பற்றியிருந்த விதத்திலேயே அவனுடைய நன்றியும், பிரியமும் வெளிப்பட்டன.

இருவரும் ரொம்ப நேரம் மௌனமாக இருந்துவிட்டார்கள். அந்த மௌனம் ஒரு அழகான பந்தமாக இரு உள்ளங்களையும் பிணைத்துக் கொண்டிருந்தது.

சற்று நேரம் கழித்து அவன் தானே எழுந்துகொண்டான். கலைந்த கிராப்பை விரல்களால் கோதிக் கொண்டே சமீராவைப் பார்த்தான். அவன் முகத்தில் இருந்த குழப்பங்கள் அகன்று விட்டன. நம்பிக்கையால் ஏற்பட்ட சந்தோஷமும், நிம்மதியும் தென்பட்டன.

"ரொம்ப உணர்ச்சி வசப்பட்டு நடந்துகொண்டேன் இல்லையா? சாரி.. நீங்க உதவி செய்வதாகச் சொன்ன அந்த வார்த்தையே என் இதயத்திலிருந்த பாரத்தை நீக்கிவிட்டது."

சமீரா தலை குனிந்துகொண்டாள்.

"நீங்க தினமும் என் கண்ணில் படணும். உங்களுக்கு அருகில் நான் இருக்கணும். சரிதானே?" என்றான்.

சமீரா நிமிர்ந்தாள். ஆனால் அதெல்லாம் எப்படி சாத்தியம்? என்ற கேள்வி அவள் கண்களில் வெளிப்பட்டது.

"நீங்க வேலையில் சேருவீங்களா? விருப்பம்தானா?"

சமீரா ஆம் என்ற விதத்தில் தலையை அசைத்தாள்.

"எங்கேயோ இல்லை. என் கண்ணெதிரிலேயே. இந்த ஹோட்டலில் ரிசெப்ஷனிஸ்டாக."

சமீராவின் கண்கள் அகலமாய் விரிந்தன.

"நான் எல்லா ஏற்பாடுகளையும் செய்து விட்டுத்தான் உங்களிடம் வந்தேன். எனக்குத் தெரிந்த ரிசெப்ஷனிஸ்டை லீவில் போகச் சொல்லி நானே கேட்டுக் கொண்டேன். அவளும் ஒப்புக் கொண்டாள். அந்த வேலை உங்களுக்குக் கிடைக்கும்."

சமீரா மௌனமாகக் கேட்டுக் கொண்டிருந்தாள்.

"உங்களுக்குச் சம்மதம்தானா?"

சமீரா தலையசைத்தாள்.

அனிருத் போனை நெருங்கி ரிசீவரைக் கையிலெடுத்தான். மறு முனையில் ஆபரேட்டர் எடுத்ததும் சுபாவின் அறைக்கு கனெக்ஷன் தரச்சொன்னான். மறுமுனையில் சுபாவின் குரலைக் கேட்டதும், "ஹலோ! நான்தான் அனிருத் பேசுகிறேன். உங்களிடம் சொல்லி யிருந்தேனே, என் நண்பனின் தங்கை சமீரா என்று. அவள் வந்தி ருக்கிறாள், வேலையில் சேருவதற்காக." அவன் ஒரு நிமிடம் நிறுத் தினான். "ஓ.கே. நாங்க இருவரும் இப்பொழுதே உங்கள் அறைக்கு வருகிறோம்" என்று கூறிவிட்டு போனை வைத்து விட்டான்.

சமீராவைப் பார்த்து "போகலாமா?" என்றான்.

சமீரா எழுந்துகொண்டாள். "எங்கே?"

"சுபாவின் அறைக்கு."

"சுபான்னா யாரு?"

"தியாகராஜனின் தங்கை மகள்" என்று வழி நடந்தான். சமீரா அவனைப் பின் தொடர்ந்தாள்.

அனிருத் காலிங்க்பெல்லை அழுத்தினான்.

அடுத்த வினாடி மூடியிருந்த கதவு அவச ரமில்லாமல் திறந்துகொண்டது.

எதிரே சுபா நின்றிருந்தாள். அவள் என்றும் போலவே அழகாக, அன்று மலர்ந்த ரோஜாவாக, நாசூக்காக இருந்தாள். அவள் கட்டி யிருந்த ரோஜா நிறப் புடவை அவள் மேனி அழகிற்கு மேலும் மெரு கூட்டியது. சுபாவைப் பார்த்துவிட்டு அழகான பொருளைப் பார்த்துத் தன்னையே மறந்துவிட்ட கலைஞனைப் போல் பிரமிப்புடன் நின்று விட்டாள் சமீரா.

சுபாவின் முகம் அனிருத்தைப் பார்த்ததும் மகிழ்ச்சியால் மின்னியது. ''ஆஹா! என்ன அதிர்ஷ்டம். பத்து தடவை கூப்பிட்டாலும் இந்த அறைக்கு வராதவர், இன்று தானே விரும்பி வந்திருக்கீங்களே. நான் முதல்ல இந்தப் பெண்ணிற்கு நன்றி சொல்லணும்'' என்றாள். அந்த வார்த்தைகளில் வெளிப்பட்ட மகிழ்ச்சியில் நேர்மை இருந்ததே தவிர, ஏளனமோ, மறைமுகமான குத்தலோ இருக்கவில்லை.

''சமீரா.'' சமீராவைக் காட்டிக் கொண்டே சொன் னான்.

சமீரா வணக்கம் தெரிவித்தாள்.

''உள்ளே வாங்க. அங்கிள் இங்கேதான் இருக்கிறார்'' என்றாள் வழி நடந்துகொண்டே. அனிருத், சமீரா இருவரும் உள்ளே அடியெடுத்து வைத்தார்கள்.

''அங்கிள்! அனிருத் வந்திருக்கிறார்'' என்றாள் சுபா.

உள் அறையில் இருந்த தியாகராஜன் வெளியே வந்தான்.

உள் அறையில் மேஜைமீது ஏதோ காகிதங்கள் பரப்பிக் கிடந்தன. இரண்டு நபர்கள் சிகரெட் புகைய உட்கார்ந்திருந்தார்கள். தியாகராஜன் அவர்களுடன் பேசிக் கொண்டிருந்தான் போலும். பேச்சை நடுவில் நிறுத்திவிட்டு எழுந்து வந்திருக்க வேண்டும். அவர்களும் யார் வந்திருக்கிறார்கள் என்று பார்ப்பது போல் இந்தப் பக்கமே பார்த்துக் கொண்டிருந்தார்கள்.

''அங்கிள்! அனிருத் ஒருத்தருக்கு வேலை வேண்டுமென்று சொன்னாரே, இந்தப் பெண்ணுக்காகத்தானாம். பெயர்.. ஒரு நிமிடம் சந்தேகத்துடன் நின்றாள்.

''சமீரா.'' அறிமுகப்படுத்துவது போல் சொன்னான் அனிருத். ''சமீரா! இவர்தான் மிஸ்டர் தியாகராஜன்.''

சமீரா பணிவோடு வணக்கம் தெரிவித்தாள்.

அவன் பதிலுக்கு வணங்கவில்லை. பைப்பைப் பற்ற வைத்துக் கொண்டே ''உனக்கு இந்த வேலை எதுக்கும்மா? ரொம்ப அவசியம் தானா?'' என்று கேட்டான் சமீராவின் கண்களை நேராகப் பார்த்துக் கொண்டே.

சமீரா திடுக்கிட்டாலும் உடனே சமாளித்துக் கொண்டாள். தியாக ராஜன் அந்த அறைக்குள் நுழைந்ததுமே சூழ்நிலை இமயமலையில் உச்சியில் பனிக்கட்டியாய் இறுகிவிட்டாற்போல் இறுக்கமாக இருந் தது. அந்தக் குளிர்ச்சியில் ஏதோ தெரியாத தனிமையும் பயமும் கொஞ்சம் அவளை நடுங்க வைத்துக் கொண்டிருந்தன.

அவன் அந்த அறைக்குள் வந்ததுமே சுபாவின் அழகு அந்த அறை யின் கவர்ச்சியில் அடங்கிப் போய் விட்டாற்போலவும், சுற்றிலு முள்ள கருங்கல் கட்டிடத்தைப் போன்ற குகையில் பசித்த புலி எதிரே நின்று கொண்டிருந்தாற்போன்ற வெறுப்பும் சமீராவின் உள்ளத் தில் தோன்றியது. அந்த ஆளைச் சுற்றிலுமே ஏதோ பயங்கரமான சூழ் நிலை இருக்கிறது.

சமீராவுக்கு யாரையாவது பார்த்ததுமே இம் மாதிரி நல்லது கெட்டது கண்டுபிடிக்கும் உணர்வு இயற்கையிலேயே படிந்திருந்தது. அது எப்படி வந்தது என்று அவளுக்கே தெரியாது. நூற்றுக்குத் தொண்ணூற்றொன்பது சதவீதம் யாரையுமே முதல் தடவை யாய்ப் பார்க்கும்போது அவளுக்கு ஏற்படும் ஊகம் பொய்த்ததில்லை.

ஒரே வினாடியில் சமீரா சுதாரித்துக் கொண்டாள்.

"சொல்லு. வேலைக்குப் போக வேண்டிய அவசியம் உனக்கு என்ன?" திரும்பவும் கேட்டான். அவன் பார்வையில் கத்தியின் கூர்மை இருந்தது.

"பணம்தான் சார்!" என்றாள் சமீரா.

"உனக்கு அம்மா அப்பா இல்லையா?"

"இருக்காங்க. ஆனால் அவர்கள் வயதானவர்கள்." அனிருத் இடைமறித்துச் சொன்னான்.

அவனைக் கையமர்த்திவிட்டு "நான் கேட்டது அந்தப் பெண்ணை, உன்னை இல்லை" என்றான் தியாகராஜன்.

"அனிருத் சொன்னது உண்மைதான்" என்றாள் சமீரா உடனேயே.

"உங்கள் வீட்டு நிலைமை ரொம்ப சுமாரோ?"

சமீரா ஒரு நிமிடம் யோசித்தாள். "வீட்டு நிலைமையைவிட என் சொந்த விஷயம் ரொம்பக் கொடுமையாக இருக்கிறது."

"அப்படி என்றால்?"

"அம்மா எனக்கு விருப்பம் இல்லாத கல்யாணத்தைப் பண்ணி வைப்பதாகச் சொல்கிறாள்."

"உங்க அப்பா இல்லையா உனக்கு ஆதரவு தருவதற்கு?"

"அப்பா, அம்மாவின் பேச்சுக்கு மறுப்புச் சொல்ல மாட்டார். அதான் கஷ்டமே." அவன் ஓரக்கண்ணால் அனிருத்தைப் பார்த்தான். "அப்படி என்றால் அனிருத் உன்னைக் காப்பாற்றுகிறான் என்று சொல்லு" என்றான்.

"ஆமாம்." அனிருத் முன்னால் வந்து சொன்னான்.

அவன் அனிருத்தையும் சமீராவையும் மாறி மாறிப் பார்த்தான் இவ் விருவரும் ஒருவர்மீது மற்றவர் காட்டும் இந்த நட்பில் எந்த அளவுக்கு நேர்மை இருக்கிறது? இது நடிப்பா அல்லது உண்மை தானா? அவன் மனதில் எப்பொழுதும் ஒரு தராசு இருக்கும்.

எதிராளி என்ன பேசினாலும், எப்படி நடந்து கொண்டாலும் உடனே தராசில் ஒரு பக்கத்தில் தன்னையும் இன்னொரு பக்கத்தில் எதிராளி யையும் நிற்க வைத்து எடை போடுவான். தராசின் முள் எந்தப் பக்கம் சாய்கிறது என்று பார்ப்பது அவன் வழக்கம். அந்த

சாதுரியத்தில் அவனுக்கு நிகர் அவனேதான். அனிருத் சமீரா விஷயத்தில் இந்தத் தராசு எந்தப் பக்கமாகவும் சாயவேயில்லை. எதிராளியை தன்னால் முற்றிலும் புரிந்துகொள்ள முடியாத போது தான் இந்த நிலைமை ஏற்படும். அவன் ஒன்றுதான் யோசித்தான். அனிருத்திற்கு இந்தப் பெண்ணிடம் இஷ்டம் இருந்தால் தவிர வேலை கொடுக்கச் சொல்லி கேட்டிருக்க மாட்டான். அது மட்டும் உறுதி.

தான் அவசரப் பட்டு இந்தப் பெண்ணுக்கு எந்தத் தீங்கையும் பண்ணிவிடக் கூடாது. ஏன் என்றால் மனிதனுக்கு சகமனிதர்களிடம் ஏற்படும் இஷ்டம் பல விதமாக இருக்கும். ஒருவரிடம் இரக்கத்துடன் கூடிய இஷ்டம், இன்னொருத்தரிடம் நன்றியுடன் கூடிய இஷ்டம். இன்னும் ஒருத் தரிடம் அபிமானத்துடன் கூடிய பிரியம். இது போன்ற இஷ்டங்கள் எத்தனைப் பேர் மீது இருந்தாலும் கவலையில்லை.

ஆண் பெண்ணுக்கு நடுவில் ஒருவர் பால் மற்றவருக்கு அன்புடன் கூடிய இஷ்டம் இருக்கிறதே. அதில் மட்டும் போட்டி வந்து விடக்கூடாது. அதில் போட்டி மட்டும் வந்துவிட்டால் மனிதனின் மனதில் தீ கொழுந்து விடத் தொடங்கிவிடும். இதற்காகத்தான் கொலைகளும், தற்கொலை களும் நடக்கும். இது ரொம்ப ஆபத்தானது. பாலைவனமாக இருக்கும் வாழ்க்கையை நந்தவனமாக்கக் கூடிய சக்தி இதற்குத்தான் உண்டு. பசுமையான வாழ்க்கையை ஒரேயடியாய்க் கொளுத்திச் சாம்பலாக்கி விடக்கூடிய சக்தியும் இதற்குத்தான் இருக்கிறது.

இந்தவிதமான அனுபவம் தியாகராஜனுக்கு ஏற்கனவே நிறைய இருந்தது. அதன் அலைகளின் தாக்குதலில் அவன் மிக உயரத்திற்கு எழும்பியிருக்கிறான். நடுக்கடலின் ஆழத்திற்கும் போயிருக்கிறான். தான் பட்ட துன்பங்கள் சுபாவின் அருகில் கூட வரக்கூடாது.

அவன் நன்றாகவே விசாரித்தான். அனிருத்திற்குப் பிரதிபாவிடம் பெற்றோர்கள் தேர்வு செய்த பெண் என்ற முறையில் கொஞ்சம் பிரியம் இருந்தாலும் தலை மூழ்கிப் போகும் அளவுக்குக் காதல் எதுவும் இருந்தது இல்லை. இந்த சமீரா யார்? இவனுக்கும் அந்தப் பெண் ணுக்கும் நடுவில் இருக்கும் உறவு முறைதான் என்ன?

இந்த வேலையைக் கொடுத்தால்தான் அதெல்லாம் தெரியவரும். அவன் திரும்பவும் சமீராவைக் கூர்ந்து பார்த்தான்.

நல்ல வேளை, அவன் அட்ரஸ் கேட்கவில்லை!

பார்க்க ஒல்லியாக இருந்தாலும் எதோ தெரியாத உறுதி தெரிந்தது அவளிடம். பதில் சொல்வதில் தடுமாற்றம் இல்லை. அந்தக் கண்களில் நான் எந்தத் தவறும் செய்யமாட்டேன், யாருக்கும் தலை வணங்க மாட்டேன் என்ற மிடுக்கு இருந்தது.

பார்த்த மாத்திரத்திலேயே அவனுக்குத் தெரிந்து விட்டது, சமீரா எல்லாப் பெண்களைப் போன்றவள் இல்லை என்று.

அவனைப் பொறுத்தவரையில் பெண்களில் இரண்டு பிரிவுகள் உண்டு. ஒன்று சிறுவயதில் பெற்றோர்கள் மீதும், கல்யாணம் ஆன பிறகு கணவன் மீதும், வயதான பிறகு குழந்தைகள் மீதும் ஆதாரப்பட்டுக் கொண்டு வாழ்க்கை நடத்துபவர்கள். இவர்களுக்கு அவமானங்கள், வசவுகள் நித்ய வாழ்க்கையில் பழகிப் போன விஷயங்களாக இருக்கும். ஒருவரைப் பின்பற்றிச் செல்வதுதான் இவர்களுக்குத் தெரியும்.

இன்னொரு பிரிவைச் சேர்ந்த பெண்கள் அப்படி இருக்க மாட்டார் கள். இவர்களுக்குத் தனித்தன்மை, பண்பு இருக்கும். படிப்பு, பணம் இல்லாவிட்டாலும், பெற்றோரின் ஆதரவு இல்லாவிட்டாலும், இவர்களால் சொந்தமாக வாழ முடியும். சுற்றியிருப்பவர்கள் இவர்களுக்குத் தலை வணங்க வேண்டியதுதான். விருப்பம் இருந்தாலும் இல்லாவிட்டாலும், உள்ளூர முணுமுணுத்துக் கொண்டாலும் இவர்களுடைய புத்திசாலித்தனத்தை ஒப்புக்கொண்டுதான் ஆகணும்.

எதிராளியுடன் சமாதானமாகப்போக மாட்டார்கள். தம்மை உண்மை யாக நேசித்தவர்களுக்காக உயிரையும் கொடுப்பார்கள். வாழ்க்கையில் பணத்தை, சகல வசதிகளை திண்ணமாக மதிக்கக் கூடிய ஆத்மபலம் இருக்கும். ஏன் என்றால் உண்மையான சந்தோஷம் எங்கிருந்து கிடைக் குமோ அது இவர்களுக்கு நன்றாகவே தெரியும். சமீரா இந்தப் பிரிவைச் சேர்ந்தவள்.

அவன் சமீராவை உட்காரச் சொல்லி நாற்காலியைக் காட்டினான். எதிர் சோபாவில் அனிருத்தும் உட்கார்ந்து கொண்டான்.

"சுபா! ரூம் பையனைக் கூப்பிட்டு காபி கொண்டு வரச் சொல்லு" என்றான்.

ஒரு மணி நேரம் கழித்து, எல்லா விசாரணையும் முடிந்து சமீரா அந்த ஹோட்டலில் ரிசெப்ஷனிஸ்டாக வேலைக்குச் சேர்ந்தாள்.

அனிருத் தியாகராஜனின் அறையிலிருந்து திரும்பி வரும் போது லிஃப்டில் சமீராவிடம் கேட்டான். "என்ன சமீரா...போர் அடித்ததா?"

''இல்லை.'' குறுக்காகத் தலை அசைத்துக் கொண்டே சொன்னாள். உடனே மயிர்க் கூச்சலெடுத்தாற்போல் ''அம்மாடி!'' என்றாள்.

''ஏன் என்ன? என்ன நடந்தது?''

''புலி வாயில் தலையை நுழைத்து உயிர் பிழைத்து வெளியில் வந்தாற் போல் இருக்கு!''

''உண்மையாகவா?'' அனிருத் சிரித்தான்.

எதிரே நிலைக்கண்ணாடியில் இருவரின் பிம்பங்களும் அருகருகில் தென்பட்டுக் கொண்டிருந்தன. அனிருத் அவ்வாறு நிமிர்ந்து வாய் விட்டு சிரித்ததைப் பார்த்த போது சமீராவுக்கு வேடிக்கையாக இருந்தது.

இருவருக்கும் இடையே ஏதோ நட்பின் பிணைப்பு இறுகி விட்டாற் போலவும் இருந்தது.

16

இரண்டு நாட்கள் கழித்து...

அனிருத் பரபரப்புடன் சமீரா இருக்கும் இடத்திற்கு வந்தான்.

''சாரி. நேற்று முழுவதும் உங்களைப் பார்க்கவே முடியவில்லை. வேலையாக வெளியில் போக வேண்டியிருந்தது. உங்களுக்கு இங்கே எந்த விதமான இடைஞ்சலும் இல்லையே?''

''இல்லை.''

''வேலை எப்படி இருக்கு?''

"நன்றாகத்தான் போய்ட்டிருக்கு. நான் பயந்த அளவுக்குக் கஷ்டமாக எதுவும் இல்லை. ஹெலன் ரொம்ப உதவி செய்கிறாள்" என்றாள் சமீரா. அவள் இந்த வேலையில் சேர்ந்ததும் கூட வேலை பார்க்கும் ஹெலனை அறிமுகம் செய்து வைத்தான் அனிருத்.

கவுனில் இருந்த ஹெலனுக்குக் கல்யாணமாகிவிட்டது. கணவன் விட்டுவிட்டான். ஒரே மகன். தாயுடன் வசித்து வருகிறாள்.

"சமீராவுக்கு நான் துணையாக இருப்பது இருக்கட்டும். அவளும் எனக்குத் துணையாக இருப்பாள். ஆண்களைவிட பெண்களிடம் மனம் விட்டுப் பேசிக் கொள்ள முடியும்" என்றாள் ஹெலன்.

"வேற ஏதாவது விசேஷம் இருக்கா?" பக்கத்தில் யாரும் இல்லாததைக் கவனித்துவிட்டு அனிருத் கௌண்டர் மீது கையை ஊன்றிக் கொண்டே கேட்டான்.

"ஊம்" என்றாள் சமீரா.

"என்ன?"

"நேற்று ஒருத்தர் வந்தார். பம்பாயிலிருந்து வந்திருக்கிறாராம். தியாகராஜன் தங்கியிருக்கும் ரூம் பக்கத்திலாவது, எதிரிலாவது ரூம் வேண்டுமென்று கேட்டார்."

"ரூம் கிடைத்ததா?"

"ஊஹூம். காலியாக இல்லை என்று சொல்லிவிட்டேன். அதே சாரியில் கோடியில் இருக்கும் அறையைக் கொடுத்தோம். எதிர் சாரியில் எந்த அறையாவது காலியானால் உடனே தனக்கு மாற்றித் தரச் சொன்னார்."

"அவனுக்கு என்ன வயசு இருக்கும்?"

"கிட்டத்தட்ட உங்கள் வயதுதான் இருக்கும்."

"எந்த ஊர்க்காரன் என்று தெரியுமா?"

"பஞ்சாபி. தேஜஸ்வர்சிங் என்று பெயர் எழுதினான். மாநிறம். பஞ்சாபி இளைஞர்களுக்கு இருக்கும் உடற்கட்டும், பலமும் அவனிடம் தென்படவில்லை."

அனிருத் யோசனையில் ஆழ்ந்தான்.

அதற்குள் தியாகராஜன் படிகளில் இறங்கி வருவது கண்ணில் பட்டது. அவனுடன் கூட இன்னும் இரண்டுபேர் இருந்தார்கள் அவனைப் பார்த்ததுமே அனிருத் சட்டென்று பக்கத்தில் இருந்த நாளேட்டை எடுத்துக் கொண்டான். சமீரா குனிந்து கீழே விழுந்த

பேனாவை எடுத்துக் கொண்டு ரிஜிஸ்டரில் ஏதோ எழுதத் தொடங்கினாள்.

படியிறங்கி வந்து கொண்டிருந்த தியாகராஜனின் பார்வை, தான் அங்கே வந்து கொண்டிருந்த போது அனிருத்தும், சமீராவும் ஏதோ சீரியஸாகப் பேசிக் கொண்டு இருந்ததையும், தன்னைப் பார்த்ததுமே சட்டென்று அவரவர்களின் வேலையில் ஆழ்ந்திருப்பது போல் நடித்ததையும் கண்டுபிடித்து விட்டது. அவனும் அவர்களைப் பார்க்காதது போலவே ''இந்த கரெண்ட் எப்போ பார்த்தாலும் போய் விடுகிறது. என்னைப் போன்ற பிளட்பிரஷர்காரர்களுக்கு படிகளில் ஏறி இறங்குவதற்குள் உயிர் போகிறது. இந்த ஊரு உருப்படவே போறதில்லை. மனிதனுக்கு வேண்டியது எப்போதும் கிடைக்காது. சிறுவயதில் சந்தோஷமான பாலியம் கிடைக்காது. இளமையில் சரியான மனைவி கிடைக்க மாட்டாள். வயோதிகத்தில் ஆதரிக்கப் பிள்ளைகள் இருக்க மாட்டார்கள். நமக்கு வேண்டியதைத் தேடிக் கொள்வதிலேயே இந்த வாழ்க்கை முடிந்து போய்விடும். மனிதனின் வாழ்க்கை இவ்வளவுதான்.''

சுற்றிலும் இருந்தவர்கள் அவன் சொன்ன தோரணைக்குப் பெரிதாகச் சிரித்தார்கள். அந்த சிரிப்பு உண்மையாக இல்லாமல் வலிய வரவழைத்துக் கொண்ட ரெடிமேடு சிரிப்பைப் போல் உரத்த குரலில் இருந்தது.

தியாகராஜன் படியிறங்கி கீழே வந்து ஹாலைத் தாண்டிப் போகப் போனவன் ''எக்ஸ்க்யூஸ் மி'' என்று பக்கத்தில் இருந்தவர்களிடம் சொல்லிவிட்டு சமீராவை நோக்கி வந்தான்.

அவள் எழுந்துகொண்டாள்.

''குறிப்பு எழுத ஒரு பிட் பேப்பர் தர முடியுமா?'' என்றான்.

அப்பொழுதுதான் பார்த்தாற்போல் அனிருத்தை வியப்புடன் பார்த்துவிட்டு ''ஓ.. நீயும் இங்கேதான் இருக்கிறாயா? பார்க்கவே இல்லை. வயதாகிவிட்டது. மனதில் எப்போதும் ஆயிரம் யோசனைகள் வேற. எதிரே ஆள் இருந்தாலும் என் கவனம் அவன் மீது இருக்காது. நேற்று என்ன செய்தேன் தெரியுமா? சுபா என் அறையில் எனக்கு எதிரிலேயே உட்கார்ந்து புத்தகம் படித்துக் கொண்டிருந்தாள். நான் ஏதோ காகிதங்களைப் பார்த்துக் கொண்டே சுபா இன்னும் வரவில்லையே என்று போனை எடுத்து சுபா கிளம்பி விட்டாளா என்று கேட்டுக் கொண்டிருந்தேன். சுபா விழுந்து விழுந்து சிரிக்கத் தொடங்கி விட்டாள். இந்த உலகத்தில் எதை வேண்டுமானாலும் சமாளிக்கலாம். ஆனால் ஞாபகமறதி இருந்தால் சமாளிப்பது

ரொம்பவே கஷ்டம். அதிலும் என்னைப் போன்ற பணக்காரர்கள்.'' தியாகராஜன் சமீரா, அனிருத் இருவரையும் பார்த்துக் கொண்டே சொன்னான்.

சமீரா இரண்டு துண்டு வெள்ளைப் பேப்பரை எடுத்துக் கொடுத்தாள்.

அவன் அதில் ஒன்றில் ஆங்கிலத்தில் ஏதோ எழுதினான். ரூம் சாவியை அத்துடன் சேர்த்துவைத்து ''சுபா வந்ததும் இதைக் கொடுத்து விடும்மா'' என்றான்.

எஸ் சார் என்றபடி சமீரா பேப்பரையும், சாவியையும் வாங்கிக் கொண்டாள். அவன் போகும் முன்னால் திரும்பி சமீராவிடம் ''ஒரு நிமிஷம். நான் மறுபடியும் ஞாபகமறதியாக இருக்கிறேனோ என்னவோ, என் ரூமுக்கு போன் செய்து சுபா அங்கே இருக்காளான்னு பார். இருந்தால் இதை நீயே கொடுத்தனுப்பு'' என்றான்.

சமீரா, சுபா ரூமுக்கு போன் செய்தாள். யாரும் எடுக்கவில்லை.

அவன் சமீராவையே பார்த்துக் கொண்டிருந்தான்.

''யாரும் எடுக்கவில்லை சார்'' என்றாள்.

''ஓ.கே. தாங்க்யு.'' அவன் ஒரு நிமிடம் நின்று பாராட்டுவது போல் பார்த்துக் கொண்டே ''யு ஆர் லுக்கிங் ஸ்மார்ட்... மார்வலஸ்'' என்று சொல்லிவிட்டுப் போய்விட்டான்.

சமீரா அந்தப் புகழ்ச்சிக்குச் சந்தோஷப்படவில்லை. அந்த வார்த்தைக்குக் கொஞ்சம் கூட மதிப்பு இல்லாதது போல் அவள் கண்களில் லேசாக அலட்சியம் தெரிந்தது.

தியாகராஜன் ரிசெப்ஷன் ஹாலைத் தாண்டி போர்டிகோவிற்கு வந்தான். கார் கதவைத் திறந்து டிரைவிங் சீட்டில் உட்கார்ந்து கொண்டான். கூட வந்தவர்கள் பின் கதவைத் திறந்து உட்கார்ந்து கொண்டார்கள். தியாகராஜன் காரை ரிவர்ஸ் செய்துகொண்டே வ்யூ மிர்ரரை சரி செய்துகொண்டான். அதில் சரியாக ரிசெப்ஷன் கௌண்டரில் அனிருத்தும், சமீராவும் ஏதோ பேசிக் கொண்டிருந்தது தென்பட்டது. அவன் காரை நிதானமாகப் பக்கத்தில் திருப்பினான்.

காரை டிரைவ் செய்துகொண்டே கூட வந்தவர்களுடன் பேசிக் கொண்டி ருந்தாலும் அவன் மனக்கண் முன்னால் சமீராவும், அனிருத்தும் நெருக் கமாக நின்று கொண்டிருந்த காட்சியே ஓடிக் கொண்டிருந்தது.

அனிருத்திற்கு எவ்வளவு துணிச்சல்!

தன் கண் முன்னாலேயே வேறொரு பெண்ணுடன் நெருக்கமாகப் பழகிக் கொண்டிருக்கிறான். தான் கொஞ்சம் கையை அசைத்தால் போதும். அவன் சந்தோஷத்தை நொடியில் பறக்கச் செய்துவிட முடியும். அந்த விஷயம் அவனுக்குத் தெரியாதா? கண்ணில் தூசு விழுந்தாற்போல் சமீராவின் விஷயம் அவனை உறுத்திக் கொண்டேயிருந்தது.

அவளை உடனே அனிருத்திடமிருந்து பிரித்து விடுவதா அல்லது இன்னும் கொஞ்ச நாள் பொறுத்துப் பார்ப்பதா என்று முடிவு செய்ய முடியவில்லை. தான் அவசரப்படக் கூடாதோ? அவர்கள் இருவருக்கு நடுவில் இருக்கும் தொடர்புதான் என்னவென்று புரியவில்லை.

நேற்றுத்தான் அவனுக்கு ஒரு உண்மை தெரியவந்தது. சமீரா அனிருத் நண்பனின் தங்கை ஒன்றுமில்லை. அதெல்லாம் கற்பனையாக ஜோடித்துச் சொல்லப் பட்ட கதை. எதற்காக அந்தக் கதையைச் சொன்னான் என்றோ, எதை எதிர்பார்த்து அவளை இங்கே ரிசெப்ஷனிஸ்டாக வேலைக்குச் சேர்த்தான் என்றோ எதுவும் புரியவில்லை. இருவருக்கும் நடுவில் வேற ஏதாவது விவகாரம் இருக்குமோ? அது எப்படிப்பட்டது? அதை முதலில் தெரிந்து கொள்ள வேண்டும்.

கார் நவீனமாக இருந்த ஒரு வீட்டின் முன்னால் அமத்தலாக வந்து நின்றது.

தியாகராஜன் காரை விட்டிறங்கி அந்த வீட்டிற்குள் நுழைந்தான். நடுத்தர வயதுடைய முஸ்லிம் நபர் எதிரே வந்து ''ஆயியே சாப்'' என்று வரவேற்று அவனையும், அவனுடன் வந்தவர்களையும் அழைத்துக் கொண்டு போனான். அவர்களை உட்காரச் சொல்லி விட்டு அவன் உள்ளே போய் ப்ரீப்கேஸைத் திறந்து அதிலிருந்து சில காகிதங்களை எடுத்து வந்தான். தியாகராஜனும், அவன் கூட வந்தவர்களும் அந்தக் காகிதங்களைப் பரிசோதித்துக் கொண்டிருந்தார்கள்.

தியாகராஜன் ''எக்ஸ்க்யூஸ் மி'' என்று எழுந்து போய் அங்கிருந்த போனை எடுத்து, தான் தங்கியிருந்த ஹோட்டலுக்கு போன் செய்தான். தியாகராஜனின் அறைக்கு நேர் எதிரே இருந்த அறைக்குக் கனெக்ஷன் தரச்சொல்லி உருது மொழியில் கேட்டுக் கொண்டான்.

மறுமுனையில் போனில் ''ஹலோ'' என்று கேட்டது.

''ஆலோக்!'' செல்லமாக நாய்க்குட்டியைக் கூப்பிடுவது போல் கூப்பிட்டான்.

''சாப்!'' யஜமானனைப் பார்த்ததும் பாய்ந்து வரும் நாய்க் குட்டியைப் போல் அந்தக் குரலில் மகிழ்ச்சி துள்ளி வந்தது!

''நான் என் அறையோட சாவியை ரிசப்ஷனிஸ்டிடம் கொடுத்து விட்டு வந்தேன். என் அறைக்குள்ளே இப்போ யாராவது வந்திருக் காங்களா பாரு?''

''ஆமாம் சாப். நானே உங்களுக்கு போன் செய்வதாக இருந்தேன். அனிருத் இப்பொழுதுதான் உங்க அறையைத் திறந்து கொண்டு உள்ளே போனான்.''

''ஓ.கே.'' அவன் உடனே போனை வைத்துவிட்டான். போனை வைத்ததுமே அவன் அங்கே இருந்த கார் சாவியை எடுத்துக் கொண்டு, பேப்பர்களைப் பார்த்துக் கொண்டிருந்தவர்களைப் பார்த்து ''ஜெண்டில் மேன்! எக்ஸ்க்யூஸ் மி. நான் இப்பொழுதே ஒரு நிமிஷத்தில் திரும்பி வந்துவிடுகிறேன். ஒரு அவசரம்! நீங்க பேசிக் கொண்டிருங்கள்!'' என்று சொல்லிவிட்டு அவர்களின் பதிலுக்காகக் காத்திருக்காமல் மளமளவென்று வெளியே வந்தான்.

வராண்டா படிகளில் வேகமாக இறங்கி கார் அருகில் வந்தான்.. அவனிடம் அதற்கு முன்னால் ஹோட்டலில் படிகளில் இறங்கிக் கொண்டிருந்த போது வலிய வரவழைத்துக் கொண்ட தள்ளாமை, சோர்வு இப்பொழுது கொஞ்சம்கூட இருக்கவில்லை.

அவன் கால்களிலும், கைகளிலும், கண் பார்வையிலும் இன்னும் நிறையவே தெம்பு இருக்கிறதென்றும், தேவையான பொழுது அவன் அவற்றை நன்றாகவே பயன்படுத்திக் கொள்வான் என்றும் அந்த நிமிடம் வெளிப்பட்டுக் கொண்டிருந்தது.

அவன் ஓட்டிக் கொண்டிருந்த கார் ஓடவில்லை; காற்றோடு காற்றாக விர்ரென்று பறந்து கொண்டிருந்தது. நெரிசலாக இருந்த சாலைகளில் கூட வேகமாகப் பாய்ந்து கொண்டிருந்த காரைப் பார்க் கும்போது கார் ஓட்டுவதில் அவனுக்கு இருக்கும் அபாரமான திறமை புரிந்தது.

அவன் உதடுகள் இறுகியிருந்தன.

கண்முன்னால் வேகமாகக் காட்சிகள் நகர்ந்து கொண்டிருந்தன. தன் அறைக்குள் எல்லை மீறி நுழைந்துவிட்ட அனிருத்தைப் போலீ சாரிடம் பிடித்துக் கொடுப்பது, பிறகு விடுவித்து அவனுக்கு தன்னைத் தவிர வேறு எதிர்காலம் இல்லாதபடி செய்து விட வேண்டும். அனிருத்தை சொந்தமாக்கிக் கொள்வதற்காக அவன் போட்டிருந்த திட்டம் இது. அவன் சுபாவமே அதுதான். வாழ்க்கையில் எதன்

மீதாவது மனம் லயித்து விட்டால் அதை ஜெயித்தாக வேண்டும். அது பொருளாக இருக்கட்டும், மனிதனாகவே இருக்கட்டும். எதைப் பற்றியும் கவலையே படவும் மாட்டான், எதையும் லேசில் விடவும் மாட்டான்.

அனிருத் அவனுக்கு வேண்டும். வாழ்க்கையில் சாதிக்க முடியாத வற்றையும் சாதித்திருக்கிறான் அவன். அனிருத் ஒரு பொருட்டே இல்லை.

அவன் கவலை எல்லாம் ஒன்றுதான். அனிருத்திற்கு அதிகத் துன்பம் ஏற்பட்டு விடக்கூடாது. அவன் தானாகவே தன்னிடம் பணிந்து வரவேண்டும். சுபாவைக் கல்யாணம் செய்து கொள்ள வேண்டும்.

ஏன் என்றால் அந்த விஷயத்தை முடிவு செய்தது அவன் தான் என்பதால். தியாகராஜன் டிரைவ் செய்து கொண்டிருந்த கார் ஹோட்டல் வாசலில் வந்து நின்றது. வேகமாக இறங்கி சமீராவின் அருகில் வந்தான்.

''ரூம் சாவி'' என்றான்.

''சார்!'' சமீரா திகைத்துவிட்டாள்.

''ரூம் சாவி கேட்டேன்!'' இரட்டிப்பது போல் கேட்டான். அவன் குரல் இடிமுழக்கம் போல் இருந்தது.

''சார்..'' சமீரா சாவியைத் தரவில்லை. பதில் சொல்ல முடியாத வள் போல் மிரண்டுபோய் அங்குமிங்கும் பார்த்தாள்.

ச்சை! தியாகராஜன் மேற்கொண்டு தாமதிக்காமல் லிஃப்டை நோக்கிப் போனான். அது வேலை செய்யவில்லை. மளமளவென்று படிகளில் ஏறினான்.

பின்னால் சமீரா சிலையாக நின்றபடி பார்த்துக் கொண்டிருந் தாள்.

தியாகராஜன் மூச்சிரைத்தபடி தன் அறைக்கு வந்தான். கதவைத் தள்ளினான். அது திறந்துகொள்ளவில்லை. காலிங்பெல்லை அழுத் தினான். கதவைப் படபடவென்று தட்டினான்.

மெல்லக் கதவு திறந்து கொண்டது. எதிரே அனிருத்! தியாகராஜன் கதவைப் பலமாகத் தள்ளிக்கொண்டே உள்ளே வந்தான். அனிருத் தின் சட்டைக் காலரைப் பற்றிக் கொண்டான்.

''நீ என் அறையில்...'' அவன் வார்த்தை இன்னும் முடியக்கூட இல்லை. பின்னாலிருந்த சோபாவிலிருந்த சுபா எழுந்து கொண்டாள்.

"ஓ...அங்கிள்!" அந்த அழைப்பு பலவீனத்தோடு கூடிய ஓலமாய் இருந்தது.

தியாகராஜன் சட்டென்று திரும்பிப் பார்த்தான். சுபா! சுபாவின் தோளில் ஜாக்கெட் கிழிந்திருந்தது. பிரா பெல்ட் தெரிந்தது. கன்னத்தில் சிவப்பாய் கீறல் தென்பட்டது.

"அங்கிள்!" கைகளை நீட்டினாள். அந்தக் கோலத்தில் சுபாவைப் பார்த்ததுமே தியாகராஜனின் தலை சுற்றத் தொடங்கிவிட்டது. அனிருத்தை விட்டுவிட்டு ஒரே பாய்ச்சலில் சுபாவிடம் வந்தான்.

"என்னம்மா? என்ன நடந்தது?" தோள்களைப் பற்றி உலுக்கிக் கொண்டே கேட்டான்.

"அங்கிள்! அந்த தேஜஸ்வர் சிங்!"

"அவனா?... அவனை எங்கே பார்த்தாய்?"

"இதே ஹோட்டலில்தான் இருக்கிறான்."

"என்ன! இதே ஹோட்டலிலா?"

"ஆமாம். நான் கமலாவிடமிருந்து திரும்பிவந்தேன். ஹோட்டல் பையன் நீங்க அந்த அறையில் இருப்பதாகச் சொன்னான். அங்கே போனேன். அவன்..." சுபா அழுதேவிட்டாள். "எப்படியோ போராடி வெளியில் வந்தேன். சமயத்திற்கு அனிருத் வந்தார். என்னை இங்கே அழைத்து வந்தார்." சுபா காலைத் தொட்டுக் காட்டினாள். "என் கால் சுளுக்கிக் கொண்டு விட்டது. நடக்கவே முடியவில்லை" என்றாள், அவன் மார்பில் சாய்ந்துகொண்டே. சுபாவைப் பரிவோடு அணைத்தபடி தியாகராஜன் அனிருத்தைப் பார்த்தான்.

அவன் இந்தப் பக்கமே பார்த்துக் கொண்டிருந்தான். அவன் முகத்தில் எந்த உணர்வு களும் தென்படவில்லை.

தியாகராஜன் சுபாவை மறுபடியும் சோபாவில் படுக்க வைத்து விட்டு "ஒன் மினிட். இதோ வருகிறேன்" என்று வேக வேகமாக வெளியேறினான்.

தேஜஸ்வர் சிங் அறைக்கு வந்தான். காலியாக இருந்தது. ஐந்து நிமிடங்களுக்கு முன்னால்தான் காலி செய்துவிட்டுப் போய் விட்டதாகச் சொன்னார்கள். அவன் பற்களை நறநறத்தபடி அப்படியே நின்று விட்டான்.

இந்த தேஜஸ்வர்சிங் இன்னும் சாகவில்லை போலும். சீக்கிரத்திலேயே சாகத்தான் போகிறான். தியாகராஜன் முடிவு செய்து விட்டால்

அதில் மாற்றம் இல்லை. அவன் எங்கேயும் போய் விடமாட்டான். இந்த ஊரிலேயேதான் இருப்பான்.

தியாகராஜன் மீண்டும் தன்னுடைய அறைக்குத் திரும்பி வந்தான்.

அரைமணி நேரம் கழித்து...

வேறோர் ஹோட்டலில் சமீராவும் அனிருத்தும் உட்கார்ந்து காபி குடித்துக் கொண்டிருந்தார்கள்.

''தேஜஸ்வர்சிங்கை உன்னால் அடையாளம் கண்டு பிடிக்க முடியுமா சமீரா?'' என்று கேட்டான் அனிருத்.

''ஊம்'' முடியும் என்றாள் சமீரா.

★★★

நான்கு நாட்கள் கழித்து இரவு எட்டு மணிக்கு சமீரா வேலையை முடித்துக் கொண்டு வீட்டுக்குத் திரும்பிக் கொண்டிருந்தாள். அனிருத்தும் கூட பஸ்ஸ்டாப் வரையிலும் வந்தான். இருவரும் பஸ்ஸுக்காகக் காத்திருந்தார்கள். சில சமயம் ரொம்பவும் தாமதமாகிவிட்டால் அனிருத் சமீராவை வீடு வரையிலும் கொண்டு போய் இறக்கிவிட்டு வருவான். தெருக் கோடியிலேயே நின்றுவிட்டு சமீரா வீட்டுக்குள் நுழையும் வரையிலும் பார்த்துவிட்டுத் திரும்புவான். தன் வீட்டிலிருந்து லக்ஷ்மியோ, தாய் தந்தையோ தென் படுவார்களா என்ற எதிர்பார்ப்பு அவனை அலைக்கழிக்கும்.

சில சமயம் அவன் எதிர்பார்ப்பு நிறைவேறும். சிலசமயம் நிறை வேறாது. அந்த வீடு வருவோர் போவோர் என்று எப்போதும் எத்த னையோ சந்தடியாக இருந்த வீடு. அவனுக்கு விவரம் தெரிந்தது இரவு எல்லோரும் தூங்கப் போகும் வரையில் அந்த வீட்டு வாசற் கதவு திறந்தே இருக்கும். இரவு பத்து மணி தாண்டிய பிறகும் தந்தையைத் தேடிக் கொண்டு யாராவது வருவது வழக்கம். வெளியே விளக்கு எரிந்துகொண்டுதான் இருக்கும். அப்படியிருந்த வீட்டில் இன்று வெளியில் விளக்கே இல்லாதது போல் அது எரியவே இல்லை. வாசற்கதவு எப்போதும் சாத்தியே இருந்தது.

புதிதாகப் பார்ப்பவர்களுக்கு அந்த வீட்டில் யாராவது குடி இருக் கிறார்களா என்ற சந்தேகம் வரக்கூடும். அவ்வளவு நிசப்தமாக இருந் தது. சந்தடியற்ற அந்த வீட்டைப் பார்க்கும் போது அனிருத்திற்கு அதெல்லாம் தன்னால்தான் என்ற குற்ற உணர்வு ஏற்பட்டது.

தன் காரணமாகத்தான் அவர்களுக்கு இந்த வேதனை என்ற எண்ணப் பெரு மூச்சால் அவன் நெஞ்சு ஏறி இறங்கும்.

சமீராவை ஒரு நாள் காலையில் அவள் தாய் கேட்டுவிட்டாள். "அது சரி. நம் பக்கத்து வீட்டு கார்த்தியாயனி சொன்னா. உன்னை யாரோ வீடு வரையிலும் கொண்டு வந்து விட்டுவிட்டுப் போகிறானேமே. அவன் யார்?"

"எனக்கு என்னம்மா தெரியும்?" என்றாள் சமீரா.

"வாயை மூடு. பொய் சொல்லாதே.

சனிக்கிழமை ஒரு பொழுது இருக்கும் புண்ணியவதி அவள்.

உயிரே போனாலும் பொய் சொல்ல மாட்டாள். நேற்று எவனோ உயரமா இருக்கும் ஒரு பையன் தெரு முனை வரையிலும் வந்து உன்னை இறக்கி விட்டுட்டுப் போனானாம். நீங்க இருவரும் சேர்ந்துதான் பஸ்ஸிலிருந்தும் இறங்கி வந்தீங் களாம்.

நீ வீட்டுக்குள் நுழையும் வரையில் அவன் தெருக்கோடியில் வேற காவல் இருந்தானாம்ல."

"அம்மா!"

"இதோ பார். வேண்டாம் என்று சொன்னாலும் கேட்காமல் வேலைக்குப் போகிறாய். எதோ சம்பளம் என்று நாலு காசு வந்தால் உன் கல்யாணத்திற்குச் சேர்த்து வைக்கலாம் என்றுதான் நான் சரி என்று சொன்னேன். இல்லாவிட்டால் எனக்கு விருப்பமே இல்லை. நீ இந்த மாதிரி பைத்தியக்காரத்தனமால்லாம் அசட்டுப் பிசட்டுன்னு நடந்துகொள்ளாதே."

"என்னம்மா நீ!"

"நம்மைப் போன்ற குடும்பங்கள் பிழைத்திருப்பதே கௌரவத் தினால்தான். கல்யாணம் ஆவதற்கு முன்பே இஷ்டம் போல் சுற்றி விட்டு, பிறகு கல்யாணம் பண்ணிக் கொண்டு குடித்தனம் நடத்துவ தற்கு நாம் ஒன்றும் பணக்காரர்கள் இல்லை. நினைவில் வைத்துக்கொள்."

சமீரா மௌனமாக இருந்தாள். அம்மாவின் தோரணை அந்த மாதிரி இருக்கும் போது மேற்கொண்டு வாதாடுவது அனாவசியம் என்றெண்ணினாள்!

பக்கத்துவீட்டுக் கார்த்தியாயினி சமீபத்தில்தான் குடிவந்தாள். அவளுக்கு அனிருத் யாரென்று தெரியாது. அதனால்தான் சமீராவால் தப்பித்துக் கொள்ள முடிந்தது. சம்பளம் கொண்டு வந்து தாயின் கையில் கொடுத்து வருவதால் இந்த மட்டிலும் சரியாக இருக்கிறது. வேலைக் கும் போகாமல் அவள் இப்படி நடந்து கொண்டிருந்தால் இந்நேரம் சரஸ்வதி அவள் காலை உடைத்து உட்கார வைத்திருப்பாள். சமீபத் தில்தான் அவள் போக்கு கொஞ்சம் மாறியிருக்கிறது. வேலைக்குப் போ. வேண்டாம் என்று சொல்லவில்லை. ஆனால் அந்த சாக்கில் கண்டபடி ஊர் சுற்றினால் சும்மாயிருக்க மாட்டேன் என்று சொல் வது போல் இருந்தது.

அதனால்தான் இன்று பஸ்ஸ்டாண்டில் அனிருத் தன்னுடன் சேர்ந்து நிற்கப் போனபோது சமீரா அவனைத் தடுத்துவிட்டாள்.

"நான் வீட்டுக்குப் போய்க் கொள்கிறேன். நீங்கள் என்னுடன் வர வேண்டாம்."

"ஏன்? எதற்கு?"

"ரொம்ப ஒண்ணும் நேரமாகவில்லையே... அதான் பரவா யில்லை."

அனிருத் சமீராவின் முகத்தைக் கூர்ந்து பார்த்தான். சமீரா அந்த வார்த்தைகளைச் சொல்வதற்கு தயங்கினாற்போல் இருந்தது. ஒருக்கால் இது இந்தப் பெண்ணின் சொந்த முடிவாக இருக்காது. வீட்டில் ஏதாவது சொல்லியிருப்பார்களோ என்னவோ? இரவு ரொம்ப நேரமான பிறகு சமீரா வீட்டிற்குக் கிளம்பினால் அவன் மனம் நிம்மதியாக இருக்காது. படுத்தால் தூக்கமும் வராது. மறுநாள் சமீராவைப் பார்க்கும் வரையிலும் கவலையாகத்தான் இருக்கும். ஏற்கனவே காலம் ரொம்ப மோசமாகிவிட்டது. அதோடு சமீரா வீட்டுக்குப் போக வேண்டும் என்றால் பஸ்ஸ்டாண்டிலிருந்து கொஞ்ச

தூரம் நடக்க வேண்டும். தெருவிளக்குகள் சரியாக எரியாது. அந்தத் தெருவிலேயே இரண்டு மதுபானக்கடைகள் இருப்பதால் குடித்து விட்டு சில போக்கிரிகள் தெருவில் சுற்றிக் கொண்டிருப்பார்கள். அவனுக்குச் சமீராவின் பொறுப்பு முழுவதும் தன்னிடம் இருப்பது போல் இருந்தது.

ஏன் என்றால் சமீரா வேலைக்குப் போக வேண்டும் என்று நினைத்தாலும் இந்த வேலைக்குப் போயிருக்க மாட்டாள். தன்னுடைய வற்புறுத்தலின் பெயரில்தான் இந்த ஹோட்டலில் ரிசப்ஷனிஸ்டாக சேர்ந்திருக்கிறாள். அதனால்தான் அவனுக்கு உள்ளூரக் கலக்கமாக இருந்தது. சமீராவை ஆயிரம் கண்களுடன் பாதுகாப்பது போல் செயல்பட்டுக் கொண்டிருந்தான். கூடிய வரை யிலும் பகல் ட்யூட்டி போடுவது போல் பார்த்துக் கொண்டான். சில சமயம் அது முடியாமல் போய்விடும்.

"பாழாய்ப் போன பஸ். இன்னும் வரக்காணும்" சமீரா அலுத்துக் கொண்டாள்.

"வந்தால் ஒரே நேரத்தில் ஒண்ணு பின்னால ஒண்ணா இரண்டு மூன்று வரும்" என்றான் அவன்.

அதற்குள் அந்தப் பக்கமாக ஒரு கறுப்பு நிறக் கார் விர்ரென்று போய்க் கொண்டிருந்தது. யதேச்சையாக அந்தப் பக்கமாகப் பார்த்த சமீரா உடனே கையைக் காட்டி உரத்தக் குரலில் "அதோ... அதோ.. அந்த தேஜஸ்வர்சிங்" என்றாள்.

"எங்கே?" பஸ்ஸுக்காக வேறு திசையில் பார்த்துக் கொண்டிருந்த அனிருத் சட்டென்று திரும்பினான்.

"அதோ.. அந்த டாக்ஸியில் தான் போகிறான்."

சிவப்பு கட்டம் போட்ட சட்டைக்காரனை அனிருத் பார்த்தான். கார் தெருமுனையில் மறைந்துவிட்டது. அனிருத் சட்டென்று சமீராவின் கையைப் பற்றி அங்கிருந்த மற்றொரு டாக்ஸியை நோக்கி ஓடினான். கார் கதவைத் திறந்து சமீராவை அதில் தள்ளிவிட்டுத் தானும் பக்கத்தில் உட்கார்ந்துகொண்டு கதவைச் சாத்தினான்.

"டிரைவர்! கொஞ்சம் வேகமாக ஓட்டுப்பா. அதோ அந்தக் காரின் பின்னாலேயே போ" என்றான். டாக்ஸி புறப்பட்டது. முன்னாலிருந்த கார் சாதாரண வேகத்தில் போய்க் கொண்டிருந்ததால் டாக்ஸியால் உடனே அவர்களைப் பிடிக்க முடிந்தது.

தேஜஸ்வர்சிங், அவன் நண்பர்கள் இருந்த கார் மயூர் காஃபி பார் முன்னால் வந்து நின்றது. அவர்கள் இறங்கிக் கொண்டு டாக்ஸிக்குப்

யத்தனபூடி சுலோசனாராணி | 151

பணம் கொடுத்துவிட்டு உள்ளே போனார்கள். சமீராவும், அனிருத்தும் பின்னாலேயே நுழைந்தார்கள்.

நல்ல வேளையாக தேஜஸ்வர் சிங், நண்பர்கள் உட்கார்ந்திருந்த மேஜைக்குப் பக்கத்து மேஜை அவர்களுக்காகவே போல காலியாக இருந்தது. சமீராவும், அனிருத்தும் அங்கே போய் உட்கார்ந்து கொண்டார்கள்.

அனிருத் ஃபலூடாவுக்கு ஆர்டர் கொடுத்தான்.

நண்பர்களுடன் பேசிக் கொண்டிருந்த தேஜஸ்வர்சிங் பேச்சுக்கு இடையில் சமீராவைப் பார்த்தான். அவனுக்கு அனிருத்தைத் தெரியாது. சமீராவைப் பார்த்ததுமே அடையாளம் புரிந்துகொண்டான். "ஒரு நிமிடம்" என்று நண்பர்களிடம் சொல்லிவிட்டு வந்து "குட் ஈவினிங் சமீரா! ஹவ் ஆர் யு?" என்றான்.

"குட் மார்னிங்! ஃபைன். இவர் என் கஸின். பெயர் அனிருத்" என்று சொன்னாள்.

"ஓ.. கிளாட் டு மீட் யு சார்." அவன் அனிருத்தை நோக்கிக் கையை நீட்டினான்.

அனிருத் கைக் குலுக்கினான். "உட்காருங்கள். எங்களுடன் சேர்ந்து ஐஸ்க்ரீம் சாப்பிடுங்கள்." நாற்காலியைக் காட்டிக் கொண்டே சொன்னான்.

"ஓ.. நோ.. நாங்கள் பார்ட்டி செலப்ரேட் செய்து கொண்டிருக்கிறோம்." அவன் கண்கள் சமீராவை விழுங்கி விடுவது போல் பார்த்துக் கொண்டிருந்தன. "நெக்ஸ்ட் டைம்... பெட்டர் லக் இன் னொரு முறை கண்டிப்பாக வருகிறேன்." அவன் சமீராவைப் பார்த்துக் கொண்டே அனிருத்திற்குக் குட்பை சொல்லிவிட்டு தன் மேஜைக்குப் போய்விட்டான்.

"அப்பாடா" என்றாள் சமீரா.

"என்ன ஆச்சு உனக்கு?"

"எனக்கு ஏனோ அவன் பார்வை மேலெல்லாம் கம்பளிப்பூச்சி ஊர்வது போல் அருவருப்பாக இருந்தது.

"சாரி. ரொம்பக் கஷ்டப்படுத்தி விட்டேனா?" என்றான்.

"இல்லை இல்லை" என்றாள் கூச்சத்துடன்.

இருவரும் ஐஸ்க்ரீம் சாப்பிட்டார்கள்.

"போவோமா?" அனிருத் எழுந்துகொண்டான்.

இருவரும் வந்து கொண்டிருந்த போது அனிருத் "சமீரா! உனக்குப் பின்னால் கதர் ஜிப்பா கிழவர் ஒருவர் கண்ணிமைக்காமல் இந்தப்

பக்கமே பார்த்துக் கொண்டிருக்கிறார். மெதுவாகத் திரும்பிப் பார். இளைஞர்களைத்தான் பெண்கள் வசைபாடுவார்கள். அந்தக் கிழவருக்கு இதென்ன புத்தி, நீயே சொல்லு?'' என்றான்.

சமீரா மெதுவாகத் திரும்பிப் பார்த்தாள். உடனே அதிர்ந்துவிட்டாள். மளமளவென்று வெளியே போகும் கதவை நோக்கி வேகமாக அடியெடுத்து வைத்தாள்.

''ஏன்? அவர் யார்? என்ன நடந்தது?'' பின்னாலேயே வந்த அனிருத் கேட்டான்.

''அவர்... அவர்... என்னுடைய சித்தப்பா'' என்றாள்.

''ஐ ஸி'' என்றான் அனிருத்.

அனிருத் எவ்வளவு கேட்டுக் கொண்டும் சமீரா அவனை வீடு வரைக்கும் வருவதற்குச் சம்மதிக்கவில்லை. ''தயவுசெய்து வேறு எதுவும் சொல்ல வேண்டாம். இன்னைக்கு நீங்க என்னுடன் வராமல் இருப்பதுதான் நல்லது. வந்தால் எனக்குத்தான் இடைஞ்சல்'' என்று மறுத்துவிட்டுத் தனியாகவே பஸ்ஸில் சென்று விட்டாள்.

அனிருத் இயலாமையுடன் நின்றுவிட்டான். அந்த நிமிடம் அவனுக்குத் தான் ஒரு கையாலாகாதவனாகவே தோன்றியது. சமீராவின் மீது கொஞ்சம் கோபம் கூட வந்தது.

அதற்குள் தேஸ்வர்சிங் அந்தப் பக்கமாகக் கார் ஓட்டிக் கொண்டிருந்ததைப் பார்த்தான். காரை டிரைவ் செய்து கொண்டிருந்த தேஜஸ்வர்சிங் அனிருத்தைப் பார்த்ததும் காரை நிறுத்தி ''வான்ட் எ லிஃப்ட்?'' என்று கேட்டான்.

அனிருத் தலையசைத்தான். பின்னால் நண்பர்கள் உட்கார்ந்திருந்ததால் முன் கதவைத் திறந்தான். அனிருத் ஏறி உட்கார்ந்து கொண்டான்.

''யு ஹேவ் எ ப்யூட்டிபுல் கேர்ல் பிரண்ட். சமீரா! வாட் எ நைஸ் நேம்.''

''அவள் என்னுடைய கஸின். கேர்ல் பிரண்ட் இல்லை.'' அனிருத் பதில் சொன்னான். சமீராவின் அழகைப் பற்றிப் பேசிக் கொண்டிருந்த தேஜஸ்வர்சிங்கைப் பார்த்த போது நாலு அறை கொடுக்க வேண்டும் போல் இருந்தது. தேஜஸ்வர்சிங் மட்டும் என்று இல்லை. இந்த உலகத்தில் சமீராவை வேறு யாராவது ஏதாவது சொன்னால்கூட அவனால் சகித்துக் கொள்ள முடியாது. ஏன் என்றால் சமீரா அவனுக்கு இந்த ஆபத்தான நேரத்தில் உதவி செய்து வருபவள்.

யத்தனபூடி சுலோசனாராணி | 153

நான்கு நாட்கள் கழிந்தன. அனிருத்திற்குக் காலம் ரொம்பவும் தாமதமாகக் கழிந்து கொண்டிருந்தது போலிருந்தது. அவன் சாமர்த்தியம், திறமை எல்லாமே இந்த நேரத்தில் பயன்படாமல் போய்க் கொண்டிருந்தன. இந்த விஷவளையத்திலிருந்து எப்படி வெளியேறுவது என்று அவனுக்குத் தெரியவில்லை. தியாகராஜன் என்ற சிலந்திக் கூட்டில் அவன் எறும்புபோல் சிக்கிக் கொண்டு விட்டான். அந்தச் சிலந்திக்கு இரையாகாமல் தன்னைக் காப்பாற்றிக் கொண்டு தான் வெளியேறுவது எப்படி என்பதிலேயே அவனது சிந்தனை சுழன்று கொண்டிருந்தது.

இந்த நான்கு நாட்களில் அவன் தேஜஸ்வர் சிங்கிற்கு நல்ல நண்பனாகிவிட்டான். அவன் பம்பாயில் இருக்கும் போது தியாகராஜனிடம் செகரெட்ரியாக வேலை செய்தானாம். அங்கே தியாகராஜனுக்கு ஸ்டாக் எக்ஸ்சேஞ்சு விவகாரங்கள் இருந்ததாம். ஒரு முறை குடித்துவிட்டு சுபாவை ஏதோ சொல்லிவிட்டதால் தியாக ராஜன் அவனை ஒரு கேசில் மாட்டிவிட்டு ஒரு வருடம் ஜெயில் தண்டனை கிடைக்கும்படி செய்தானாம். ரொம்பக் கஷ்டப்பட்டு நிறையப் பணம் செலவழித்து, செல்வாக்கைப் பயன்படுத்தி அந்தத் தண்டனையிலிருந்து தப்பித்துக் கொண்டு வெளியேறுவதற்குள் அவனுக்குப் பாதி உயிர் போய்விட்டதாம். தியாகராஜன் எவ்வளவு விஷப்பாம்பு என்றால் அதற்குப் பிறகு தேஜஸ்வர்சிங்கிற்கு எங்கேயும் சரியான வேலை கிடைக்கவில்லை. எல்லோரிடமும் தேஜஸ்வர்சிங் பற்றி மோசமான அவதூறுகளை அவன் பரப்பி விட்டிருந்தான்.

தேஜஸ்வர்சிங் தோளைக் குலுக்கிக் கொண்டே வெறுப்புடன் சொன்னான். "மிஸ்டர் அனிருத்! இந்த உலகத்தில் ஒவ்வொ ருத்தருக்கும் ஒவ்வொரு விதத்தில் திறமையிருக்கும். இந்த தியாக ராஜனுக்கு தனக்குப் பிடிக்காதவர்களைப் பற்றி அவதூறு சொல்லி அவர்களுடைய எதிர்காலத்தையே நாசம் பண்ணக் கூடிய சக்தி அபாரமாக இருக்கிறது. ரொம்ப டேஞ்சர் மேன். நீங்க அவனிட மிருந்து விலகியே இருப்பது நல்லது என்று எச்சரிக்கிறேன். முதலில் அவனைப் பற்றித் தெரியாததால் அவனைப் பழி வாங்க வேண்டும் என்று பார்த்தேன். ஆனால் அது பிரயோஜனப்படாது என்றும், அவனுக்கு நம்மைவிட சாமர்த்தியம் அதிகம் என்றும் புரிந்துகொண்டு விட்டேன். இது என் சொந்த அனுபவம். எவ்வளவோ நல்ல எதிர் காலம் இருக்க வேண்டிய என் வாழ்க்கை இப்படி அனாமத்தாகக் கழிந்து கொண்டிருக்கிறது. அவனுடன் மோதுவது என்றால் எலி போய் மலையை முட்டினாற்போல்தான். உங்களுக்கு அவன் மீது ஏதாவது

கோபமோ, வருத்தமோ இருந்தால், அது அவனுடைய பெருந்தன்மை என்று நினைத்து விட்டுவிடுங்கள். இதுதான் என்னுடைய அறிவுரை'' என்றான். தமிழ், ஆங்கிலம், இந்தி எல்லாம் கலந்து.

அதைக் கேட்டதும் அனிருத்திற்குச் சோர்வு வந்து சூழ்ந்து கொண்டது. எதிராளியின் பலவீனத்தைப் பயன்படுத்திக் கொண்டு அவர்களைப் பிளாக்மெயில் செய்வது தியாகராஜனின் தொழில். அவன் பார்வையில் விழுந்தது துரதிருஷ்டம்தான்.

அன்று இரவு ஹோட்டல் அறையில் படுத்திருந்த அனிருத்திற்கு பைத்தியம் பிடித்தாற் போல் இருந்தது. இங்கே அவன் எதற்காக இருக்க வேண்டும்? இந்த மெத்தென்ற படுக்கை, சோபாக்கள், சில்க் திரைச்சீலைகள், ஏ.சி.யின் குளிர்ச்சி, மேஜைமீது விலையுயர்ந்த ட்ரேயில் வைக்கப்பட்டிருக்கும் விருந்துச் சாப்பாடு... இதெல்லாம் அவனுக்குக் கடுகளவு சந்தோஷத்தைத் தராததோடு பைத்தியம் பிடிக்கச் செய்து கொண்டிருந்தன.

அவன் அந்த அறையில் தனியாகச் சாப்பிட உட்கார்ந்ததுமே மன மெல்லாம் ஏதோ வெறுமை பரவி ஆட்டுவிக்கும். உடனே தன் வீட்டுச் சாப்பாடு நினைவுக்கு வரும். தினமும் சாப்பாட்டு வேளை ஒரு பண்டிகை போல் சந்தோஷமாகக் கழியும். ரொம்ப சாதாரணமாக இருக்கும் அந்த உணவு மேஜையை சுற்றிலும் எல்லோரும் உட்கார்ந்து கொள்வார்கள். காலை வேளையில் காலேஜ் என்றும் ஆபீஸ் என்றும் அவரவர்கள் ஓடிக் கொண்டிருந்தாலும் இரவு நேரத்தில் மட்டும் எல்லோரும் சேர்ந்து சாப்பிட்டாக வேண்டும். யாருக்காவது ஒழியாவிட்டாலும் மீதி எல்லோரும் காத்திருப்பார்கள். தாய் சமைக்கும் ருசியான உணவு. ஒரு காயும், சாம்பாரும் தவிர அதிகமாக எதுவும் இருக்காது. ஆனாலும் என்ன ருசி! தந்தை ஆபீஸ் விஷயங்களைச் சொல்லிக் கொண்டிருக்கும் போது, தாய் பார்த்துப் பார்த்துப் பரிமாறிக் கொண்டே அக்கம் பக்கத்து விசேஷங்களை சொல்லு வாள். அனிருத் நண்பர்களைப் பற்றிப் பேசிக் கொண்டே தனக்குத் தெரியாமல் அதிகமாகச் சாப்பிட்டு விடுவான். அவ்வாறு சாப்பிடும் போது எவ்வளவு திருப்தி! எவ்வளவு சந்தோஷம்! அந்த ஆனந்தமே தனி.

இந்த ஹோட்டல் சாப்பாடு ருசியானதாக இருக்கலாம். ஆனால் அந்த அன்பு எங்கேயிருந்து வரும்? வீட்டை விட்டு வந்ததிலிருந்து அவனுக்குச் சாப்பிட்டாற் போலவே இல்லை. எல்லாமே ஏதோ பசிக்குக் கொறித்தாற்போல் இருந்தது.

சாப்பிட உட்கார்ந்துகொண்ட அனிருத் எழுந்துவிட்டான். இந்த ஹோட்டல் அறை ஒரு ஜெயில் மாதிரி. இதில் தான் ஒரு கைதி. இதிலிருந்து தனக்கு விடுதலை எப்பொழுது? எரிச்சலடைந்த அவன் போய் ஏ.சி.யை நிறுத்திவிட்டு ஜன்னல் கதவைத் திறந்தான். வெளியிலிருந்து வந்த காற்றை சுவாசிக்கும் போது கொஞ்சம் நிம்மதியாக இருந்தது. இன்று அவன் மனம் ரொம்பவும் கலங்கி யிருந்தது. துணைக்கு யாராவது இருந்தால் தவிர தான் தானாக இருக்க முடியாது என்று தோன்றியது.

அவன் போன் அருகில் சென்று சமீராவை அழைத்துத் தன்னுடன் சேர்ந்து சாப்பிடச் சொல்லி அழைத்தான்.

"இப்பொழுதா? கிளம்புவதற்கு நேரமாகிவிட்டது."

"பரவாயில்லை வா. என்னால் தனியாகச் சாப்பிட முடியாது போல் இருக்கு. காலையில்கூட நான் சாப்பிடவில்லை."

மறுமுனையில் ஒரு நிமிடம் நிசப்தம். பிறகு சமீரா சொன்னாள். "சரி...நான் வருகிறேன்."

பத்து நிமிஷத்தில் வந்துவிட்டாள். சமீரா வரும் போது அவன் ஜன்னலில் தலையைச் சாய்த்துக் கண்களை மூடியபடி நின்று கொண் டிருந்தான். அவ்வாறு நிற்பதில் கூட ஏதோ இயலாமை! சமீராவுக்கு அவனை அந்த நிலையில் பார்க்கும் போது மனம் கலங்கிவிட்டாற் போல் இருந்தது.

சாமர்த்தியம் இல்லாதவன் ஆபத்து வந்தால் சுலபமாக அடி பணிந்து விடுவான். தன்னுடைய தலையெழுத்து என்று சமாதானப் பட்டுக் கொள்வான்.

அதுவே திறமைசாலியாக இருந்தால் விதியை எதிர்த்து நிற்பான். மனதாலும், உடலாலும் முழுவீச்சுடன் போராடுவான். வெற்றி யடையும் வரையிலும் அவனுக்கு நிம்மதியிருக்காது. அந்தப் போராட் டத்தில் தான் தோற்றுப் போவோம் என்று தெரிந்தால் அவன் படும் நரக வேதனை பயங்கரம்! அனிருத் தற்சமயம் அந்த நிலையில்தான் இருந்தான்.

"சாப்பிட வாங்க." தட்டில் பரிமாறிக் கொண்டே அழைத்தாள்.

அவன் காலையிலிருந்து சாப்பாடு கண்ணுக்கு எதிரில் இருந்த போதும் சாப்பிடவில்லை என்பதைப் பார்க்க வருத்தமாக இருந்தது சமீராவுக்கு. ஏன் என்றால் இந்த உலகத்தில் வறுமையால் நிறையப் பேர் பட்டினி கிடக்கிறார்கள். இருந்தும் சாப்பிட முடியாமல் போவது ரொம்ப வேதனையானது.

அனிருத் எழுந்து வந்தான். சமீரா இரண்டு தட்டுகளில் பரிமாறி னாள். அவன் சாப்பிட்டுக் கொண்டிருந்த போது பார்த்துப் பார்த்து உபசரித்தாள்.

''தயிர் இன்னும் கொஞ்சம் போட்டுக் கொள்ளுங்கள்.'' சமீரா மேலும் பரிமாற வந்தபோது தன்னையும் அறியாமல் அவள் கையைப் பிடித்து தடுத்துவிட்டான். சட்டென்று முகத்தைத் திருப்பிக் கொண்டு விட்டான். அவனுக்குத் தன் தாயின் நினைவு வந்துவிட்டது. கண்களிலிருந்து வெளியேறப் போன நீரைத் தடுப்பதற்கும், அது அவள் கண்ணில் பட்டு விடாமல் இருப்பதற்கும் அவன் செய்து கொண்டிருந்த முயற்சியை சமீரா உணர்ந்து கொண்டுவிட்டாள். எதுவும் சொல்லாமல் மௌனமாக இருந்தாள். அந்த மௌனத்தா லேயே அவள் தன் இரக்கத்தை வெளிப்படுத்தி விட்டாள்.

ஒரு நிமிஷம் கழித்து அனிருத்தின் கைவிரல்கள் சமீராவின் கையை மெதுவாக விடுவித்தன. ''சாரி சமீரா'' என்றான். அந்தக் குரல் ரொம்பவே தாழ்ந்தும் கம்பீரமாகவும் இருந்தது.

''உங்களுக்கு எடுத்துச் சொல்லக் கூடிய அளவுக்குத் தகுதி இல்லாதவள் நான். இந்தப் பிரச்னையிலிருந்து வெளியேற முயற்சி செய்து கொண்டுதான் இருக்கீங்க. இப்படி வேதனைப்படுவதால் உங்கள் யோசிக்கும் திறமைதான் குறையுமே தவிர வேறு எந்த விதமான பிரயோஜனமும் இருக்காது'' என்றாள்.

அவன் ஒப்புக்கொள்வது போல் தலையை அசைத்தான்.

''சற்று முன்னால் என்ன நடந்தது தெரியுமா?'' என்று சமீரா கஸ்டமர் ஒருத்தன் கவிதை மொழியில் பேசியதை, பாடியதை சொன்னாள். கொஞ்ச நேரத்தில் அனிருத் சிரிக்கத் தொடங்கினான். சமீராவும் சேர்ந்து கொண்டாள்.

அவன் கைக்கடிகாரத்தைப் பார்த்தான். சட்டென்று எழுந்துகொண்டு ''சமீரா! மணி பத்து ஆகிவிட்டது'' என்றான்.

சமீரா கைப்பையை எடுத்துக் கொண்டாள். இருவரும் வெளியில் வந்தார்கள். லிஃப்ட்டிலில் போகும் போகும் போது மஸ்தான் எதிர் பட்டான். சமீரா நேரம் கழித்து தன் அறையிலிருந்து வெளியேறிய சமாச்சாரம் சீக்கிரமே தியாகராஜனுக்குப் போய்ச் சேரும் என்பதை அனிருத் உணர்ந்துகொண்டான்.

சமீராவும், அனிருத்தும் வெளியில் வந்தார்கள். ''டாக்ஸியில் போய் விடலாம்'' என்றான் அவன்.

சமீரா ஆட்சேபணை சொல்லவில்லை. ஏன் என்றால் அவள் போக வேண்டிய இடத்திற்கு இந்த நேரத்தில் பஸ் இருக்காது.

அனிருத் டாக்ஸியில் உட்கார்ந்து கொண்டு அட்ரெஸ் சொல்லப் போன போது சமீரா தடுத்துவிட்டு தான் தங்கியிருக்கும் பெண்களின் விடுதியின் பெயரைச் சொன்னாள்.

அவன் திரும்பிப் பார்த்தான். "அங்கே யார் இருக்கிறார்கள்?" என்று கேட்டான்.

"நான்தான் இருக்கேன்!" என்றாள்.

"அங்கேயா?"

"ஆமாம்."

"ஏன் சமீரா... என்ன... ஏன்! அப்படி?" அவன் வியப்பு இரு மடங்காயிற்று.

சமீரா தலையைக் குனிந்து கொண்டாள்.

"சொல்லு" என்றான் பதற்றத்துடன்.

சமீரா சொன்னாள். "அன்று மயுரா ஹோட்டலில் நம்மைப் பார்த்த சித்தப்பா நேராகப் போய் அம்மாவிடம் சொல்லிவிட்டார். மறுநாள் அம்மா ரொம்ப ரகளை செய்தாள். கூட இருந்தது நீங்க என்று தெரிந்து ஆத்திரமடைந்தாள். நான் என்ன சொன்னாலும் காதில் வாங்கவில்லை.

நீ சம்பாதிச்சுக் கிழிச்சது போதும்டின்னு... வேலையை விட்டுவிடச் சொல்லி அடம் பிடித்தாள். மாட்டேன் என்றேன். அப்ப... வீட்டை விட்டுப் போடி என்றாள். அதற்குமேல் அங்கே இருக்க முடியவில்லை."

"நயமாக எடுத்துச் சொல்லியிருக்கக் கூடாதா? அவ்வளவு அவசரப்பட்டு ஏன் வெளியேறினாய்?" என்றான் அவன்.

"நயமாகச் சொல்லணும்னு நானும் எத்தனையோ முயற்சி செய்தேன். அம்மா காதில் வாங்கிக் கொள்ளவில்லை. நான் உடனே ஒன்றும் வெளியேறவில்லை. சப்தம் போட்டு ஊரையே கூட்டி விடுவாள் போலிருந்தது. வேறு வழியில்லாத நிலையில்தான் அப்படிச் செய்தேன்." சமீரா முகத்தைத் திருப்பிக் கொண்டாள்.

சமீராவின் குரலைக் கேட்கும் போது அவள் தன்னால் எவ்வளவு வருத்தப்பட்டுக் கொண்டு இருக்கிறாள் என்று தெரிந்தது. இருவரும் மௌனமாக இருந்து விட்டார்கள்.

அனிருத்தின் கை மெல்ல நகர்ந்து சமீராவின் கையைப் பற்றிக் கொண்டது. அவன் தாழ்ந்த குரலில் சொன்னான். "என்ன இது?

என் பிரச்னை காரணமாக உன்னையும் பிரச்னையில் சிக்க வைத்துவிட்டேன். என் பெற்றோர்களை விட்டுப் பிரிந்தேன் என்றால் உன்னையும் உன் வீட்டாரிடமிருந்து பிரித்துவிட்டேனே? ஏன் இப்படி நடந்தது? சமீரா! எனக்கு உதவி செய்யப் போய் நீ ஆபத்தில் சிக்கிக் கொண்டு விட்டாயே.''

"நீங்களும் எனக்கு உதவி செய்திருக்கீங்க. பெரிய ஆபத்திலிருந்து தப்பிக்க வைச்சீங்க.'' சமீரா முணுமுணுத்துக் கொண்டாள்.

டாக்ஸி ஒரு பெண்களின் விடுதிக்கு முன்னால் வந்து நின்றது. சமீரா டாக்ஸியிலிருந்து இறங்கினாள்.

கூர்க்கா கேட்டைத் திறந்தான். சமீரா பின்னால் திரும்பி அனிருத்தைப் பார்த்துக் கையை அசைத்துவிட்டு உள்ளே போய்விட்டாள்.

அனிருத் வந்து டாக்ஸியில் ஏறிக்கொண்டான். அவன் மனம் இப்பொழுது இருமடங்கு பாரத்தால் தவித்துக் கொண்டிருந்தது. கௌரவமான குடும்பத்தைச் சேர்ந்த ஒரு பெண், கல்யாணமாகாத பெண் அவனால் வீட்டை விட்டு வெளியேற வேண்டியதாகி விட்டது!

★★★

"நீ வீட்டுக்குத் திரும்பி வரப் போகிறாயா இல்லையா? ஒரே வார்த்தையில் சொல்லு.'' சரஸ்வதி கண்களை உருட்டிக் கொண்டே கோபமாகக் கேட்டாள்.

சமீரா இயலாமையுடன் பார்த்தாள். அன்று ஞாயிற்றுக்கிழமை. சமீரா காலையில் தலைக்குக் குளித்துவிட்டு தலைமுடியை உலர்த்திக் கொண்டிருந்த போது ஹாஸ்டல் வேலைக்காரி வந்து ''உங்களுக்காக யாரோ வந்திருக்காங்க'' என்று சொன்னதும் பரபரப்புடன் ஓடினாள்.

ஞாயிற்றுக்கிழமை தனக்காக யார் வரப் போகிறார்கள்? அனிருத்தாக இருக்கும். நேற்று அவன் கேட்டான். ''நாளைக்கு விடுமுறைதானே. என்ன செய்யப் போகிறாய்?'' என்று. ஞாயிற்றுக் கிழமையில் சாதாரணமாக ட்யூட்டி இல்லாமல் இருக்காது. எப்பொழுதாவதுதான் அபூர்வமாக விடுமுறை கிடைக்கும்.

விசிட்டர்ஸ் உட்காரும் ஹாலுக்கு மளமளவென்று ஓடி வந்து பார்த்த சமீரா ஒரு நிமிடம் வாயடைத்துப் போனவளாக நின்று விட்டாள். அங்கே இருந்தது அனிருத் இல்லை. தாய்! அவளுடன் அன்று ஹோட்டலில் பார்த்த சித்தப்பா. சமீராவுக்கு ஒரு நிமிடம் வாயில் வார்த்தை வரவில்லை.

தாய் உடனே கைகளை ஆட்டிக் கொண்டு உரத்தக் குரலில் பேசத் தொடங்கிவிட்டாள். ''வீட்டையும்

6

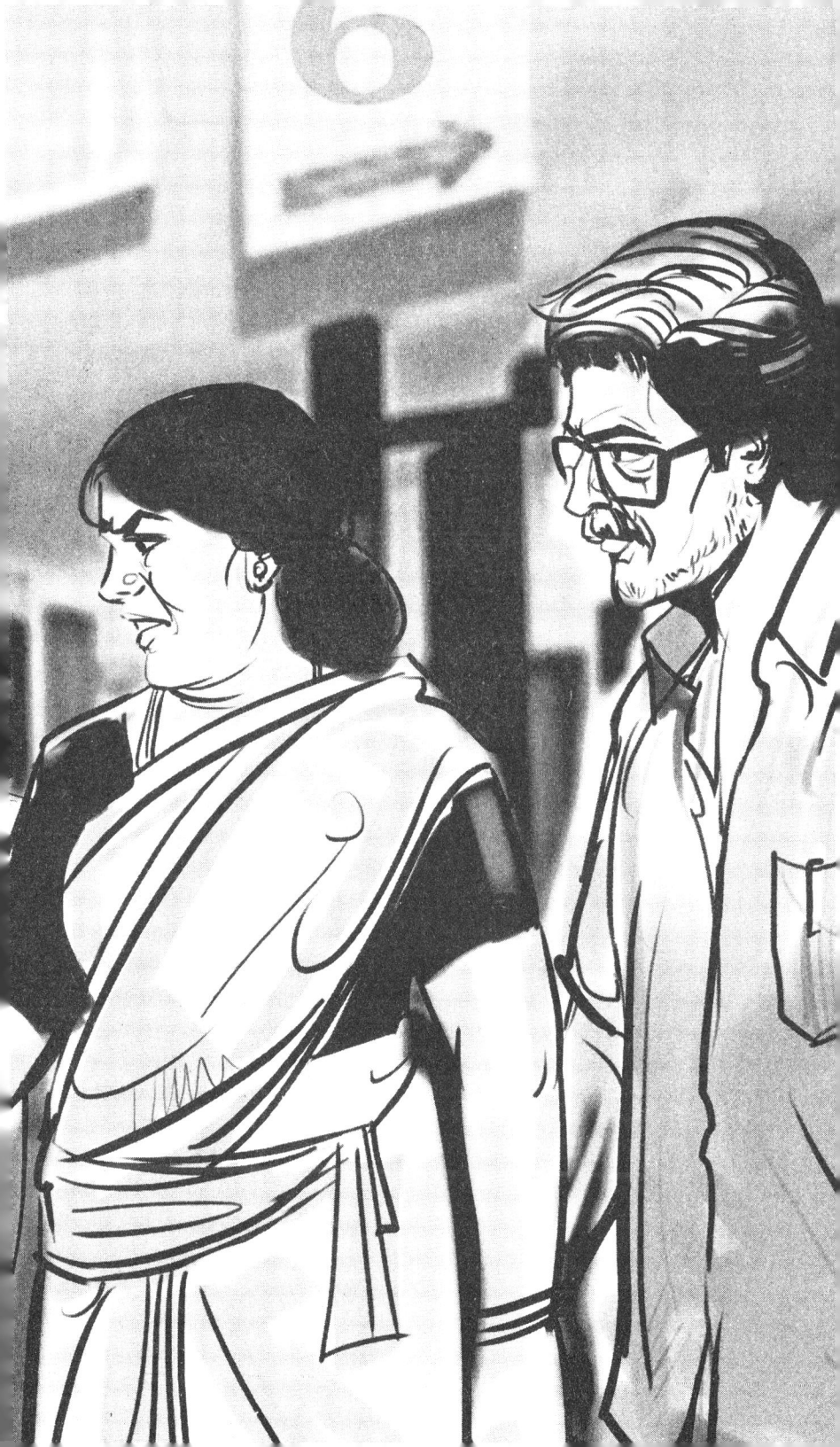

வாசலையும் விட்டுவிட்டு நாதியற்றவள் போல் இங்கு வந்து கிடக்கிறாயா? இது உனக்கே நன்றாக இருக்கிறதா?'' என்று உலுக்கி எடுத்தாள்.

அப்படிச் சொல்லாமல் ''இங்கே ஏன் வந்து இருக்கணும்? நீ இல்லாமல் எனக்கு எதுவுமே ஓடவில்லை. வீடே வெறிச்சென்று இருக்கு. வீட்டுக்குப் போகலாம் வா'' என்று சொல்லியிருந்தால் சமீரா ஒரு வார்த்தை கூட எதிர்த்துப் பேசியிருக்க மாட்டாள். உடனே போய் பெட்டியைத் தூக்கிக் கொண்டு வந்து 'வாம்மா, எனக்கும் இங்கே பிடிக்கவில்லை. உன்னைப் பற்றிய நினைப்பில் இரவில் தூக்கம் வருவதில்லை'' என்று கிளம்பியிருப்பாள்.

சரஸ்வதி எள்ளும் கொள்ளும் வெடிக்கும் முகத்துடன் ''கல்யாணம் ஆகாத பெண். யார் காதிலாவது இந்த செய்தி விழுந்தால் இனி உனக்குக் கல்யாணம் நடக்குமா? நாலு பேருக்கு முன்னால் என்னால் தலை நிமிர்ந்து நடக்கத்தான் முடியுமா? ஏற்கனவே அடுத்த வீட்டு மாமி துருவித் துருவிக் கேட்கத் தொடங்கிவிட்டாள். மகள் வெளியூருக்குப் போயிருக்கிறாள் என்று சாக்குப் போக்குச் சொன்னேன். போட்ட வேஷமெல்லாம் போதும். கிளம்புடி வீட்டுக்கு'' என்றாள்.

தாயின் போக்கு சமீராவுக்குப் புரியவில்லை.

''நீ செய்த காரியத்தால் நாலு பேருக்கு முன்னால் தலைகாட்ட முடியவில்லை என்னால். வீட்டை விட்டு வெளியே போக முடியவில்லை...''

''இதுதானா உன் கவலை?'' மனதில் நினைத்துக் கொண்டாள் சமீரா. ''பக்கத்து வீட்டு மாமி ஏதோ சொல்வாள் என்றோ அல்லது வேறு யாராவது ஏதாவது சொல்லிவிடப் போகிறார்களோ என்பதுதான் உன் கவலை. அவர்கள் யாரும் எதுவும் சொல்லாவிட்டால் உனக்குப் பரவாயில்லை. அவர்கள் முன்னால் உன் மதிப்பைக் காப்பாற்றிக் கொள்வதற்காக என்னை வீட்டுக்கு அழைக்கிறாய். என்மீது உனக்கு இருக்குற அன்பு இதுதானா?'' என்று நேராகக் கேட்டுவிட வேண்டும் போல் தோன்றியது. ஆனால் பயன் இல்லை. தாயை யாராவது குறை சொன்னால் அல்லது எதிர்த்துப் பதில் சொன்னால், ''உனக்கு இது தெரியாது. நீ சரியான முறையில் யோசிப்பதில்லை'' என்று சொன்னால் கண்மண் தெரியாத அளவுக்கு எரிச்சல் வந்து விடும். ''உன் மூஞ்சி! உனக்கு என்ன தெரியும்? எதிர்த்துப் பேசுவதைத் தவிர உனக்கு எதுவும் தெரியாது'' என்று எரிந்து விழுவாள்.

தனக்கு வயசு அதிகம் என்பதால் தனக்குத்தான் நல்லது கெட்டது தெரியும் என்றும் நினைப்பாள். வீட்டில் எந்த விஷயமாக இருந்தாலும் அவள்தான் முடிவு செய்ய வேண்டும். தான் சொன்னதற்குக் கணவனோ, மகளோ மறுப்புத் தெரிவித்தால் காளி அவதார எடுத்து விடுவாள்.

"என்னடி? வீட்டுக்கு இப்ப நீ வருவாயா? மாட்டாயா?"

"வரமாட்டேன் அம்மா." சமீராவுக்குப் பிடிவாதம் வந்து விட்டது.

"என்னது? வரமாட்டாயா? எல்லாமே உன் இஷ்டம்தானா?"

"கொஞ்சம் மெதுவாப் பேசு. இது நம்ம வீடு இல்லை."

"என்ன? எனக்கே புத்தி சொல்கிறாயா? இவ்வளவு நாட்களுக்குப் பிறகு நான் எப்படிப் பேசணும்னு உன்னிடம் கற்றுக் கொள்ளணுமா?"

"இது நம் வீடு இல்லை. உரத்தக் குரலில் பேசினால் வார்டன் வந்து என்னை உள்ளே போகச் சொல்லுவாள். உன்னை வெளியே போகச் சொல்லுவாள். அவளுக்கு ஏற்கெனவே கோபம் அதிகம்."

"அவள் யாருடி?"

"எங்கள் எல்லோரையும் பார்த்துக் கொள்பவள் அவள் தான்மா."

"அவள் எதுக்காகப் பார்த்துக் கொள்ளணும்? அவளுக்கு என்ன பொறுப்பு? அவளுக்கு மகன்கள் யாராவது இருக்கிறார்களா?"

"இல்லை. அவளுக்குக் கல்யாணமே ஆகவில்லை. நாங்க மாதா மாதம் அவளுக்குப் பணம் தருவோம். எங்களுக்கு வேண்டிய வசதிகளைச் செய்து கொடுப்பாள்."

"என்ன? நீ அவளுக்குப் பணம் தருகிறாயா? இதுதான் நீ செய்கிற தலை போகிற காரியமா? அதனால்தான் அவளைத் தாயைவிட அன்பாகப் பார்த்துக் கொள்கிறாயா? எவ்வளவு தருகிறாய்!"

"ஏதோ கொஞ்சம். அதெல்லாம் இப்ப உனக்கு எதுக்கு?"

"அவளுக்கு வெட்கம் மானம் இல்லையா? இப்படி முன்பின் தெரியாதவர்களிடமிருந்து பணத்தை வாங்கிக் கொள்ள?"

"அம்மா! நீ எனக்காக வந்தாய். நான் உன்னோட வர மாட்டேன் என்று சொல்லிவிட்டேன். இனி வேற எதுனா பேசி ஊர் வம்பு இழுக்காமக் கிளம்பு."

''வரமாட்டேன் என்று சொல்லுவது எல்லாம் உன் இஷ்டம்தானா?'' அவள் பக்கத்தில் திரும்பி ''என்னப்பா? துணைக்கு வந்தவன் கொஞ்சம் உதவி செய்யக் கூடாதா? ஏதாவது சொல்லேன். அவள் பிடிவாதமாக வரமாட்டேன் என்கிறாள். வலுக்கட்டாயமாக இழுத்துக் கொண்டு போகும் வழி ஏதாவது இருந்தால் சொல்லு.''

''கட்டாயப்படுத்தி யாரும் அழைத்துப் போக முடியாது அண்ணி. சமீரா மேஜரானவ. அவளா விரும்பினால்தான் வரமுடியும்.''

''சரிதான், சும்மாயிரு. உன்னைப் போன்ற ஏமாந்த சோணகிரியைக் கூட்டிக் கொண்டு வந்தால் காரியம் ஆனாற்போல்தான். மீரா! வருவாயா மாட்டாயாடி?''

''மாட்டேன்மா.''

''இதுதான் உன் கடைசி பதிலா?''

''ஆமாம், ஆமாம், ஆமாம்!''

''நான் இப்பொழுதே வீட்டுக்குப் போய் தூக்கில் தொங்கி விடுகிறேன். என் பிணத்தைப் பார்க்கவும் நீ வரவேண்டாம்.''

சமீரா முகத்தைத் திருப்பிக்கொண்டாள். இந்த ரகளையால் அவள் மனம் எவ்வளவு வேதனைப்பட்டுக் கொண்டிருந்ததோ அந்த முகத்தைப் பார்த்தாலே அது புரிந்தது.

''நான் போகிறேன். நான் அம்மா இல்லை என்று நீ நினைக்கும் போது நான் மட்டும் உன்னை மகளாக ஏன் நினைக்கப் போகிறேன்? நீ செத்துவிட்டதாக நினைத்துக் கொள்கிறேன்.''

அதற்குள் வார்டன் அங்கு வந்தாள். ''என்ன விஷயம்?'' என்று கேட்டாள்.

சித்தப்பா சொன்னார். அவள் கொச்சைத் தமிழில் ''அம்மா! உங்களுக்குச் சண்டை போடணும் என்று இருந்தால் வெளியில் போய் போட்டுக் கொள்ளுங்கள். சமீரா! உனக்கும்தான் சொல்கிறேன்'' என்றாள்.

''சாரி மேடம்'' என்றாள்.

''இங்கே சத்தம் போடக் கூடாது. வா அண்ணி'' என்றாள் அவர்.

''போயும் போயும் என் வயிற்றில் வந்து பிறந்திருக்கிறாயே, பாவி மகளே.''

சித்தப்பா வலுக்கட்டாயமாக அந்தம்மாளை இழுத்துக் கொண்டு போய்விட்டார்.

சமீரா மறுபடியும் படியேறிப் போகத் தொடங்கினாள். கண்கள் கலங்கிச் சிவந்தன. அம்மா இப்படி முரட்டுத்தனமாகப் பேசாமல் அன்பாகப் பேசியிருந்தால் எவ்வளவு நன்றாக இருந்திருக்கும்?

அதற்குள் பின்னாலிருந்து ''மீரா!'' என்ற அழைப்பு கேட்டது. சமீரா திரும்பிப் பார்த்தாள்.

அனிருத் நின்று கொண்டிருந்தான். சமீராவின் கண்ணீர் அவன் கண்ணில் பட்டுவிட்டது.

''மீரா!...'' பாதியிலேயே நிறுத்திவிட்டான்.

''நீங்க இங்கே எப்போ வந்தீங்க?''

''கொஞ்ச நேரமாச்சு. ஆபீஸ் ரூமில் உங்க வார்டனுடன் பேசிக் கொண்டிருந்தேன். இதற்குள் யாரோ சமீரா வேண்டுமென்றுவேலைக் காரியிடம் வந்து கேட்டது காதில் விழுந்தது. உங்க அம்மாவாக இருக் கும்னு ஊகித்தேன்.''

சமீரா தலை குனிந்துகொண்டாள்.

இருவருக்கும் இடையே நிசப்தம் பரவியது.

அவனுக்கு ஏனோ அந்த நிமிஷம் சமீராவைத் தனியே அங்கு விட்டு விட்டுப் போவதற்கு மனம் ஒப்பவில்லை. ''தலையை வாரிக்கொண்டு வருகிறாயா. எங்கேயாவது வெளியில் போய் சாப்டுட்டு வரலாம்.''

சமீரா தலையை அசைத்தாள். இரண்டு கண்ணீர் முத்துக்கள் உதிர்ந் தன. மாடிக்குப் போய் பத்து நிமிடங்களில் தயாரானாள்.

வெளியில் அவன் ஸ்கூட்டர் இருந்தது. சமீரா உட்கார்ந்து கொள்வ தற்குத் தயங்கினாள்.

''இன்னும் என்ன சந்தேகம்? ஏற்கெனவே நம் இருவரையும் இணைத்துப் பேசத் தொடங்கிவிட்டார்கள். யாரோ ஏதோ சொல்லப் போகிறார்கள் என்று நினைத்து இனியும் பயப்படுவது வீண்தான்'' என்றான் அவன்.

அவள் பரிபூரணச் சம்மதம் இல்லாமலே ஏறி உட்கார்ந்தாள். அவன் ஸ்கூட்டரைக் கிளப்பினான்.

★★★

சமீராவும், அனிருத்தும் ஒரு ஹோட்டலில் சாப்பிட்டார்கள். பிறகு கலைமன்றத்தில் கண்காட்சியைப் பார்த்தார்கள். அந்தக் கண்காட்சியைப் பார்ப்பதற்காகப் படியேறிக் கொண்டிருந்த போது கலகலவென்று சிரிப்புச் சத்தம் கேட்டது. அனிருத் நிமிர்ந்து பார்த்தான். மேலேயிருந்து பிரதிபா இறங்கி வந்து கொண்டிருந்தாள். அவளுடன் முரளி இருந்தான். இருவரின் கைகளிலும் பாக்கெட்டுகள் நிரம்பி வழிந்தன. முரளி ஏதோ சொன்னதற்குப் பிரதிபா விழுந்து விழுந்து சிரித்துக் கொண்டிருந்தாள். முரளி இன்னும் ஏதோ சொல்லிக் கொண்டிருந்தான். அனிருத்தைப் பார்த்ததும் பிரதிபாவின் சிரிப்பு மாயமாகிவிட்டது. முரளியும் தடுமாற்ற மடைந்தவனாகப் பார்த்தான்.

கீழ்ப்படியில் இருந்த அனிருத்தும் மேல்படியில் இருந்த பிரதிபாவும் ஒருவரை ஒருவரை பார்த்தபடி ஒரு நிமிடம் அப்படியே நின்று விட்டார்கள்.

அனிருத் பிரதிபாவையும், முரளியையும் மாறி மாறிப் பார்த்துக் கொண்டிருந்தான்.

பிரதிபா மட்டும் அனிருத்தை விட அவன் பக்கத்தில் இருந்த சமீராவைப் பார்த்துக் கொண்டிருந்தாள். அந்த முகத்தில் பொறாமைத் தீயானது பற்றி எரிவது வெளிப்படையாகத் தென்பட்டது.

நால்வரிலும் முதலில் சுதாரித்துக் கொண்டது அனிருத்தான். ''ஹலோ!'' முரளியைப் பார்த்துச் சொன்னான்.

"ஹலோ" என்றான் முரளி. அந்தக் குரலில் உற்சாகம் இருக்கவில்லை. நண்பனைப் பார்த்த சந்தோஷமும் இல்லை. பலவீனமாக இருந்தது.

"வா முரளி. போவோம்" என்றாள் பிரதிபா முன்னால் நடந்தபடி.

முரளி அவளைப் பின்தொடர்ந்தான். பிரதிபா சமீராவின் பக்கத்திலிருந்து போகும் போது, எங்கே அவள் பட்டுவிட்டால் தீட்டு ஒட்டிக் கொண்டு விடுமோ என்று பயப்படுவது போல் ஒதுங்கி வேகமாகப் படியிறங்கிப் போய்விட்டாள். முரளியும் அவளைத் தொடர்ந்து போய்விட்டான். குறைந்த பட்சம் தன் நண்பனைத் திரும்பிக்கூடப் பார்க்கவில்லை.

இருவரும் மேலே இருந்த ஹாலுக்கு வந்தார்கள். சற்றுமுன் ஹோட்டலில் சாப்பிடும்போதும், இங்கே வரும் வரையிலும் அனிருத்திடம் இருந்த உற்சாகம் திடீரென்று மாயமாகி விட்டாற்போல் கம்மென்று இருந்து விட்டான்.

கண்காட்சி பார்த்து முடிந்ததும் வெளியில் வந்த பிறகு "நான் ஹாஸ்டலுக்குப் போகிறேன்" என்றாள் சமீரா.

அவன் மணியைப் பார்த்துக் கொண்டான். "இப்பொழுதேவா? வா கொஞ்ச நேரம் எங்கேயாவது உட்கார்ந்து பேசிட்டுப் போவோம்" என்றான்.

இருவரும் பூங்காவுக்கு வந்தார்கள். அவன் ஸ்கூட்டரை நிறுத்தி விட்டு வந்து புல்தரையில் உட்கார்ந்து கொண்டான். சமீரா அவனுக்கு எதிரே அமர்ந்தாள்.

"மீரா! அந்த டேப்பை இன்னொரு தடவை போடேன் கேட்போம். போய் எடுத்துக் கொண்டு வருகிறாயா?" என்று கேட்டான்.

சமீரா தலையை அசைத்துவிட்டு எழுந்து போய் ஸ்கூட்டர் கேரியரிலிருந்து டேப்ரிக்கார்டரை எடுத்து வந்து அவன் எதிரில் வைத்து ஆன் செய்தாள். அதிலிருந்து பேச்சுக் குரல் கேட்டது.

"நாம் இந்த ஊரைவிட்டுப் போய்விடலாம் லக்ஷ்மி. உங்க அம்மாகிட்ட சொல்லும்மா." அது அனிருத் தந்தையின் குரல் ரொம்ப பரிதாபமாக இருந்தது.

"வேற எங்கே போறது?"

"இந்த ஊர்ல என்னால் இருக்க முடியலை."

"எனக்கு மட்டும் சந்தோஷமா இருக்கா? அவனுக்கே இல்லாத வெட்கம் நமக்கு எதுக்குங்க?"

''என்னால் அப்படி சமாதானம் செய்து கொள்ள முடியலைடி.''

''லக்ஷ்மிக்குக் கல்யாணம் செய்து வைக்கும் வரையில் நாம் இங்கே இருந்துதான் ஆகணும். அப்புறம் சின்னவனை ஏதாவது ஹாஸ்ட லில் சேர்த்துவிட்டு, நாம் எதாவது ஆசிரமத்திற்குப் போய் விடலாம். போன வாரம் லக்ஷ்மியைப் பார்த்துவிட்டுப் போனவர்கள் இன்றைக்கோ நாளைக்கோ சொல்லி அனுப்புவதாகச் சொல்லியிருந்தார்களே.''

''அம்மா! என் கல்யாணத்தைப் பற்றி இப்போ பேச வேண்டாம். அண்ணா வீட்டுக்குத் திரும்பி வந்தால் தவிர நான் கல்யாணம் செய்து கொள்ள மாட்டேன்.

''வாயை மூடுடி. அவனுக்கும் நமக்கும் இனி எந்தச் சம்பந்தமும் இல்லை. என் உடம்பில் உயிர் இருக்கும் வரையில் அவன் இந்த வீட்டுக்குள் நுழையக் கூடாது ஆமா!''

''அப்படி என்றால் நான் கல்யாணமே செய்து கொள்ள மாட்டேன்.''

''என்ன பேச்சுடி இது? அப்பாவை நீயும் சேர்ந்து வருத்தப்பட வைக்கிறியா? போடி அந்தப் பக்கம்.''

பிச்சைக்காரன் தெருவில் அம்மா என்று கூப்பிட்டதும், தாய் போய்ட்டு வாப்பா என்று சொன்னதும் கேட்டது. டேப் நின்றுவிட்டது.

அனிருத் புல்தரையில் பின்னால் சாய்ந்து படுத்துக் கொண்டு தலைக் குக் கீழே கைகளை வைத்துக் கொண்டு கண்களை மூடிக் கொண்டான்.

டேப் திரும்பவும் ஒலிக்கத் தொடங்கியது. சமீரா முழங்காலைக் கட்டிக்கொண்டு, முகவாயை ஊன்றியபடி கவனமாகக் கேட்டுக் கொண்டிருந்தாள்.

லக்ஷ்மி அழுதுகொண்டே சொன்னாள். ''சமீரா! என் வீட்டாருக்கு என் வேதனை புரியாது. கல்யாணம் செய்து கொள்வதற்கு எனக்கு எந்த ஆட்சேபணையும் இல்லை. எனக்கு முன்னைப் போல் இப்படிப் பட்ட வரன்தான் வேண்டும் என்ற ஆசையெல்லாம் இல்லை. குருடன் என்றாலும் சரி, நொண்டியானாலும் சரி, கடைசியில் கிழவ னாக இருந்தாலும் சரி பண்ணிக் கொள்கிறேன். ஆனால் நான் மாமியார் வீட்டுக்குப் போய்விட்டால் அம்மா அப்பாவை யார் பார்த்துக் கொள் வார்கள்? தம்பி சின்னவன். அண்ணா இப்படி செய்து விட்டானே என்று அம்மா அப்பாவோட மனம் முறிந்தேவிட்டது.

அவர்களைக் கவனமாகப் பார்த்துக் கொண்டு வற்புறுத்திச் சாப்பிட வைத்தால் தவிர ஒரு வாய்கூடச் சாப்பிடுவதில்லை. அவர்களைப் பார்க்கும் போது என் இதயம் வெடித்து விடும் போல்

இருக்கிறது. ஒருத்தரை ஒருத்தர் பார்த்துக் கொண்டால் தம்முடைய துக்கம் அடுத்தவருக்குத் தெரிந்து போய் விடுமே என்று தனித் தனியாய் இருக்கிறார்கள்.

மனதில் இத்தனை வேதனையைச் சுமந்து கொண்டிருக்கும் அவர்களை விட்டு விட்டு என்னால் வர்றவனோட எப்படிப் போக முடியும்? போகவில்லை என்றால் கல்யாணம் செய்துகொண்டவன் சும்மாயிருப்பானா? நாங்கள் படும் வேதனை அண்ணாவுக்குத் தெரிந்தால் ஒரு நிமிடமாவது எங்களை விட்டு விலகியிருப்பானா? மாட்டான். நாங்கள் படும் கஷ்டங்கள் அவனுக்குத் தெரியாது.''

''லக்ஷ்மி! இந்தக் கஷ்டங்கள் எல்லாம் அதிக நாள் இருக்காது. உங்க அண்ணா நிச்சயம் திரும்பி சீக்கிரமே உங்களிடம் வந்து விடுவார். நீங்கள் எல்லோரும் பழையபடி சந்தோஷமாக, சௌக்கியமாக இருப் பீங்க.''

அது சமீராவின் குரல். அந்தக் குரல் சிநேகபூர்வமாக, நம்பிக்கை யைத் தருவது போல் இருந்தது.

''லக்ஷ்மி!'' தாயின் அழைப்புக் கேட்டது.

''இதோ வந்து விட்டேன்ம்மா!'' லக்ஷ்மியின் குரல் கம்மியிருந்தது.

லக்ஷ்மி கிளம்பிப் போன சத்தமும், டேப்பை நிறுத்திய சத்தமும் கேட்டது.

சமீரா டேப்பை நிறுத்தினாள்.

''சமீரா!'' அனிருத் கண்களை மூடியபடியே கையை நீட்டினான். அவன் குரலில் வேதனை நிரம்பியிருந்தது.

சமீரா கையைக் கொடுத்தாள்.

''சமீரா! இன்னொரு முறை, ஒரே ஒரு தடவை... எனக்கும் அதே வார்த்தையைச் சொல்ல மாட்டாயா?''

''எந்த வார்த்தை?''

''அதுதான். உங்க அண்ணா உங்களிடம் திரும்பி வருவார். நீங்கள் எல்லோரும் பழையபடி சந்தோஷமா இருப்பீங்கன்னு சொன்னாயே. அதைக் கேட்கும் போது எனக்கு எவ்வளவு நிம்மதியா இருந்தது தெரியுமா?'' என்றான் தொண்டை அடைக்கும் குரலில்.

சமீரா கொஞ்சம் பொறுத்துச் சொன்னாள். ''கண்டிப்பாக நீங்கள் எல்லோரும் ஒன்றாகி விடுவீங்க. இது உங்களுக்குள் ஏற்பட்டிருக்கும் கருத்து வேற்றுமை இல்லையே? கிரகணம் பிடித்தாற்போல்

ஒருபிரச்னை வந்து உங்கள் வாழ்க்கையை இருளாக்கி விட்டது. என்றாவது ஒரு நாள் கிரகணம் விலகிவிடும். பழையபடி சந்தோஷமாக இருப்பீங்க. உங்களுக்குள் பரஸ்பரம் இருக்கும் அன்பு சாதாரணமானது இல்லை. அது எனக்குத் தெரியும்.''

தாழ்ந்த குரலில் சமீரா சொல்லிக் கொண்டிருந்தாள். அந்த வார்த்தைகளில் இருந்த அர்த்தமும், சக்தியும் அவன் மனதை இளைப் பாற்றுவது போல் இருந்தது. அவன் சமீராவின் கையை மார்பின்மீது பதித்துக் கொண்டான்.

''அந்த நாள் வர எவ்வளவு காலமாகுமோ?'' தெளிவற்ற குரலில் சொன்னான். ''என் வீட்டார் படும் வேதனை எனக்கு நன்றாகவே புரிகிறது. அந்த வேதனையிலிருந்து அவர்களை மீட்க என்னால் முடிய வில்லை. அதுதான் என் வருத்தம். நான் எவ்வளவு வேதனையை அனுபவித்துக் கொண்டிருக்கிறேன் என்று உனக்குப் புரிகிறதா?''

''ஏன் புரியாது?''

இருவருக்கும் இடையே நிசப்தம் நிலவியது.

கொஞ்ச நேரம் அவன் மௌனமாக இருந்துவிட்டான். அவன் யோசனையில் மூழ்கிப் போய், சுற்றுச் சூழ்நிலையை மறந்து விட்ட தைப் புரிந்துகொள்ள முடிந்தது. சமீரா மெதுவாகக் கையை விடுவித்துக் கொள்ளப் போனாள். அவன் விடவில்லை. திடுக்கிட்டவன் போல் மேலும் இறுக்கமாகப் பிடித்துக் கொண்டான்.

சமீரா மௌனமாக உட்கார்ந்திருந்தாள்.

இரண்டு நாட்களுக்கு முன்னால் அவன் ஒரு கையடக்க டேப் ரிகார்டரைக் கொண்டு வந்து சமீராவிடம் கொடுத்தான்.

''இது எதுக்கு?'' என்றாள் வியப்புடன்.

''சமீரா! இது உன்னுடையது என்று சொல்லு. எங்க வீட்டுக்கு எடுத்துக் கொண்டு போ. வேடிக்கைக்காகச் செய்வது போல் எங்க அம்மா, அப்பா, லக்ஷ்மி பேசுவதை ரிக்கார்ட் செய். அவர்களுடைய குரலைக் கேட்க வேண்டும் போல் இருக்கு'' என்றான்.

சமீரா அதன்படியே செய்தாள். முதல் இரண்டு நாட்கள் செயல் படுத்த முடியவில்லை.

மூன்றாவது நாள் லக்ஷ்மியிடம் உட்கார்ந்திருந்தபோது அவள் தன் தந்தைக்கு மருந்து கொடுப்பதற்காக உள்ளே சென்றாள். உரையாடல் தொடங்கியது. சமீரா டேப்பை ஆன் செய்தாள். ரிகார்ட் செய்து முடித்த

பிறகு லக்ஷ்மிக்குத் தெரியாமல் டேப்பை பேக்கில் எடுத்து வைத்துக் கொண்டாள்.

அன்று ஹோட்டல் அறையில் சாப்பிட்டுக் கொண்டிருந்தபோது போட்டுக் காண்பித்தாள். அவன் சாப்பாட்டையும் மறந்து போய் அப்படியே கேட்டுக் கொண்டிருந்தான்.

இன்று இந்தப் பூங்காவில் மறுபடியும் போட்டு கேட்டுக் கொண்டிருந்தான்.

ஹோட்டலில் டேப்பைக் கேட்டு முடித்ததுமே அவன் முகத்தில் சந்தோஷமும், வேதனையும் போட்டியிட்டன. தன் கையைப்பற்றிக் கொண்டு "தேங்க்யு" என்று சொன்னது நினைவுக்கு வந்தபோது சந்தோஷமாக இருந்தது சமீராவுக்கு.

என்ன காரணமோ தெரியவில்லை. அவனுக்குச் சந்தோஷம் தரும் எதைச் செய்வதற்கும் அவள் மனம் தயங்குவதில்லை. அதை உணர்ந்து கொண்டு விட்டவன் போல் அவன் "மீரா!" என்று அதற்கு மேல் பேச முடியாமல் ஒரு பார்வை பார்ப்பான்.

அந்தப் பார்வை கோடிகோடியாகக் கொட்டினாலும் கிடைக்காத அளவுக்குச் சந்தோஷத்தை ஏற்படுத்தியது. அவனுக்கு உதவி செய்வதன் மூலம் தனக்கும் அவனுக்கும் நடுவில் ஏதோ நெருக்கம் ஏதோ ஒரு பந்தம் இருவரையும் ஒன்றாகப் பிணைத்துக் கொண்டிருந்தது.

சமீராவுக்கு வாழ்க்கை அற்புதமாக இருப்பது போல் தோன்றியது. சில சமயம் யோசித்துப் பார்க்கும்போது இதெல்லாம் வேடிக்கை யாகவும் இருந்தது. அவன் எங்கே? தான் எங்கே? இருவரையும் விதி தான் ஒன்றாகச் சேர்த்து வைத்திருக்கிறது.

★★★

ரிசப்ஷன் கௌண்டரில் இருந்த சமீரா நிமிர்ந்தாள். எதிரே இருந்த இளைஞனைப் பார்த்து ''உங்கள் ரூம் நம்பர் இரண்டு. இந்தாங்க சாவி'' என்று எடுத்துக் கொடுத்தாள்.

''நான் உடம்பு சரியில்லாதவன். கொஞ்சம் ரூம் கதவைத் திறந்து எனக்கு உதவி செய்ய முடியுமா?'' அவன் கேட்டான்.

''பாய்!'' சமீரா அழைத்தாள். அங்கே பசங்க யாரும் இருக்க வில்லை.

''சங்கர்!'' திரும்பவும் அழைத்தாள்.

டவல்களை எடுத்துக் கொண்டு படியில் ஏறிக் கொண்டிருந்த சங்கர் திரும்பிப் பார்த்துவிட்டு ''இதோ வருகிறேன். இது ரொம்ப அர்ஜெண்ட். 402 ரூம் ஆசாமி ரொம்ப ரகளை செய்து கொண்டி ருக்கிறார்'' என்று ஓடிவிட்டான்.

சமீரா வேறு வழியில்லாமல் அவனுக்கு உதவி செய்வதற்காக சாவியை எடுத்துக் கொண்டு கிளம்பினாள். இரண்டாம் நம்பர் அறை கீழ் தளத்தில் கோடியில் இருந்தது.

சமீரா அந்தப் பக்கமாக நடக்கத் தொடங்கியதும் நாற்காலியில் உட்கார்ந்திருந்த அவன் ''மிஸ்!'' என்று கூப்பிட்டான்.

சமீரா திரும்பிப் பார்த்தாள். அவன் கையிலிருந்த ப்ரீப்கேஸை நீட்டி னான். சமீராவால் மறுப்புச் சொல்ல முடியவில்லை. வாங்கிக் கொண்டாள்.

அந்த ஹோட்டலில் கஸ்டமர்களிடம் பணிவாக நடந்து கொள்ள வேண்டும். அவர்கள் கேட்ட உதவியை மறுக்காமல் செய்ய வேண்டும். முகத்தில் புன்னகை மாறக்கூடாது. வேலைக்கு சேரும் போது கையொப்பமிட்ட ஒப்பந்தப் பத்திரத்தில் இதுதான் முதல் அம்சம். வந்தவர்களிடம் மரியாதைக் குறைவாக நடந்து கொண் டாலோ, அலட்சியப்படுத்தினாலோ அந்த விஷயம் முதலாளியின் பார்வைக்குப் போன அடுத்த நிமிடமே வேலை போய்விடும். ஷீலா வின் வேலை சமீபத்தில் அப்படித்தான் போய்விட்டது.

சமீரா ப்ரீப்கேஸை எடுத்துக் கொண்டு போய் அறைக் கதவைத் திறந்தாள். அவன் உடம்பு சரியில்லாதவன்போல் மூச்சு இறைத்தபடி நிதானமாக வந்து கொண்டிருந்தான்.

சமீரா ஏ.சி.யை ஆன் செய்தாள். பாத்ரூமில் டவல் இருக்கிறதா என்று பார்த்தாள்.

''கொஞ்சம் அந்த கர்ட்டன்களைச் சரி செய்கிறீங்களா?''

சமீரா கயிற்றை இழுத்து திரைச்சீலையைச் சரி செய்தாள், அதற் குள் பின்னாலிருந்து அவன் கைகள் அவள் தோளில் படிந்தன.

சமீரா திடுக்கிட்டுத் திரும்பிப் பார்த்தாள்.

அவன் சிரித்தான். ''நான் இந்த ஹோட்டலில் ஒரு வாரம் இருப்பேன். இரவு நேரத்தில் என் கெஸ்டாக வர முடியுமா?''

''ச்சீ!'' சமீரா அவன் கன்னத்தில் இழுத்து ஒரு அறை விட்டாள் .

''வெரிகுட். ஆண் பெண்ணுக்கிடையே சண்டையுடன் அறிமுகம் ஏற்பட்டால் அது காதலாக மலரும் என்று புத்தகங்களில் படித்திருக் கிறேன்.''

''விடு என்னை.'' சமீரா கையை விடுவித்துக் கொள்ள முயன்றாள். திமிறினாள். அவன் விடவில்லை.

சமீராவுக்குப் பலம் போதவில்லை. அவனுக்கு என்ன தைரியம்! கையை நீட்டிப் பலமாக காலிங்பெல் சுவிட்சை அழுத்தினாள். அவன் கையை இழுப்பதற்குள் அது மணியடித்துவிட்டது.

இரண்டு நிமிடங்களில் சங்கர் ஓட்டமாக ஓடி வந்தான். அறைக்குள் காலடி வைத்தவன் தூக்கிவாரிப்போட நின்றுவிட்டான். சமீராவின் தோளைப் பற்றி அருகில் இழுத்துக் கொண்டிருந்த அவனைப் பார்த்துத் திகைத்துவிட்டான்.

''டேய்.. டேய்'' என்று அவன் மேலே பாய்ந்தான். ''இதென்ன அக்கிரமம்?'' சங்கர் சமீராவை விடுவிக்க முயன்றான்.

''இது கணவன் மனைவிக்குள் நடக்கும் சண்டை. நீ இந்த இடத்தை விட்டுப் போய்விடு. என்னுடன் சண்டை போட்டுக் கொண்டு சொல்லாமல் கொள்ளாமல் இந்த ஊரில் தங்கியிருக்கிறாள். மனைவி இல்லை என்றால் இப்படி வாசற் கதவைத் திறந்து வைத்துப் பேசிக் கொண்டிருப்பேனா?'' அவன் கத்தினான்.

சங்கர் விக்கித்துப் போய்ப் பார்த்துக் கொண்டிருந்தான். உண்மை தான். கதவைத் திறந்து வைத்துக் கொண்டு எவனாவது இப்படி நடந்து கொள்வானா என்று தோன்றியது. குழப்பத்துடன் பார்த்தான்.

''பொய் சங்கர்! போகாதே'' என்று கத்தினாள் சமீரா.

''போப்பா. நான் இந்த விஷயத்தை இரண்டில் ஒன்று முடிவு செய்யணும். வேண்டுமானால் நீ உன் முதலாளியை அழைத்துக் கொண்டு வா. எனக்கொன்றும் பயம் இல்லை.'' அவன் பதிலுக்கு ரூம் பாயிடம் கத்தினான்.

சங்கர் குழம்பியபடி வெளியே ஓடினான். ஒரு வினாடி அவனுக்கு என்ன செய்வதென்றே புரியவில்லை. அங்கே ஹோட்டல் நிர்வாகி கள் யாரும் கண்ணில் படவில்லை. அதற்குள் படியிறங்கி வந்து கொண்டிருந்த அனிருத் தென்பட்டான்.

''சார்!'' என்று ஓடி வந்து இரண்டாம் நம்பர் ரூமைக் காட்டிக் கைகளை ஆட்டிக் கொண்டே விஷயத்தைச் சொன்னான்.

அனிருத்தின் புருவம் முடிச்சேறியது. விழிகள் சிவந்தன.

சங்கரின் வார்த்தைகள் முடியும் முன்பே, அவன் என்ன சொல்லிக் கொண்டிருந்தான் என்று தெரியும் முன்பே, ரூம் நம்பர் இரண்டில் எவனோ ஒருத்தன் சமீராவுடன் தகராறு செய்து கொண்டிருக்கிறான் என்று தெரிந்ததும் குறுக்கே நின்ற சங்கரைத் தள்ளிவிட்டு வேகமாக அங்கே ஓடினான் அனிருத்.

அனிருத் போய்ச் சேரும் போது அவன் சமீராவின் தோளைப் பற்றிக் கொண்டு சுவற்றில் மோதிக் கொண்டிருந்தான். ''திருட்டுக் கழுதை! எனக்கு துரோகம் செய்கிறாயா? எவனுடன் ஊர் சுற்ற இங்கே வந்தி ருக்கிறாய்?''

அனிருத் ஒரே பாய்ச்சலில் அங்கே போய் அவன் தோளைப் பற்றி இழுத்து வேகமாகத் தள்ளிவிட்டான். சமீராவைப் பிடித்துக்

கொண்டான். ஏற்கெனவே சுவரில் தலை மோதிக் கொண்டதால் தலை சுற்றிக் கீழே விழத் தெரிந்த அவளை அப்படியே தாங்கிக் கொண்டு அருகில் இழுத்துக் கொண்டான் அனிருத்.

கீழே விழுந்தவன் எழுந்து வந்தான். ''நீ யாருடா?'' கத்தினான் அவன்.

''சமீராவுக்கு வேண்டியவன். ஒரு அடி எடுத்து வைத்தாலும் சரி உன் உயிர் உடம்புல தரிக்காது.''

''கிழித்தாய்! என் மனைவியுடன் நான்..''

அவன் வார்த்தை முடியக்கூட இல்லை. அனிருத் அவன் மேல் பாய்ந்து தலைமுடியைப் பற்றிக் கொண்டு, வேகமாக நாலு குத்து குத்தினான்.

அடுத்த நிமிடத்தில் அந்த ஆள் அவன் கையில் உயிரை விட்டிருப்பான். அதற்குள் ஹோட்டல் மேனேஜர் ஓடிவந்தார். அவருக்குப் பின்னால் அசிஸ்டெண்ட் மேனேஜர், சங்கர், இன்னும் நாலைந்து இளைஞர்கள் வந்தார்கள்.

மேனேஜர் ஓடி வந்து ''சார்... சார்... என்ன இது?'' என்று வலுக் கட்டாயமாக அனிருத்தைப் பிடித்து இழுத்தார்.

அந்தப் புதியவன் "பாருங்கள், இவள் என் மனைவி. நானும் அவளும் சீரியஸாக ஏதோ பேசிக் கொண்டிருக்கும் பொழுது இவன் வந்து என்னைத் தாக்குகிறான்'' என்றான்.

கையை ஓங்கியபடி ''இன்னொரு தடவை மனைவி என்று சொன்னால் பார்.'' அனிருத் ஆவேசத்துடன் மிரட்டினான்.

மேனேஜர் அனிருத்தைப் பிடித்து வெளியில் இழுத்து வந்தபடி ''சார்... இது ஹோட்டல். மரியாதைப் பட்டவர்கள் வரும் இடம். உங்கள் இருவருக்கும் ஏதாவது பிரச்னை இருந்தால் வெளியே போய்த் தீர்த்துக் கொள்ளுங்கள். விருப்பம் போல் அடித்துக் கொள்ளுங்கள். எங்களுக்கு ஆட்சேபணையில்லை. ப்ளீஸ்... இங்கே மட்டும் வேண்டாம்.''

''சமீரா நீ வா.'' அனிருத் அழைத்தான்.

சமீரா பலத்தைத் திரட்டிக் கொண்டு தள்ளாடியபடி நடந்து வந்தாள். சட்டென்று அவன் வந்து கையைப் பற்றிக் கொண்டு ''எங்கேடி போகிறாய் நீ? நம் விஷயத்தைப் பேசி முடிக்கும் வரையில் உன்னை நகரவிட மாட்டேன்'' என்றான்.

அனிருத் கட்டவிழ்ந்த காளையாய் சமீராவிடம் போகப் போன பொழுது சங்கர் முதலியவர்கள் தடுத்தார்கள்.

"நீங்க அந்தப் பெண்ணை அறையிலிருந்து வெளியே அழைத்துக் கொண்டு வரும் வரையில் நான் வரமாட்டேன்" என்று கத்தினான் அனிருத்.

"சரி." மேனேஜர் புது நபரின் பக்கம் திரும்பினான். "நீங்க வந்து எங்க முதலாளியிடம் சொல்லி விஷயத்தைத் தீர்த்துக் கொள்ளுங்கள்.

இப்போ அவள் ட்யூட்டியில் இருப்பதால் உங்கள் வற்புறுத்தல் செல்லாது. நீங்க வாங்கம்மா வெளியே" என்றார்.

சமீராவுக்கு உயிர் திரும்பி வந்தாற்போல் இருந்தது. சமீரா வெளியே வந்து கொண்டிருந்தபோது பின்னாலிருந்த அவன் "இதோ பார். உன்னை விட மாட்டேன். நீ இந்த ஹோட்டலை விட்டு வெளியே வரும் வரையில் நான் இந்த இடத்தை விட்டு நகரப் போவதில்லை" என்று கத்தினான்.

சமீராவின் முகம் வெளிறிப் போய்விட்டது. இந்த அவமானத்தால் உயிர் போய்விட்டாற் போல் இருந்தது.

தியாகராஜனின் அறை..

அனிருத் நாற்காலியில் உட்கார்ந்திருந்தான். அவனுக்கு எதிரே இருந்த சோபாவில் சுபா உட்கார்ந்திருந்தாள். அவள் மடியில் வெள்ளை நிற நாய்க்குட்டி இருந்தது. அதற்கு பிஸ்கெட் கொடுக்க முயற்சி செய்து கொண்டிருந்தாள். அது செல்லம் கொஞ்சுவதுபோல் முகத்தைத் திருப்பிக் கொண்டு போக்குக் காட்டிக் கொண்டி ருந்தது.

தியாகராஜன் கைகளைப் பின்னால் கட்டிக் கொண்டு அறையில் குறுக்கும் நெடுக்குமாக நடை பயின்று கொண்டிருந்தான். அவன் கையில் ஒரு காகிதம் இருந்தது. அவன் முகம் எரிச்சலுடன், பொறுமை யற்றுத் தென்பட்டது.

நடந்து கொண்டிருந்தவன் திடீரென்று நின்று அனிருத்தை நோக்கித் திரும்பி அவன் முகத்தைக் கூர்ந்து பார்த்தபடி கையிலிருந்த காகிதத்தைக் காட்டிக் கொண்டே "சமீராவுக்கும், அந்த மோகனுக்கும் ரிஜிஸ்டர் மேரேஜ் ஆகிவிட்டதென்று இந்தக் காகிதத்தைப் பார்த்த பிறகும் நம்ப மாட்டேன் என்கிறாயே ஏன்?" என்றான்.

"நான் நம்பவே மாட்டேன். இது யாரோ செய்திருக்கும் சதி. சமீராவைச் சிக்க வைப்பதற்காக வேண்டுமென்றே தயாரிக்கப் பட்டது.'' அவன் குரல் மிகவும் திடமாக ஒலித்தது.

"யார் செய்திருப்பார்கள் என்கிறாய்? யாருக்கு அந்தத் தேவை இருந்திருக்கும்?''

"எனக்கு எப்படித் தெரியும்? சமீரா எனக்கு நெருக்கமாக இருப் பதைப் பார்த்துவிட்டு என்னிடமிருந்து பிரிப்பதற்காக யாராவது சூழ்ச்சி செய்தார்களோ என்னவோ?''

தியாகராஜனின் முகத்தில் இருந்த கம்பீரம் மாறவில்லை. அனிருத்தை வெறுப்புடன் பார்த்தான். நேற்று மாலை அனிருத் சமீராவுக்காக மோகனை உதைத்துத் தள்ளியதால் அவன் போலீஸில் புகார் கொடுத்துவிட்டான்.

போலீசார் அனிருத்தை அரெஸ்ட் செய் தார்கள். தியாகராஜன் போய் அவனை விடுவித்துக் கொண்டு வந்தான்.

பிறகு அனிருத்திடம் மோகன் போலீஸாரிடம் தனக்கும் சமீராவுக்கு திருமணம் நடந்திருப்பதாகப் பத்திரம் காண்பித்ததாகச் சொன்னான். அதைப் பார்த்ததும் அனிருத்தின் முகம் வெலவெலத்துப் போகும் என்று எதிர்பார்த்தவனுக்கு ஏமாற்றம்தான் கிடைத்தது.

அனிருத் கொஞ்சம் கூட தளர்ந்து போகவில்லை. "எனக்குத் தெரியும். சமீராவுக்கும் மோகனுக்கும் திருமணம் நடக்கவேயில்லை.''

"இந்த மோகன் சமீராவின் சிநேகிதி வகுளாவின் கஸின் என்றாவது உனக்குத் தெரியுமா?''

"ஊகூம் தெரியாது.''

"அவ்விருவருக்கும் திருமணம் நடக்கவில்லை என்று எப்படிச் சொல்கிறாய்?''

"அந்த விவரங்களை உங்களிடம் சொல்ல வேண்டிய அவசியம் இல்லை.''

"வீண் பிடிவாதமாகப் பேசாதே அனிருத்.''

"என் கோபத்தை அனாவசியமாகத் தூண்டி விடாதீங்க.''

"உன்னைப் போலீஸாரிடமிருந்து விடுவித்தேன் என்ற நன்றி கூட உனக்கு இல்லையா?''

"நான் ஒன்றும் உங்களிடம் கேட்டுக் கொள்ளவில்லையே?" அனிருத் எழுந்து கொண்டான்.

"அனிருத்! அங்கிள் உன்னுடைய நன்மைக்குத்தானே சொல்கிறார். அந்தப் பெண்ணுக்காக நீ ஏன் கஷ்டத்தை விலைக்கு வாங்குகிறாய்?" என்றாள் சுபா.

அனிருத் திரும்பிப் பார்த்தான். சுபாவின் கண்களில் உண்மையான நட்பு தெரிந்தது. அதில் நடிப்பு இல்லை. அனிருத் கஷ்டத்தில் சிக்கிக் கொள்ளப் போகிறானே என்ற கவலையும் இருந்தது.

"அனிருத்! ப்ளீஸ். நீ சமீராவின் விஷயத்தை விட்டுவிடேன்" என்றாள் சுபா.

"என்னால் முடியாது சுபா!" என்றான் அவன்.

"ஏன்? அவ்வளவு பிரிக்க முடியாத பந்தம் உங்களுக்குள்ளாற என்ன இருக்கிறது?" தியாகராஜன் ஏளனமாகக் கேட்டான்.

அனிருத் அவன் பக்கம் பார்த்தான். "நிறையவே இருக்கு. பணம் தான் எல்லாமே என்று நினைக்கும் உங்களுக்கு அதைப் பற்றிச் சொன்னாலும் புரியாது. உங்களுக்குக் கடைசி முறையாய் சொல்கிறேன். இது எனக்கும் சமீராவுக்கும் சம்பந்தப்பட்ட விஷயம் இதில் நீங்க தலையிட வேண்டாம்."

"நான் தலையிட்டு இருக்காவிட்டால் நீ அந்த மோகனைக் கொன்றிருப்பாய். உனக்குத் தூக்குத்தண்டனை கிடைத்திருக்கும்!"

அனிருத் போகத் திரும்பியவன் நின்றான். "நான் இப்பொழுது உங்கள் கையில் சிக்கிக் கொண்டு அனுபவித்துக் கொண்டிருக்கும் நரகத்தை விட அதுவே மேல்" என்று ஏளனமாகச் சொல்லிவிட்டு போய்விட்டான்.

அனிருத் வீசியெறிந்துவிட்டுப் போன அந்தக் கூர்மையான அஸ்திரம் தியாகராஜனின் உள்ளத்தில் தைத்துத் தாங்க முடியாத வேதனையை உண்டாக்கியது. அதைத் தாங்கிக் கொள்ளும் பொருட்டு மார்பைக் கட்டைவிரலால் நீவிவிட்டுக் கொண்டான்!

சமீரா கட்டில் மீது உட்கார்ந்திருந்தாள்.

இந்த ரகளையால் இரண்டு நாட்களாகச் சரியாகச் சாப்பிடவில்லை. அவள் கண்களில் அவமானமும், எதுவும் செய்ய முடியாத இயலாமையும் தெளிவாகப் படர்ந்திருந்தது.

அனிருத் வார்டனின் அனுமதியைப் பெற்றுக் கொண்டு சமீராவின் அறைக்கு வந்தான். அன்றைக்கு ஞாயிற்றுக்கிழமை என்பதால் ஹாஸ்டலில் நிறையப் பேர் இல்லை. எங்கும் நிசப்தமாக இருந்தது.

"சமீரா! உனக்கு மோகனைத் தெரியுமா?"

"தெரியாது."

"உன் கிளாஸ்மேட் வகுளாவைத் தெரியுமா?"

"தெரியும்."

"அவன் அந்தப் பெண்ணின் கஸினாமே."

சமீரா யோசனையுடன் பார்த்தாள். "ஓ.. அதுதானா! அவனை முதலில் பார்த்த போது அந்தக் கிராப்பும், நடையும் வேற எங்கேயோ பார்த்தாற்போல் இருந்தது!"

"சமீரா! ஒரு விஷயம் கேட்கிறேன். உண்மையைச் சொல்கிறாயா?"

"என்ன?" நிமிர்ந்து அவன் பக்கம் பார்த்துக் கொண்டே கேட்டாள்.

"மோகனுக்கும் உனக்கும் நிஜமாகவே அறிமுகம் இல்லையா? அல்லது... அல்லது நான் தப்பா நினைப்பேன்னு என்னிடமிருந்து எதையாவது மறைக்கிறாயா?"

"என்ன?" சமீராவின் கண்கள் குழப்பத்துடன் பார்த்தன.

"எதுவும் இல்லாமல் அவன் மேரேஜ் சர்டிபிகேட் எப்படி வாங்கிக் கொண்டு வந்திருக்க முடியும்? ப்ளீஸ்... ஏதாவது இருந்தால் என்னிடம் உண்மையைச் சொல்லி விடலாம்."

திக்கென்றிருந்தது அவளுக்கு! குழப்பத்துடன் பார்த்துக் கொண்டிருந்த சமீராவின் கண்களில் மெல்ல மெல்ல திக்பிரமை வந்து சேர்ந்துகொண்டது. "நீங்க.. நான் பொய் சொல்கிறேன் என்று நினைக்கிறீங்களா?"

சமீராவின் முகத்தைப் பார்த்ததுமே அனிருத்திற்குத் தான் செய்த தவறு புரிந்துவிட்டது.

அவன் சமீராவின் மனதை எவ்வளவு தூரம் காயப்படுத்தி விட்டானோ, அதன் விளைவு என்னவோ கண்ணால் பார்த்த பிறகுதான் அவன் மனதில் குடிகொண்ட சந்தேகப் பேய் நீங்கியது.

நேற்று இரவு முதல் அவனுக்குத் தூக்கமே இல்லை.

தியாகராஜனுக்கு முன்னால் ''அந்தத் திருமணம் நடக்கவே இல்லை'' என்று திடமாக அடித்துச் சொன்னாலும், வெளியில் வந்த பிறகு அவன் மனம் பின் வாங்கத் தொடங்கியது.

சமீராவுடன் அறிமுகம் ஏற்பட்டு கொஞ்ச நாள்தான் ஆகியிருந்தது. அதற்கு முன்னால் ஏதாவது நடந்திருக்குமோ? பலமுறை கல்யாணத்தைப் பற்றிப் பேச்சு வந்த போது சமீரா அதில் தனக்கு விருப்பம் இல்லாதது போல் வெறுப்பா கப் பேசியிருக்கிறாள். ஒருக்கால் இதுதான் காரணமாக இருந்திருக்குமோ?

சமீரா என்ன காரியம் செய்திருந்தாலும் அவன் மன்னித்துவிடத் தயாராக இருந்தான். ஒருக்கால் அந்த மாதிரி நடந்திருந்தாலும் தம் இருவரின் நட்புக்கு அது மட்டும் குறுக்கீடாய் இருக்காது. சமீராவைக் கேட்கும் வரையில் அவனுக்கே தெரியவில்லை அது அவளை எவ்வ ளவு தூரம் வருத்தப்படுத்தும் என்று!

ஆனால் கேட்டுவிட்டு முடித்ததும் சமீராவின் முகத்தைப் பார்த்த பிறகே அவனுக்குத் தான் தவறு செய்துவிட்டோம் என்று புரிந்து விட்டது.

''நீங்க... நீங்க தயவு செய்து இங்கிருந்து போய் விடுங்கள்.'' சமீராவின் குரல் நடுங்கியது.

''சமீரா!''

''போதும். இனி போய் விடுங்கள்.''

''மீரா!''

''தயவு செய்து அப்படி அழைக்காதீங்க. நம் இருவருக்கும் இடையே இனி எந்தப் பேச்சும் இல்லை. போய் விடுங்கள்.'' சமீரா கட்டிலை விட்டு எழுந்துகொண்டாள்.

''தயவுபண்ணி என் பேச்சைக் கேள்'' என்றான் அவன்.

''கேட்க மாட்டேன். எனக்குக் கேட்க வேண்டும் போல் இல்லை. நீங்களா போறீங்களா அல்லது வேலைக்காரியைக் கூப்பிடட்டுமா?'' சமீரா காலிங்பெல்லை அழுத்தப் போனாள்.

அனிருத் சட்டென்று கையைப் பிடித்துத் தடுத்து நிறுத்தினான். சமீராவின் கண்களுக்குள் பார்த்துக் கொண்டே ''ஐயாம் வெரி வெரி சாரி'' என்றான்.

"கன்னத்தில் அடித்துவிட்டு மன்னிப்புக் கேட்கிறவர்களைக் கண்டால் எனக்குத் துளியும் பிடிக்காது... ச்சே! இந்த ஆம்பிளைங்களே இப்படித்தான்." சமீரா கையை விடுவித்துக் கொள்ள முயன்றாள். அனிருத் விடவில்லை.

சமீரா திமிறத் திமிற இன்னொரு கையையும் பிடித்துக் கொண்டு அருகில் இழுத்துக் கொண்டான். சமீராவின் தலையை மார்புடன் அழுத்திக் கொண்டே "இடியட்! எனக்கு இப்பொழுது எவ்வளவு நிம்மதியாக இருக்கு தெரியுமா? உனக்காக இப்பொழுது எவ்வளவு வேண்டுமானாலும் போராட முடியும் என்னால்." தனக்குத் தானே சொல்லிக் கொள்வது போல் மெல்லிய குரலில் சொன்னான்.

★ ★ ★

அனிருத் தியாகராஜனின் அறைக்கு முன்னால் வந்து நின்று காலிங்பெல்லை அழுத்தினான். யாருமே வந்து கதவைத் திறக்கவில்லை. அவன் மறுபடியும் பலமாக பெல்லை அழுத்தினான். யாருமே வரவில்லை. ஒரு நிமிஷம் யோசித்தவன் கதவில் இருந்த ஹேண்டிலைக் கீழே தாழ்த்தினான். கதவு திறந்து கொண்டது. அனிருத் அறைக்குள் நுழைந்தான். அங்கே தியாகராஜன் இருக்கவில்லை. பாத்ரூமில் குளித்துக் கொண்டிருப்பது போல் ஷவர் சத்தம் கேட்டது. பாத்ரூமில் இருக்கும் போது இப்படிக் கதவைத் திறந்து வைத்திருப்பது வேடிக்கையாக இருந்தது.

இதற்கு முன்னால் ஓரிரு முறை அவன் வந்திருந்த போது அவன் வெளியிலேயே காத்திருக்க வேண்டியிருந்தது. பத்து நிமிடங்கள் கழித்துத் கதவைத் திறந்த தியாகராஜன் ''நீ தானா? ஐ யாம் சாரி. குளிக்கும் போது வெளிக் கதவையும் சார்த்தித் தாழிட்டுக் கொள்வது என் வழக்கம். இந்தக் காலத்தில் எப்பொழுது என்ன நடக்கும் என்று சொல்ல முடியவில்லை... என்னமோ இன்னைக்கி மறந்துட்டேன்!'' என்றான்.

''எதற்காக இவ்வளவு விவரமாகச் சொல்ல வேண்டும்? நான் ஒன்றும் விளக்கம் கேட்கவில்லையே?'' என்று நினைத்துக் கொண்டான் அனிருத்.

அவன் மீண்டும் உள்ளே போனான்!

அப்படிப்பட்டவன் இன்றைக்கு இந்தப் பழக்கத்தை எப்படி விட்டான்? இது தெரியாமல் செய்த காரியமா?

அல்லது வேண்டு மென்றே செய்திருப்பானா? அவன் செய்யும் ஒவ்வொரு காரியத் திற்குப் பின்னாலும் ஏதோ பெரிய வலை விரிக்கப்பட்டிருக்கும். அவன் பேசும் ஒவ்வொரு வார்த்தைக்குப் பின்னால் ஏதோ மறை முகமான அர்த்தம் மறைந்திருக்கும்.

எல்லாவற்றையும் வெளிப் படையாகப் பேசிவிட்டால் என்ன குடி மூழ்கிவிடுமோ? மர்மங்கள் நிறைந்த கடந்த காலம் இருப்பவர்கள் இப்படித்தான் நடந்து கொள் வார்களோ என்னவோ!

அனிருத் உள்ளே வந்தான். உட்காரவில்லை. பேண்ட் ஜேபியில் கைகளை வைத்துக் கொண்டு அறை முழுவதையும் பார்வையிட்டான். தியாகராஜனின் மூக்குக்கண்ணாடி, டைரி, சாவிக்கொத்து, கார் சாவி எல்லாம் அங்கேயே இருந்தன. அனிருத்தின் பார்வை அவற்றின் மீது படிந்தது. அங்கிருந்த சாவிக்கொத்தின் மூலமாக அலமாரியைத் திறந்து பார்ப்போமா என்று எண்ணினான். அலமாரியில், டிராயரில் தேடிப் பார்த்தால் ஏதாவது துப்பு கிடைக்காமல் போகாது.

அதன் மூலமாக அவனைப் பற்றிய ரகசியங்களைத் தெரிந்து கொள்ள முடியும். இதுதான் அனிருத்தின் எதிர்பார்ப்பு.

அனிருத் மேஜையை நோக்கிப் போனான். அதற்குள் பின்னாலிருந்து காலடியோசை கேட்டது. அனிருத் அதிர்ச்சியை அடக்கிக் கொண்டு அசையாமல் நின்றான். வந்தவன் ''சார்! சாரு எங்கே சார்?'' என்று கேட்டான்.

அனிருத் திரும்பிப் பார்த்தான். ரூம் பாய்!

அவன் கையில் டிரை க்ளீனிங்கிலிருந்து கொண்டு வந்த உடைகள் இருந்தன. அவன் அந்த பாக்கெட்டை மேஜையின் மீது வைத்து விட்டு, பாத்ரூமுக்கு அருகில் சென்று விரல்களால் தட்டிவிட்டு ''சார்! உடைகளைக் கொணாந்து வெச்சிருக்கேன்.'' என்றான்.

"ஓ.கே. நான் குளிச்சிட்டேன்பா, இதோ வந்து விடுகிறேன்" என்றான்.

''ஓ! அவனுக்காகத்தான் ரூமைத் திறந்தே வச்சிருந்தானா...'' என்றெண்ணினான் அனிருத்.

பாய் போய்விட்டான். தியாகராஜனின் குளியல் முடிந்து விட்டது போலும். ஷவர் சத்தம் நின்றுவிட்டது. அவன் வெளியே வந்து விடுவான். நேரம் அதிகம் இல்லை. ஐந்து நிமிடமாவது சமயம் கிடைத்தால் எவ்வளவு நன்றாக இருக்கும்? ப்ச்.. தனக்கு அதிர்ஷ்டம் இல்லை. இந்தச் சிறையிலிருந்து தப்பிக்கும் வழியே தெரியவில்லை.

அனிருத் அங்கிருந்த டைரியை எடுத்தான். சட்டென்று கைக்குக் கிடைத்தப் பக்கத்தைப் புரட்டி கண்ணில் பட்டதைப் படித்தான்.

ஜி.பாலசரஸ்வதி... அதற்குமேல் படிக்கவில்லை. அதற்குள் பாத்ரூம் தாழ்ப்பாளை நீக்கும் சத்தம் கேட்டது. கையிலிருந்த டைரியை சட்டென்று மேஜையின் மீது வைத்துவிட்டு, மின்னல் வேகத்தில் ஜன்னல் அருகில் சென்று அங்கிருந்து வெளியே பார்த்துக் கொண்டிருப்பது போல் நின்றான்.

கதவைத் திறந்து கொண்டு வந்த தியாகராஜனின் முகம் அனிருத்தைப் பார்த்ததும் மலர்ந்தது. ''எவ்வளவு நேரமாச்சு நீ வந்து?''

''இப்பொழுதுதான்.'' வலது தோளை இடது கையால் தடவிக் கொண்டே ''அம்மா'' என்றான்.

''என்ன ஆச்சு?''

''உள்ளே வரும்போது ரூம்பாய் என்னைக் கவனிக்காமல் மோதி விட்டான்'' என்றான், தான் அப்பொழுதுதான் வந்திருப்பதாக அவன் புரிந்து கொள்ள வேண்டும் என்று.

''அவங்க வேலையே அப்படித்தான். சனியன் பிடித்தவன். என் மேலும் அந்த மாதிரி இரண்டு மூன்று தடவை மோதிவிட்டான். நன்றாக டோஸ் விட்டேன். அப்படியும் புத்தி வரவில்லை.'' கடு கடுவென்று முகத்தை வைத்துக் கொண்டு போன் அருகில் சென்று ரிசீவரை எடுத்து ''ஹலோ'' என்றான்.

அனிருத்திற்கு உடனே அந்த அறையைவிட்டு வேகமாக வெளி யேற வேண்டும் போல் தோன்றியது. அவன் ஒருக்கால் போன் செய்து அந்தப் பையனைக் கூப்பிட்டு கடிந்து கொண்டால், அவன் வந்து ''நான் ஒன்றும் மோதவில்லை. நான் வரும் போது ஏற் கெனவே அவர் உள்ளே இருந்தார்.

உங்க மேஜை அருகில் நின்று கொண்டிருந்தார்'' என்று சொல்லிவிட்டால்? அது மட்டுமே இல்லை. தன் பக்கம் திரும்பி ''என்ன சார்? இப்படி சொல் லிட்டீங்க? ஏழைகளிடம்தானா உங்கள் விளையாட்டை வைத்துக் கொள்ளவேண்டும்?'' என்று கேட்டுவிட்டால்? தியாகராஜன் தன் பக்கம் திரும்பி ''எதற்காக இப்படி பொய் சொன்னாய்? அதற்கு என்ன தேவை வந்தது? இதற்குப் பின்னால் என்ன கதை இருக்கி றது?'' என்று உலுக்கி எடுத்தால் திரும்பிப் பார்க்காமல் ஓடுவதை விடத் தன்னால் என்ன செய்ய முடியும்?

ஆனால் அதிர்ஷ்ட வசமாக அப்படி எதுவும் நடக்கவில்லை. தியாக ராஜன் போனில் "ஹலோ! பாம்பே டிக்கெட்டுகள் என்னவாச்சு? இன்னும் கன்பார்ம் ஆகவில்லையா? ஓ காட்! இந்த நாட்டில் நினைத் தாற்போல் எந்த ஒரு காரியமும் செய்ய முடியாது இல்லையா?'' என்றான்.

அனிருத்திற்கு அப்பாடா என்று நிம்மதியாக மூச்சு விட்டுக் கொள்ளணும்போல் இருந்தது. ஆனால் அதுகூட சாத்தியப்பட வில்லை. ஏன் என்றால் அதையும் அவன் கண்டுபிடித்து விடுவானோ என்ற பயம். தியாகராஜனின் கண்களுக்கும், மூக்கிற்கும் எதிராளியின் நடவடிக்கைகளை உடனே கண்டுகொள்ளும் திறமை இருந்தது. அவன் நாக்கிற்குத் தேன் கலந்தாற்போல் பேசவும் தெரியும். விஷத்தை அள்ளி வீசவும் தெரியும்.

"ஏன் நிற்கிறாய்? உட்கார்ந்து கொள்ளேன்'' என்றான் தியாக ராஜன்.

அனிருத் உட்கார்ந்துகொண்டான். தியாகராஜன் டிரெஸ்ஸிங்டேபி ளுக்கு அருகில் நின்றுகொண்டு நிலைக்கண்ணாடியைப் பார்த்தபடி தலை வாரிக் கொண்டான். ஓரக்கண்ணால் மேஜைமீது இருந்த சாவிக் கொத்தைப் பார்த்தான். அது வைத்த இடத்திலேயே இருந்தது.

"நாம் நாளை மறுநாள் பம்பாய்க்குப் போகிறோம்'' என்றான் அவன்.

"போகிறோமா?'' அனிருத் கலவரமடைந்தான்.

"ஆமாம். நாம் தான் போகிறோம்.'' நாம் என்ற வார்த்தையை அழுத்தி உச்சரித்தான். "நாம் என்றால் நீ, நான், சுபா.''

"நான் வர மாட்டேன்'' என்றான் அனிருத். அவன் குரலில் கட்ட விழ்த்துக் கொள்ளப் போகும் காளையின் சீற்றம் தெரிந்தது.

"வருகிறேன் என்று பதில் வருமென்று நான்கூட எதிர்பார்க்க வில்லை. மாட்டேன் என்றுதான் சொல்வாய். அது உன் சுபாவம்.'' சில்க் ஜுப்பா அணிந்துகொண்டான். "நீ உன் கர்ல் பிரண்டை விட்டு விட்டு எங்கேயும் வரமாட்டாய். ஒருக்கால் அதுதான் உன் ஆட்சே பணையாக இருந்தால், சுபாவுக்கு செகரெட்ரியாக அந்தப் பெண்ணும் நம்முடன் வந்து தொலைக்கட்டும். வேறு வழியில்லை'' என்றான்.

அனிருத்திற்கு இந்தப் பேச்சு எதுவும் காதில் விழவில்லை. ஜி. பாலசரஸ்வதி என்ற பெயரையே ஜபம் செய்து கொண்டிருந்தான்.

தியாகராஜன் மேஜை அருகில் வந்து மூக்குக்கண்ணாடியை எடுத்து அணிந்துகொண்டான். டைரியை எடுத்தவன் "என்ன இது?

என் டைரி இப்படிக் குப்புற விழுந்து கிடக்கிறது? நான் எப்போதும் இப்படி வைக்க மாட்டேனே?'' என்றான். ஒரு வினாடி கழித்து ''சமீப காலமாக ஞாபக மறதி அதிகரித்துவிட்டது'' என்று டைரியை எடுத்து ஜேபியில் வைத்துக் கொண்டான். சாவிக்கொத்தை எடுத்து பீரோவைத் திறந்தான். எல்லாம் அதனதன் இடத்தில் இருந்தன. யாரும் திறந்தாற்போலவோ, எதையாவது தேடினாற்போலவோ இல்லை. அவன் நிம்மதியாக பீரோவை மூடினான்.

அனிருத் நினைத்தாற்போலவே ஆயிற்று. தியாகராஜனுக்குச் சந்தேகம் வந்துவிட்டது. ஜி.பாலசரஸ்வதி... ஜி.பாலசரஸ்வதி.. அனிருத் எங்கே மறந்து விடுமோ என்று திரும்பத் திரும்ப அந்தப் பெயரை உரு போட்டுக் கொண்டிருந்தான்.

ஜி.பாலசரஸ்வதி. தியாகராஜனுக்கு அவளுடன் ஏதாவது முக்கிய மான தொடர்பு இல்லாவிட்டால் அந்தப் பெயர் டைரியில் இருக்க வாய்ப்பு இல்லை.

அதற்குள் போன் ஒலித்தது. தியாகராஜன் எடுத்தான். ''ஹலோ! தாங்க்யு. டிக்கெட்டுகள் கன்பர்ம் ஆகாவிட்டால் நான் பெங்களூருக்குப் போய் அங்கிருந்து பம்பாய்க்குப் போகலாம் என்று இருக்கிறேன். அதெல்லாம் புக் செய்துதான் இருக்கு. இதை கான்சல் செய்யச் சொல்லுங்கள்'' என்று போனை வைத்துவிட்டான்.

அனிருத்தை நோக்கித் திரும்பி ''நாம் பம்பாய்க்குப் போவது உறுதி'' என்றான்.

''எதுக்கு வரச்சொல்லிக் கூப்பிட்டீங்க?''

''இந்தப் பயணத்தைப் பற்றிச் சொல்லத்தான்.''

அதற்குள் ஐயங்கார் போல் தோற்றமளித்த ஆசாமி யாரோ ஒருத்தன் வந்தான். வேட்டி, சட்டை அணிந்து நெற்றியில் நாமம் போட்டிருந்தான். அனிருத் தியாகராஜனின் நடை உடை பாவனை யில் ஒரு விஷயத்தைக் கவனித்தான். அவன் எந்த மொழிக்காரனை சந்திக்கிறானோ, அவர்களைப் போல் உடை அணிந்துகொள்வான். கன்னடம், மலையாளம், மராத்தி, குஜராத்தி, பெங்காலி, இந்தி, ஆங்கிலம் என அத்தனை மொழிகளிலும் அவன் உச்சரிக்கும் விதத் தைப் பார்த்து விட்டு, அதுதான் அவனுடைய தாய் மொழியோ என்று நினைத்துக் கொள்வார்கள்!

அனிருத் எழுந்து வெளியே வந்தான். வெளியே வந்ததுமே பேனாவால் ஜி.பாலசரஸ்வதி என்ற பெயரை உள்ளங்கையில் எழுதிக் கொண்டான்.

அன்று மாலையில் சுபாவுடன் வாக்கிங்கிற்குப் போகும் போது அனிருத் கேட்டான். "ஜி.பாலசரஸ்வதி யார்?"

நடந்து கொண்டிருந்த சுபா திடீரென்று ஷாக் அடித்தாற்போல் அப்படியே நின்று அவன் பக்கம் திரும்பினாள். "உங்களுக்கு இந்தப் பெயர் எப்படித் தெரியும்?"

சுபாவிடமிருந்து இந்தக் கேள்வி வரும் என்று அவனுக்கு முன்னாடியே தெரியும். அதனால் பதிலை முன்பே தயாராக வைத்திருந்தான்.

"காலையில் உங்க அங்கிளின் அறைக்குப் போயிருந்த போது ஒருத்தன் வந்தான். தியாகராஜன் இருக்கிறாரா என்று கேட்டான். இருக்கிறார் என்று சொன்னேன். அவன் அவரைச் சந்திப்பதற்காக வரவில்லை. பாலசரஸ்வதி வரப்போவதாகத் தகவல் தெரிவிக்கச் சொன்னான். எந்த பாலசரஸ்வதி என்று கேட்டேன். ஜி.பாலசரஸ்வதி, அந்தப் பெயரைச் சொன்னாலே அவருக்குத் தெரியும் என்று சொன்னான். அதான்"

அனிருத்தின் பேச்சைக் கேட்டுக் கொண்டிருந்த சுபாவின் முகத்தில் நிறம் மாறத் தொடங்கியது. முதலில் அந்தப் பெயரைக் கேட்டதுமே ஆச்சரியமும், சந்தேகமும் முகத்தில் போட்டியிட்டன. அந்தக் கண்களில் திக்பிரமை! தன்னைத்தானே நம்ப முடியாத அவ நம்பிக்கை!

"உண்மையாகவா?" என்றாள்.

"உண்மைதான்" துணிந்தவனாய்க் கொஞ்சம் கூடத் தயங்காமல் சொல்லிவிட்டான்.

சுபா தனக்கு எதிரே இருந்த அனிருத்தைக் கையால் தள்ளிக் கொண்டே "அங்கிள்!" என்று ஹோட்டலுக்குள் ஓடினாள். அனிருத்தும் அவள் பின்னால் ஓடினான்.

★★★

"அங்கிள்.. அங்கிள். பாலா உயிரோடுதான் இருக்கிறாளாம். உங்களைச் சந்திப்பதற்காக வரப் போகிறாளாம். யாரிடமோ தகவல் சொல்லி அனுப்பியிருக்கிறாள்.'' சுபாவின் குரல் எதிர்பார்த்திராத செய்தி தெரிந்தது போல் சந்தோஷத்தாலும், திகைப்பினாலும் நடுங்கிக் கொண்டிருந்தது.

"பாலசரஸ்வதி!

அந்தப் பெயரைக் கேட்டதும் தியாகராஜனின் முகம் நிறம் மாறியது. ஒரு வினாடி இடி விழுந்தாற்போல் அதிர்ந்துவிட்டான். பிறகு அவன் கண்களில் கலவரமும், பயமும் மாறி மாறி தென்பட்டன. உடனே சமாளித்துக் கொண்டவனாக சந்தோஷத்தை வரவ ழைத்துக் கொண்டு "பாலசரஸ்வதி உயிருடன் இருக்கிறாளா? யார் சொன்னது?'' என்றான்.

"இதோ. இவர்தான்.'' அனிருத்தைச் சுட்டிக் காட்டினாள்.

அவன் அனிருத்தை நீயா என்பது போல் பார்த்தான்.

அனிருத் சுதாரித்துக் கொண்டான். தான் இருட்டில் குறி பார்க்கா மல் வீசிய கல் பட வேண்டிய இடத்தில் பட்டுவிட்டது. அந்த ஆதாரத்தை அவன் பற்றிக் கொள்ள எண்ணினான். சின்ன ஆதாரம் கிடைத்தாலும் போதும் அவனால் எல்லா முடிச்சுகளையும் மெல்ல மெல்ல அவிழ்த்து விட முடியும். அதற்காகத்தான் அவன் காத்திருந்தான்.

''நீயா?'' என்று தியாகராஜன் கேட்டதும் அனிருத்திற்கு சந்தோஷம் ஏற்பட்டது. ''ஆமாம். நான்தான்'' என்றான்.

''உன்னிடம் யார் சொன்னார்கள்?'' சுபாவைக் கையால் ஒதுக்கிக் கொண்டே அனிருத்தின் முன்னால் வந்து நின்றான். அவன் அவ்வாறு செயல்பட்டதில் ஒரு உள்ளர்த்தம் இருந்தது. தன் முகத்தி லிருந்த உணர்வுகளை சுபா பார்த்து விடக்கூடாது.

அனிருத் யாரோ ஒருத்தன் வந்ததாகக் கற்பித்துச் சொன்னான்.

''எப்போ வரப் போகிறாளாம்?'' தியாகராஜன் கேட்டான்.

''என்னிடம் அந்த விவரம் எதுவும் சொல்லவில்லை.''

''பாலசரஸ்வதியாவது வருவதாவது. இம்பாசிபிள். நீ வேறு எந்தப் பெயரையோ கேட்டிருப்பாய்.''

''இல்லை. அந்தப் பெயர்தான்.''

''நீ சரியாகக் கேட்டாயா? அந்தப் பெயர்தானா?''

''ஆமாம்.''

அனிருத் தடுமாறாமல் அந்த மாதிரி சொன்னதும் எதுவும் சொல்ல முடியாமல் பக்கத்தில் திரும்பினான். கைகளைப் பின்னால் கட்டிக் கொண்டு ''பாலசரஸ்வதி வருவதாவது. நடக்காத காரியம்'' என்றான்.

''நீங்க ஏன் அந்த மாதிரி சொல்றீங்க? ஒருக்கால் அவள் வருவாளோ என்னவோ?'' என்றான் அனிருத் வேண்டுமென்றே யதேச்சையாக சொல்வது போல் அழுத்திச் சொன்னான்.

''பாலசரஸ்வதி வரமாட்டாள். இட் ஈஸ் இம்பாசிபிள்.'' அவன் கத்துவது போல் சொன்னான். அவன் நெற்றியில் வியர்த்தது. கைப் பிடிகளை இறுக்கிக் கொண்டே ''பாலசரஸ்வதி இறந்து போய் விட்டாள். என் கையால் நானே தகனம் செய்தேன்'' என்றார்.

''அங்கிள்!'' சோபாவில் உட்கார்ந்திருந்த சுபா சட்டென்று எழுந்து கொண்டாள். ''ஆனால் ஊட்டியில் ஆக்சிடெண்ட் ஆச்சு. நீங்க விவரங்களை பார்த்தீங்க. ஆனால் அடையாளம் கண்டுபிடிக்க முடிய வில்லை என்றும், நம்பவே முடியவில்லை என்றும் சொன்னீங்க.''

''ஆமாம். அவள் மேல் இருக்கும் அன்பினால் என்னை நானே ஏமாற்றிக் கொண்டேன்.''

''அப்புறமாக வந்த கடிதங்கள்?''

"அதெல்லாம் நம்மை பிளாக்மெயில் செய்வதற்காகவும், நம்மிடமிருந்து பணத்தைக் கறப்பதற்காகவும் யாரோ செய்த சூழ்ச்சி. பால சரஸ்வதி உயிருடன் இருந்தால் என்னைவிட்டு ஒரு நிமிடமாவது இருப்பாளா? நீ ஏன் இப்படிப் பைத்தியம் போல் யோசிக்கிறாய்?" தியாகராஜன் வந்து சுபாவை அருகில் இழுத்து அணைத்துக் கொண்டான்.

"அங்கிள்! அப்படி என்றால் பாலசரஸ்வதி?"

"இது யாரோ ஆடும் நாடகம்."

சுபா அவனைவிட்டு ஓரடி தொலைவில் போய் நின்றுகொண்டாள். "அங்கிள்! நான் நம்ப மாட்டேன். அன்றைக்கு வந்த லெட்டர் அவள் சுயமாக எழுதியதுதான். அது அவளுடைய கையெழுத்துதான் என்று போலீஸ் டிபார்ட்மெண்டில் விசாரித்து விசாலியின் தந்தை சொல்லவில்லையா?"

"அசடு! பாலசரஸ்வதி பற்றி நீ கவலைப்பட்டுக் கொண்டிருப்பதைப் பார்த்துவிட்டு அந்த மாதிரி சொன்னால் உனக்கு நிம்மதியாக இருக்கும் என்று நான்தான் அவரை அப்படிச் சொல்லச் சொன்னேன்."

"அங்கிள்!" திகைப்படைந்தாள் சுபா.

"என் எண்ணங்கள் எல்லாம் உன் நன்மைக்காகத்தான். நான் எது செய்தாலும் உன் சுகத்திற்காகத்தான். உன்னை வருத்தப்பட வைத்தால் என்னை மன்னித்து விடம்மா. உன்னைவிட பெரியவனாய், வாழ்க்கையில் அனுபவம் கண்டவனாக சில சமயம் உனக்கு வேதனை தருவது போல் ஏதாவது செய்ய வேண்டியிருக்கும். இதுவும் அதுபோல்தான். பாலசரஸ்வதி விபத்தில் இறந்து போய்விட்டாள். நான் அடையாளம் கண்டுகொண்டு விட்டேன். ஆனால் அந்த பயங்கரமான உண்மை தெரிந்தால் உன்னால் தாங்கிக் கொள்ள முடியாது என்றும், நீ ஏதாவது பண்ணிக் கொண்டு விடப் போகிறாயே என்றும் அப்படிச் சொன்னேன். கொஞ்ச நாள் போனால் உனக்கு மெல்ல பால சரஸ்வதியின் பிரிவு பழக்கப்பட்டு விடும் என்று நினைத்தேன்."

"அங்கிள்!" சபா அவனிடமிருந்து தொலைவில் போய் நின்றாள். அந்தக் கண்களில் பயமும், தாங்க முடியாத வேதனையும் தெளிவாகத் தென்பட்டன. "அங்கிள்! ஏன் இப்படி என்னை ஏமாற்றினீங்க? நீங்கதானே இந்த விபத்தில் ஏதோ மர்மம் இருக்கு. பாலா வின் முகம் சரியாக அடையாளம் தெரியவில்லை என்று சொன்னீங்க?"

"சொன்னேன் இல்லையா? எல்லாமே பொய். உனக்காக சொல்லப்பட்ட பொய்."

''அப்படி என்றால் பாலசரஸ்வதி...''

''இறந்து போய்விட்டாள். இதைக்கூட இப்பொழுது சொல்லி யிருக்க மாட்டேன். ஆனால் என்னைப் பிடிக்காதவர்கள் இதை ஒரு ஆயுதம் போல் நம்மேல் பயன்படுத்திக் கொண்டிருக்கிறார்கள்.''

சுபா அங்கே இருந்த சோபாவில் சரிந்து அழத் தொடங்கினாள்.

தியாகராஜன் அருகில் வந்து தோளின் கையைப் பதித்து ''எழுந்து கொள். நாம் பம்பாய்க்குப் போகிறோம் இல்லையா? அங்கே கடை யில் புது மோஸ்தரில் முத்துநகைகள் வந்திருப்பதாக ரோஷன்லால் போன் செய்தான்.''

சுபா அவருடைய கையை ஒரேயடியாகத் தள்ளிவிட்டாள். ''எனக்கு எதுவும் வேண்டாம். நான் எங்கேயும் வர மாட்டேன்.''

''அப்படிச் சொல்லாதே. என் கண் இல்லையா?''

''நான் வரமாட்டேன். எனக்கு சந்தோஷமாக இல்லை.'' சுபா சோபாவிலிருந்து எழுந்து கொண்டு தன் அறைக்குள் ஓடிப் போய் தடாலென்று கதவைச் சாத்திக் கொண்டாள். தியாகராஜன் பின்னா டியே ஓடினான். கண்ணிமைக்கும் நேரத்தில் பின் தங்கிவிட்டான். அவன் கதவருகில் போய் சேரும் நேரம் சுபா கதவைச் சாத்திக்கொண்டு விட்டாள்.

''சுபா... சுபா..'' அழைத்தான்.

சுபா பதில் குரல் கொடுக்கவில்லை.

அவன் இயலாமையுடன் பார்த்தான். ''ஓ.கே. நீ என்னுடன் ஊருக்கு வரவேண்டாம். பாலசரஸ்வதி வருவாள் என்ற நம்பிக்கை உனக்கு இருந்தால் நீ இங்கேயே இரு. உனக்கே தெரிந்துவிடும். அவள் வந்தால் நீ சொல்வது உண்மை. வராவிட்டால் நான் சொன்னது சத்தியம். சரிதானே'' என்று உரத்தக் குரலில் சொல்லி விட்டுத் திரும்பினான். அவன் முகத்தில் எப்போதும் குடிகொண்டிருக்கும் கம்பீரம் பறந்துவிட்டது. ஆயாசத்தால் மூச்சு இரைந்து கொண்டி ருந்தது. அவனால் நிலைமையை சமாளிக்க முடியவில்லை.

அனிருத் அங்கிருந்த கதவில் சாய்ந்தபடி அவனையே பார்த்துக் கொண்டிருந்தான். தியாகராஜனைப் பார்த்தால் வேடிக்கையாக இருந்தது அவனுக்கு. இப்படிப்பட்ட சம்பவங்கள் நிறைய நடந்து அவன் வெறி பிடித்தபடி நடந்து கொண்டால் பார்க்க வேண்டும் என்று ஆசையாய் இருந்தது.

தியாகராஜன் ஒரு நிமிஷம் கண்களை மூடிக்கொண்டு மூச்சை இழுத்துவிட்டான். அடுத்த நிமிடம் கண்களைத் திறந்தவன் பழைய ஆளாகிவிட்டான். கண்களைத் திறந்து பார்த்தவனுக்கு எதிரே கை களைக் கட்டிக்கொண்டு நின்றிருந்த அனிருத் தென்பட்டான். அவன் புருவம் ஏறியது. உள்ளங்கையை முறுக்கிக் கொண்டே ''இனிமேல் யாராவது என்னைத் தேடிக் கொண்டு வந்தால் என்னிடம் வந்து சொல்லு. சுபாவிடம் சொல்லி கலவரப்படுத்தாதே'' என்றான்.

''யெஸ் சர்.'' ஏற்றுக்கொள்வது போல் சொன்னான். தொடர்ந்து வலிய வரவழைத்துக் கொண்ட பணிவுடன் ''ஐ யாம் சாரி. நான் முன்பின் யோசிக்காமல் சொன்ன தகவல் இவ்வளவு ரகளைக்குக் காரணமாகிவிடும் என்று நினைத்திருக்கவில்லை'' என்றான்.

ப்ரீப்கேஸை எடுத்து வைத்துக் கொண்டிருந்த தியாகராஜன் அனிருத்தின் பணிவு நிறைந்த வார்த்தைகளை கேட்டதும் நிமிர்ந் தான். அவன் கண்களில் சந்தோஷம் தெரிந்தது. ''அனிருத்! ஐ வான்ட் யு லைக் திஸ். என்னைப் பற்றியும், எனக்கு இடைஞ்சல் வந்துவிடக் கூடாது என்பது போலவும் நீ யோசித்துப் பார்ப்பதுதான் எனக்கு வேண்டும்.''

அனிருத்தின் முகம் சீரியஸாக மாறியது. ''நாம் வேண்டுமென்று நினைத்தால் மட்டும் எதுவும் நடந்து விடாது.'' அவன் கிளம்ப முற் பட்டான்.

''அனிருத்!'' பின்னாலிருந்து குரல் கொடுத்தான்.

அனிருத் நின்றான்.

''நான் பம்பாய்க்குப் போகிறேன். சுபா வர மாட்டேன் என்கிறாள். நான் வரும் வரையில் கொஞ்சம் அவளைப் பார்த்துக்கொள்.''

அனிருத் ஒரு வினாடி யோசித்தான். பிறகு சொன்னான். ''சுபா வின் நல்லது கெட்டதை இன்னொருத்தர் பார்க்க வேண்டிய அள வுக்கு அவள் ஒன்றும் குழந்தையில்லை. அனுபவம் இல்லாதவளோ, முட்டாளோ இல்லை. அவள் விஷயத்தை அவள் நன்றாக அறிவாள். என் மீது எந்தப் பொறுப்பும் சுமத்த வேண்டாம். ஏன் என்றால் நீங்கள் கேட்டுக் கொண்ட விதமாக நான் எதையும் செய்யமாட்டேன். அந்த விஷயம் என்னைவிட உங்களுக்குத்தான் நன்றாகத் தெரியும்'' என்று சொல்லிவிட்டு அங்கிருந்து போய்விட்டான்.

தியாகராஜன் முகத்தில் குறுநகை படர்ந்தது. அவன் விரும்பியதும் அதுதான். அனிருத்திடம் சுபாவைக் கவனித்துக் கொள் என்று

சொன்னால் அவன் அவள் திசைக்கே வர மாட்டான். தான் என்ன சொன்னாலும் முற்றிலும் அதற்கு நேர்மாறாக செய்யத்தான் பார்ப் பான். அந்த விஷயம் அவனைவிட தனக்குத்தான் நன்றாகத் தெரியும்.

அவன் ப்ரீப்கேஸை எடுத்துக் கொண்டான். சுபாவின் அறைக் கதவைத் தட்டிவிட்டு ''சுபா! நான் போய் வருகிறேன். சாவிக் கொத்தை இங்கே வைத்திருக்கிறேன். உனக்கு வேண்டிய பணத்தை எடுத்து செலவு செய்துகொள். நான் பம்பாய்க்குப் போனதும் போன் செய்கிறேன்'' என்று சொல்லிவிட்டுப் போய்விட்டான்.

தியாகராஜன் கீழே இறங்கி வந்தான்.

காரில் போய்க் கொண்டிருந் தவனுக்கு சமீராவும், அனிருத்தும் சேர்ந்தாற்போல் நடந்து போவது கண்ணில் பட்டது.

அவனுக்கு ஒரு நிமிஷம் நேராக ஓட்டிக் கொண்டு போய் அந்த சமீராவை மோதிவிட்டு இரண்டு கால்களையும் முறித்து விட வேண்டும் என்ற அளவுக்கு ஆவேசம் வந்தது. என்றாவது ஒரு நாள் அந்தக் காரியத்தைச் செய்யத்தான் போகிறான்.

எந்த ஆளையாவது பழி வாங்க நினைத்தால் அவன் அவர்களைக் கொன்று விடமாட்டான். ஊனமாக்கி விடுவான். அதுதான் அவனு டைய கொள்கை. அதனால்தான் அவனைக் கண்டால் நடுங்குவார்கள் எல்லோரும். அவனை விரோதித்துக் கொண்ட யாரும் உருப்பட்ட தில்லை.

அவன் கார் விர்ரென்று பறந்தது.

சமீராவும், அனிருத்தும் நடந்து போய்க் கொண்டிருந்தார்கள். இரவு வேளையின் குளிர்ந்த காற்று இதமாக இருந்தது. ஹாஸ்ட லுக்குப் போய்க் கொண்டிருந்த சமீராவை பஸ் ஸ்டாண்ட் வரை யிலும் கொண்டு போய் விட்டுக் கொண்டிருந்தான். வழியில் அனிருத் நடந்ததை எல்லாம் சொன்னான்.

''அந்த பாலசரஸ்வதி யார் என்று தெரிந்து கொள்வதால் உங்க ளுக்கு என்ன லாபம்?''

அனிருத் இரண்டு கைகளையும் ஒன்றாக சேர்த்துத் தேய்த்துக் கொண்டே ஆவேசத்துடன் ''வைரத்தை வைரத்தால்தான் அறுக்க முடியும். பிளாக் மெயில் செய்பவனின் வாயை மூடணும் என்றால் அவன் வாழ்க்கையில் இருக்கும் மர்மத்தைக் கண்டுபிடித்து அவனை பிளாக்மெயில் செய்து கொட்டத்தை அடக்கணும்'' என்றான்.

''உங்களை அவர் என்ன பிளாக்மெயில் செய்தார்?'' கேட்டாள் சமீரா. இருவருக்குமிடையே எவ்வளவு வயது வித்தியாசம்? இருவரும் எதில் போட்டி போட முடியும்?

அனிருத் நின்றான். ''என்னை இல்லை. வாழ்க்கையில் ஒருத்தருமே என்னை பிளாக்மெயில் செய்வதற்கு வாய்ப்பு இல்லை. நான் பெற்றோருக்கு செல்ல மகன். உனக்குத் தெரியாதோ என்னவோ. கல்லூரியில் நல்ல நடத்தைக்கு சான்றிதழ் கொடுத்திருக்கிறார்கள்'' என்றான் வலிந்த கோபத்துடன்.

''உங்களை இல்லையா? அப்போ யாரை பிளாக்மெயில் செய்கிறானாம்?''

''எங்க அப்பாவை பிளாக்மெயில் செய்கிறான். எங்க அப்பாவின் இளமையில், கல்யாணமான புதிதில் ஒரு விஷயம் நடந்தது. அப்பொழுது இவன் கைக்கொடுத்தான். அதை இப்பொழுது ஆயுதமாகப் பயன்படுத்துகிறான்.

அந்த விஷயம் வெளிப்பட்டுவிட்டால் அப்பாவுக்கு மட்டுமே இல்லை, எங்கள் குடும்பததிற்கே மதிப்புக் குறைச்சல். எல்லோரும் கூண்டோடு தற்கொலை செய்து கொள்ளணும். உலகத்தாரின் முன்னால் தலை நிமிர்ந்து நிற்க முடியாது.''

சமீரா திகைத்துப் போனவளாக அவனைப் பார்த்துக் கொண்டிருந்தாள்.

அதற்குள் பஸ் வந்துவிட்டது. ''மீரா! பஸ் வந்து விட்டது.''முழங்கையைத் தொட்டுவிட்டுச் சொன்னான். சமீரா பஸ்ஸில் ஏறிக் கொண்டாள். அவள் இன்னும் ஆச்சரியத்திலிருந்து மீளவில்லை.

அனிருத்தும் தேஜஸ்வர்சிங்கும் ஹோட்டலில் உட்கார்ந்து சாப்பிட்டுக் கொண்டிருந்தார்கள்.

தேஜஸ்வர்சிங் சொல்லிக் கொண்டிருந்தான். ''பாலசரஸ்வதியை எனக்கு ஏன் தெரியாது? தெரியும், நன்றாகவே தெரியும். ரொம்ப நல்லவள். வீட்டுக்கு யார் வந்தாலும் அவர்கள் எவ்வளவு கெட்டவர்களாக இருந்தாலும் சரி சாப்பாடு போடாமல் அனுப்ப மாட்டாள் .''

''பாலசரஸ்வதி இவர்களுக்கு என்னவாகணும்? சொந்தமா?'' அனிருத் ஆர்வத்துடன் கேட்டான்.

''இல்லை. சுபாவை சிறுவயது முதல் வளர்த்து ஆளாக்கிய ஆயா.''

''ஆயாவா?''

''ஆமாம். சுபாவுக்கு அவளைக் கண்டால் உயிர். தியாகராஜனுக்கு அவளுடைய அப்பாவித்தனம், எல்லோருடனும் நல்லவிதமாகப் பழகும் சுபாவம் இதெல்லாம் பிடிக்காது. எப்போ பார்த்தாலும் திட்டிக் கொண்டிருப்பான். அவள் எப்பொழுதாவது அவனுக்கு முன்னால் வந்து விட்டால் கூட என் கண் முன்னால் வராதே, போ என்று துரத்துவான்.''

''பார்க்க எப்படி இருப்பாள்?''

''ஆள் சிவப்புதான். குள்ளமாக, ஒல்லியாக இருப்பாள். புடவைத் தலைப்பால் எப்போதும் முக்காடு போட்டுக் கொண்டு பாதி முகம் மறைந்திருக்கும்படி இருப்பாள். எனக்கு முதலில் புரியவில்லை. பிறகு ஒரு நாள் ஏன் அந்தம்மாள் அப்படி முகத்தை மறைத்துக் கொள்கிறாள் என்று தெரிந்தது. மை காட்!'' தேஜஸ்வர்சிங் முகத்தில் பயம் வெளிப்பட தோள்களை குலுக்கிக் கொண்டான்.

''ஏன்?''

''அவள் முகத்தில் யாரோ ஆசிட் ஊற்றியிருக்காங்க. நெற்றியில் விகாரமாக தழும்புகள் இருந்தன.''

''ஐஸி'' என்றான் அனிருத் உற்சாகமில்லாமல். அவள் அழகைப் பற்றி அவனுக்குத் தேவையில்லை. அவளுக்கும் தியாகராஜனுக்கும் உள்ள உறவு பற்றிய விவரங்கள்தான் வேண்டும்.

தேஜஸ்வர்சிங் அந்த விவரங்கள் எதுவும் சொல்லவில்லை. அவன் வேறு ஏதோ பேசிக் கொண்டிருந்தான். அனிருத் ஊம்கொட்டியபடி சாப்பிட்டுக் கொண்டிருந்தான்.

''அவள் ஆறு வருடங்களுக்கு முன்னால் ஊட்டியில் கார் விபத்தில் இறந்துவிட்டாள். சுபா கல்கத்தாவிலிருக்கும் சிநேகிதியின் கல்யா ணத்திற்குப் போயிருந்தாள். அங்கே இருந்து ஊட்டிக்கு வரப் போவ தாக பிளான். இந்தம்மாள் முன்னாடியே போய்விட்டாள். தியாக ராஜன்தான் போய் தகன காரியங்களைச் செய்துவிட்டு வந்தான்.''

அனிருத்திற்கு ரொம்ப ஏமாற்றமாக இருந்தது. ரொம்ப எதிர்பார்ப் புகளைத் தூண்டிவிட்ட பாலசரஸ்வதியின் கதை சப்பென்று முடிந்து விட்டது. தேஜஸ்வர் சிங்குடன் தான் சாப்பிட்டது கூட பணவிரய மாகத் தோன்றியது.

அவன் ஹோட்டலுக்குத் திரும்பி வந்தான். அப்பொழுது இரவு பத்தரை மணியாகியிருந்தது. அதற்குள் அறைக்குப் போக மனம் வர வில்லை.

இருட்டிலேயே எவ்வளவு நாள்தான் பயணம் செய்து கொண்டிருப்பது? எத்தனை நாள்தான் இதே போல் தியாகராஜனுக்கு கைதியாக இருப்பது? வலையில் சிக்கிக்கொண்ட பலமான மிருகம் வெளியேற முடியாமல் தவித்துக் கொண்டிருப்பது போல் உணர்ந்தான்.

அனிருத் படிகளை ஏறி ஹோட்டலின் மொட்டை மாடிக்கு வந்தான்.

அங்கே ஒரு இடத்தில் யாருடைய உருவமோ மங்கலாகத் தென்பட்டது. அவன் ஒரு நிமிடம் பின்னால் திரும்பிப் போய் விடலாமா என்று நினைத்தான்.

ஆனால் நிலா வெளிச்சத்தில் நிழலாகத் தென்பட்டுக் கொண்டிருந்த அந்த உருவம், பாதங்கள் வரை யிலும் புரளும் வெள்ளை நிற நைட் கவுன், காற்றுக்கு அலைபாயும் அந்த கேசம்.. பார்த்தால் சுபாவைப் போல் இருந்தது.

வலது பக்கத்தில் சற்று தொலைவில் தியாகராஜனின் பாடிகார்ட் மறைவில் நின்று கொண்டிருந்தான்.

சுபாவேதான். சந்தேகமே இல்லை. திரும்பிப் போக நினைத்த வன் அப்படியே நின்றான். அவன் கால்கள் தன்னை அறியாமலேயே சுபாவை நெருங்கின.

சுபா குட்டிச் சுவரில் தலையைச் சாய்த்துக் கொண்டு அழுது கொண்டிருந்தாள். அந்த அழுகை இதயத்தைக் கசக்கிப் பிழியும்படி இருந்தது. அவனுக்கு வேடிக்கையாக இருந்தது. இவ்வளவு நல்ல சூழ்நிலையில் மகாராணியைப் போல் வாழும் சுபா இப்படித் தீனமாக அழுவதாவது?

"ஹலோ!" மெதுவான குரலில் அழைத்தான். பரிச்சயமான அந்தக் குரலைக் கேட்டதும் சுபா சட்டென்று நிமிர்ந்து பார்த்தாள். எதிரே அனிருத்தைப் பார்த்ததுமே கண்களைத் துடைத்துக் கொண்டாள்.

"இங்கே வந்து தனியாக.." என்ன பேசுவதென்று தெரியாமல் வாய்க்கு வந்ததைச் சொன்னான்.

சுபா கம்மிவிட்ட குரலில் "நான் இறந்து போனால் ரொம்ப நன்றாக இருக்கும் என்று தோன்றுகிறது" என்றாள்.

"ஏன் இவ்வளவு வெறுப்பு?"

''பின்னே இல்லையா? பாலசரஸ்வதி உயிருடன்தான் இருக்கிறாள் என்று நான் நம்புகிறேன். அவள் ஏதோ ஒரு இடத்தில் ஆதரவற்ற சூழ் நிலையில் வாழ்ந்து கொண்டிருக்க வேண்டும் என்று தோன்றுகிறது.''

''ஏன் அப்படி நினைக்கிறீங்க?''

''எனக்குத் தெரியும். அங்கிளுக்கு அவளைக் கண்டாலே பிடிக் காது. எப்போ பார்த்தாலும் பீடை, சனியன் என்று திட்டிக் கொண்டி ருப்பார்.''

''அவளுக்குக் கோபம் வராதா?''

''ஊஹும். சிரித்துவிட்டு பேசாமல் இருப்பாள்.''

''சிரிப்பாளா? யாராவது திட்டினால் சிரிப்பார்களா?'' வியப்படைந் தவனாகக் கேட்டான்.

சுபா திடீரென்று அனிருத்தின் கைகளைப் பற்றிக் கொண்டாள். ''பாலசரஸ்வதி உயிருடன்தான் இருக்கிறாள்.

அவளை நான்தான் தேடிக் கண்டுபிடிக்கணும். நீங்க... நீங்க எனக்கு உதவி செய்வீங்களா?''

அனிருத் திகைத்துவிட்டான். நிலா வெளிச்சத்தில், வெள்ளைநிற நைட் கவுனில், காற்றுக்கு அலை பாயும் கேசத்துடன் சுபா ரொம்ப அப்பாவியாகத் தென்பட்டாள்.

தன்னை உதவி செய்யச் சொல்லி வேண்டுகோள் விடுக்கிறாள். அதில் நடிப்பு இல்லை.

பாலசரஸ்வதி உயிருடன் இருக்கிறாள் என்று அவள் நம்புகிறாள்.

தியாகராஜன் அவள் இறந்து விட்டதாகவும், தானே தகனம் செய்து விட்டதாகவும் சொல்கிறான். பாலசரஸ்வதி உயிருடன் இருக்கிறாளா இல்லையா என்று சுயமாகத் தெரிந்து கொள்ளும் வரையில் நிம்மதியை இழந்து தவிக்கும் சுபா.

அவன் ஒரு நிமிஷம் தன் கைகளைப் பிடித்துக் கொண்டிருந்த சுபாங்கியின் கையைப் பார்த்தான்.

என்ன இது? காரியத்திற்கு உதவாது என்று உதறித் தள்ளிய கொடி யானது திரும்பவும் தன் கால்களுக்கு வந்து சுற்றிக் கொண்டு ''என்னுடன் வா'' என்கிறதே?

எது எப்படி இருந்தாலும் தியாகராஜனுக்கு விருப்பம் இல்லாத எந்தக் காரியத்தையும் செய்வதற்கு அவன் மனம் துடித்துக் கொண்டி

ருந்தது. தனக்கு எந்த வேலையும் இல்லை. சுபாவுக்கு உதவி செய்வதில் எந்தத் தவறும் இல்லை.

சுபாவின் கையைத் தன் கையில் எடுத்துக் கொண்டு வலது கையை அவள் கையில் பதித்து ''சுபா! நான் உதவி செய்கிறேன். ஐ பிராமிஸ் இட்'' என்றான்.

''தாங்க்யு. அங்கிளுக்கு இந்த விஷயம் தெரியக்கூடாது'' என்றாள் சுபா கண்களைத் துடைத்துக் கொண்டே.

★★★

பாலசரஸ்வதி உயிருடன் இருக்கிறாளா இல்லையா என்று அவனுக்குத் தெரியாது. ஒரே ஒரு பெயரை வைத்துக் கொண்டு அவள் வரப் போவதாக ஏதோ கதையை ஜோடித்து சொன்னான். அதைக் கேட்டதும் சுபா அதையே பிடித்துக் கொண்டு விட்டாள். என்றுமே யாரையுமே ஏமாற்றியிராத அனிருத் திற்கு இது கொஞ்சம் வருத்தத்தை ஏற்படுத்தியது. ஒருக்கால் அவள் உண்மையாகவே இறந்து போயிருக்கலாமோ என்னவோ.

அவன் சுபாவின் தலையீடு இல்லாமலேயே சுயமாக பாலசரஸ் வதியைத் தேடுவதற்கு முடிவு செய்து கொண்டான். அவன் மனதில் அந்த முகவரி நன்றாகவே நினைவு இருந்தது.

அனிருத் அந்த முகவரியைத் தேடிக்கொண்டு போனான். முஸ்லிம்கள் வசிக்கும் தெரு அது. அந்தத் தெருவில் இருப்பவர்கள் எல்லோரும் புடவையில் ஜரிகை வேலைப்பாடு செய்பவர்கள்தான். எந்த வீட்டில் பார்த்தாலும் ஆண், பெண், சிறியவர்கள் பெரியவர்கள் என்ற வித்தியாசமில்லாமல் எம்பிராய்டரி வேலை செய்து கொண்டி ருந்தார்கள். அந்தச் சூழ்நிலையைப் பார்த்தால் வேறு ஏதோ நாட்டில் காலடி எடுத்து வைத்துவிட்டோமோ என்ற சந்தேகம்தான் வந்தது. அந்தச் சூழ்நிலை, மக்களின் நடையுடை பாவனை எல்லாமே வேறு விதமாக இருந்தது.

அனிருத் ரொம்ப முயற்சி செய்து தான் தேடி வந்த வீட்டைக் கண்டு பிடித்தான். இரண்டு மாடிக் கட்டிடம் அது. வராண்டாவிற்குப் பச்சை நிறத்தில் மூங்கில்

தடுக்கு தொங்கிக் கொண்டிருந்தது. வராண்டா முழுவதும் பெண்கள் உட்கார்ந்து கொண்டு புடவைகளில் சம்கி தைத்துக் கொண்டிருந்தார்கள்.

சிவப்பாய், தொள தொளவென்று பைஜாமாவும், கறுப்பு நிற ஷேர்வாணியும் அணிந்திருந்த கிழவன் ஒருவன் பீடாவை மென்று கொண்டே வெளியில் வந்து சாற்றினை உமிழ்ந்தான். அவன் பீடாவை மென்றபடி அந்தப் பெண்களை அதட்டிக் கொண்டிருந்தான்.

அங்கே அனிருத் நின்று கொண்டிருப்பதைப் பார்த்துவிட்டு ''என்ன?'' என்று விசாரித்தான்.

''பாலசரஸ்வதி வேண்டும்'' என்றான்.

அந்தப் பெயரைக் கேட்டதுமே அந்தக் கிழவன் இடுப்பில் கைகளை வைத்துக் கொண்டு கேலியாக பார்த்தபடி ''பாலசரஸ்வதி வேண்டுமா? இன்றைக்கு தேதி என்ன?'' என்றான்.

''இருபத்தெட்டு.''

''இருபத்தெட்டு.. அப்படி என்றால் முதல் தேதி போய் எவ்வளவு நாளாகிறது?''

''இருபத்தேழு நாட்கள்.''

''இன்றைக்கு வந்து பாலசரஸ்வதி வேண்டும் என்றால் உங்க எண்ணம்தான் என்ன? அவள் எப்படி உயிருடன் இருப்பாள்? இப்படி எதுக்காக கொஞ்சம் கொஞ்சமாக அவளைக் கொல்றீங்க? ஒரேயடியாய் விஷத்தைக் கொடுத்து கொன்றுவிடக் கூடாதா?''

அனிருத் குழப்பத்துடன் பார்த்தான். சட்டென்று என்ன பதில் சொல்வதென்று புரியாமல் தயங்கிக் கொண்டிருந்தான்.

''பணத்தைக் கொண்டு வந்திருக்கிறாயா இல்லையா?'' கிழவன் அதட்டினான்.

''கொண்டு வந்திருக்கிறேன்.'' ஜேபியைத் தடவிக் கொண்டான். காலையில் சமீராவிடமிருந்து வாங்கிக் கொண்ட ஐநூறுரூபாய் கைக்குத் தட்டுப்பட்டது.

அவன் கையை நீட்டினான். அனிருத் மறுபேச்சு பேசாமல் பணத்தை எடுத்துக் கொடுத்தான். அவன் வாங்கிக் கொண்டே ''உங்க சேட்டிடம் பணத்திற்கு இவ்வளவு தாமதம் செய்தால் அந்தக் கிழவியைப் பார்த்துக் கொள்ள எங்களால் முடியாது என்று சொல்லி

விடு.'' அவன் தெளிவாகத் தமிழ் பேசியதைக் கண்டு அனிருத் ஆச்சரியமடைந்தான்.

"ஏதோ பாவம் என்று உதவி செய்ய முன்வந்தால் என் தலையில் கட்டிவிட்டு சும்மாயிருப்பானா? ஆள் அட்ரெஸ் இல்லாமல் போய் விடுவானா?'' கிழவன் பணத்தைக் கணக்கிட்டு முடித்ததும் எரிச்சலடைந்தான்.

"ஐநூறுதானா? இது அவள் மருந்து மாத்திரைக்கே போதாதே? சாப்பாடு போடாமல் அவளை சாகடிக்கச் சொல்கிறாரா உங்கள் சேட்?''

"அவர் ஊருக்குப் போயிருக்கிறார். வந்ததும் சொல்கிறேன்.''

"இதோ பார். மாதம் ஆயிரம் ரூபாய்க்குக் குறைந்தால் என்னால் பார்த்துக்கொள்ள முடியாது என்று சொல்லு. இந்த மாதம் வேலைக்காரிக்கு சம்பளம் தரவில்லை. ஆயா இருக்க மாட்டேன்னு சொல்லி ஓடிவிட்டாள்.''

"இப்போ அவளை யார் பார்த்துக் கொள்கிறார்கள்?'' ஆர்வத்தை அடக்க முடியாமல் கேட்டான்.

"யார் இருக்காங்க பார்த்துக் கொள்வதற்கு? உங்க சேட் அவளை எங்களிடம் ஒப்படைத்த போது மாதம் அறுநூறு ரூபாய் தருவதாகவும், வேலைக்காரி, ஆயாவை ஏற்பாடு செய்யச் சொல்லியும் சொன்னார். இரண்டு மாதங்கள் ஒழுங்காகக் கொடுத்தானோ இல்லையோ மறுபடியும் கண்ணில் படவே இல்லை.

நான் போய் கேட்டால் வேலைக்காரர்கள் எப்போதும் ஐயா ஊருக்குப் போயிருக்கிறார் என சொல்கி றார்கள். செய்தி சொல்லியனுப்பினால் பிச்சை போடுவது போல் நானூறு ரூபாய் யாரோ ஒருத்தரிடம் அனுப்பி வைப்பார். அது சரி, நீ யார்? உங்க சேட் வீட்டில் நீ என்ன வேலை செய்கிறாய்?''

"அவருடைய பி.ஏ. நான்.''

"பணம் தரவில்லை என்றால் இனி என்னால் பார்த்துக் கொள்ள முடியாது என்று சொன்னதாகச் சொல்லிவிடு.''

"சரி.''

"இனி நீ கிளம்பு''

"நான் ஒரு தடவை அவளைப் பார்த்துவிட்டுப் போகிறேன். பார்த்துவிட்டு வரச்சொல்லி சேட் சொல்லியிருக்கிறார்.''

கிழவன் பணத்தை ஜேபியில் வைத்துக் கொண்டு "வா" என்று வழி நடந்தான். கொல்லைப்புறமாக மாடிக்குப் படிகள் இருந்தன. அனிருத் அவனுடன் மாடிக்குப் போனான்.

கிழவன் விடாமல் புலம்பிக் கொண்டே இருந்தான். "கண்ணுக்கு எதிரில் மனுஷியை எப்படிப் பட்டினி போட்டுக் கொல்ல முடியும் சொல்லு. என் மகள்தான் டீ போட்டுத் தருகிறாள். ஆயா ஓடிவிட்டாள் என்று சொன்னதும் அவள் ரொம்பத் தளர்ந்து போய்விட்டாள். அன்றிலிருந்து டீ குடிப்பதைக்கூட விட்டுவிட்டாள்."

கீழே இருப்பது போலவே மாடியிலும் வராண்டா இருந்தது. வெட்டிவேர் தட்டி தொங்கிக் கொண்டிருந்தது. கிழவனை விட அனிருத் உயரம் என்பதால் தலைகுனிந்து வாசற்படி இடித்துக் கொள்ளாமல் உள்ளே நுழைந்தான்.

உள்ளே ஒரு அறை இருந்தது. கொல்லைப்புறமாக சிறிய ஜன்னல் இருந்தது. அறைக்குள் காற்றும் வெளிச்சமும் தாராளமாக வந்து கொண்டிருந்தன.

சுவர் ஓரமாக கட்டிலில் ஒரு பெண்மணி படுத்துக் கொண்டிருந்தாள். படுத்துக் கொண்டிருந்தாள் என்பதைவிட விழுந்து கிடக்கிறாள் என்று சொல்வதுதான் பொருந்தும். ஏனோ அனிருத்திற்கு ஒரு வினாடி அவளைப் பார்த்ததும் மனம் உருகிவிட்டது.

படுக்கையை மாற்றி நாளாகிவிட்டதாலோ என்னவோ நெடி அடித்துக் கொண்டிருந்தது. தாடைகள் குழி விழுந்து கண்கள் மூடியிருந்தன. கை கால்கள் சலனமில்லாமல், ஒரு நிமிடம் அசந்து பார்த்தால் அவள் உயிருடன் இருக்கிறாளா, அல்லது உயிர் போய் ரொம்ப நேரமாகி விட்டதா என்று அச்சத்தைத் தருவதுபோல் காட்சி தந்தாள். ஸ்டூலில் மருந்து பாட்டில்களும், கழுவாமல் காய்ந்து கிடக்கும் கண்ணாடி டம்ளர்களும் கிடந்தன. அறையில் மின் விசிறி இல்லை. விசிறியால் வீசிக் கொள்வாள் போலும். விசிறி தரையில் கிடந்தது.

"பேகம் ஜீ!" கிழவன் கூப்பிட்டான்.

அவள் அசையவில்லை.

"பாலாம்மா!" சத்தமாக அழைத்தான்.

அவள் மெல்ல அசைந்தாள்.

"உங்களுக்காக சேட் யாரையோ அனுப்பியிருக்கிறார்." கத்திச் சொன்னான்.

அவள் கண்கள் மிகப் பிரயாசைப்பட்டுத் திறந்து கொண்டன. இமைகள் பிரிந்தன. காய்ந்த உதடுகள் லேசாக அசைந்தன.

''என்ன?'' குனிந்து கேட்டான் கிழவன்.

அவள் உதடுகள் திரும்பவும் அசைந்தன.

''சேட்டை வரச் சொல்லணுமா?'' கிழவன் அனிருத்தைத் திரும்பிப் பார்த்து ''சேட்டை வரச் சொல்கிறாள்'' என்றான்.

அனிருத் தலையை அசைத்தான்.

அவள் பார்வை ஓரிடத்தில் நிலைக்கவில்லை. திரும்பவும் கண்கள் மூடிக்கொண்டன. அவள் இந்த உலகத்தில் நடக்கும் எதையும் பொருட்படுத்தும் சக்தியில்லாதது போலவும், உயிர் உடலில் ஒட்டிக் கொண்டிருப்பதும் தெளிவாக தெரிந்தன. அவ்வளவு நடைபிணமாக இருந்தாலும் அவள் முகத்தில் ஏதோ களை! ஒரு காலத்தில் ரொம்ப அழகாக இருந்திருப்பாள். அவளுடைய இந்த நிலைமைக்கும் தியாகராஜனுக்கும் என்ன சம்பந்தம்?

''பார்த்தாயா? இதுதான் அவள் நிலைமை'' என்றான் கிழவன்.

''ஆயா ஏன் ஓடிவிட்டாள்?''

''அவள் ஒரு மேனாமினுக்கி. வந்த ஒரு மாதத்திலேயே எங்களுக்கு சம்கி சப்ளை செய்யும் பையனுடன் ஓடிவிட்டாள். அவள் இருந்தாலும் தண்டம்தான். சரியாகப் பார்த்துக்கொள்ள மாட்டாள்.''

''அவளை ஏற்பாடு செய்தது யார்?''

''நான்தான் ஏற்பாடு செய்தேன். ஏழைப் பெண்ணாச்சே என்று நான்தான் சம்பளத்திற்கு அமர்த்தினேன்.''

''வேறு யாரும் கிடைக்கவில்லையா?''

''யார் வருவார்கள்? கிடைத்தாலும் ஐநூறுக்குக் குறையாமல் கேட்கிறார்கள்.''

அனிருத்திற்குப் புரிந்துவிட்டது. இந்த கிழவன் ஏதோ தில்லுமுல்லு செய்வது போல் தோன்றியது. பெயருக்கு ஆளை வைத்ததாகவும், அவள் நிலைக்காமல் போய்விட்டதாகவும் சாக்கு போக்கு சொல்வது போல் தோன்றியது.

இருவரும் படியிறங்கி வந்தார்கள்.

''நான் போய் வருகிறேன்'' என்றான் அனிருத்.

"பணத்தை சீக்கிரம் கொண்டு வா." எச்சரித்தான் கிழவன்.

"சரி."

"உங்க சேட்டிற்கு இந்த பாஷாவின் வணக்கத்தைச் சொல்லு."

"சரி."

பஸ்ஸ்டாண்டிற்குத் திரும்பி வரும் போது அனிருத் யோசனையில் ஆழ்ந்தான். சுபாவிடம் பாலசரஸ்வதியின் விஷயத்தைச் சொல்வதா வேண்டாமா? இந்த நிலையில் பாலசரஸ்வதியைப் பார்த்தால் சுபாவால் தாங்கிக் கொள்ள முடியுமா? ரொம்ப ரகளை செய்து விடுவாள். தியாகராஜன் அதற்காகத் தன்மீது மேலும் பகையை வளர்த்துக் கொள்வான். ஊஹூம். இந்த பாலசரஸ்வதி யார்? அவளுக்கும் தியாகராஜனுக்கு இடையே இருக்கும் சம்பந்தம் என்ன? முதலில் அதைத் தெரிந்து கொள்ள வேண்டும்.

பாலசரஸ்வதி உயிருடன் இருக்கும் போது இறந்து போய் விட்டாள் என்று சொல்ல வேண்டிய காரணம் என்னவாக இருக்கும்?

சுபாவுக்கு அவளைக் கண்டால் பிடிக்கும் என்பதால் அவ்விருவரையும் பிரிக்கும் பொருட்டு இம்மாதிரி செய்திருப்பானா? அப்படிப் பிரிப்பதுதான் உத்தேசமாக இருந்தால் அவனுக்கு கண்டிப்பாக பாலசரஸ்வதியிடம் ஏதோ பயம் இருந்தாக வேண்டும். அது என்ன? பாலசரஸ்வதியோ பேசும் நிலையில் இல்லை.

அனிருத் பஸ்ஸில் பயணம் செய்து கொண்டிருக்கும் போது கண்ணுக்கு எதிரில் பாலசரஸ்வதியின் முகம் தான் தென்பட்டுக் கொண்டிருந்தது. அவளுடைய நிலைமை எவ்வளவு தீனமாக இருந்தது? அவளுக்கும் தியாகராஜனுக்கும் என்ன சம்பந்தம் வேண்டுமானாலும் இருந்துவிட்டுப் போகட்டும். தன் வாழ்க்கையில் வந்த ஒரு பெண்ணை இவ்வளவு ஆதரவில்லாமல், ஹீனமான நிலையில் வைத்திருக்கிறான் என்றால் அவன் மனிதநேயமற்ற மிருகம் என்று அர்த்தம்.

பாலசரஸ்வதியின் நிலை தியாகராஜனின் கயமைத்தனத்தை மேலும் வலியுறுத்தியது. அனிருத் நன்றாக யோசித்தான். சுபாவுக்கு பாலாவின் விஷயம் தெரிந்தால் ரகளையைத் தவிர வேறு எதுவும் நடக்காது.

முதலில் பாலசரஸ்வதி தேறும்படி செய்ய வேண்டும். அவளை யாராவது ஒருத்தர் கண்ணும் கருத்துமாக பார்த்துக் கொள்ள வேண்டும். அவள் உடல்நலம் தேறிவிட்டால் அவள் மூலமாக பல விஷயங்கள் தெரியக்கூடும். அதுவரையில் தான் பொறுமையாக இருக்க வேண்டும். அனிருத் யோசித்தான். அவனுக்கு மின்னல் போல் ஒரு யோசனை வந்தது.

பஸ்ஸ்டாப் வந்து விட்டது. அனிருத் இறங்கிக் கொண்டான்.

மறுநாள் மாலையில் அனிருத் சமீராவை அழைத்துக் கொண்டு பாஷாவின் வீட்டுக்குப் போனான். பாஷா அவனையும், சமீராவையும் மாறி மாறிக் கேள்விக்குறியுடன் பார்த்தான். அனிருத் ஜேபியிலிருந்து ஆயிரம் ரூபாய் எடுத்து பாஷாவின் கையில் வைத்து ''நான் சேட்டுடன் பேசினேன். உங்களிடம் இந்தப் பணத்தைக் கொடுக்கச் சொன்னார். ஆயாவை அனுப்பி வைத்திருக்கிறார்'' என்றான் சமீராவைக் காண்பித்துக் கொண்டே.

சமீரா வெள்ளை நிறத்தில் சாதாரண வாயில் புடவையைக் கட்டிக் கொண்டிருந்தாள். தலைமுடியை பின்னிக்கொள்ளாமல் முடிச்சுப் போட்டிருந்தாள். யாராவது அவளை அந்த நேரத்தில் பார்த்தால் நர்ஸ் என்றுதான் நினைப்பார்கள்.

''இனி மாதா மாதம் பணம் அனுப்பி வைப்பதாகச் சொன்னார்'' என்றான்.

பாஷாவால் வேறு எதுவும் சொல்ல முடியவில்லை. ''அப்படி என்றால் இவளுக்குச் சம்பளம்?'' சந்தேகத்துடன் பார்த்தான்.

''சம்பளம் வேறு தனியாகத் தருவதாகச் சொன்னார்.''

அதைக் கேட்டதும் அவன் முகம் மலர்ந்தது. சந்தோஷம் நிறைந்த குரலில் ''வாங்கம்மா வாங்க. இங்கே உங்களுக்கு எந்தத் தொந்தரவும் இருக்காது. நான் உங்க அப்பாவைப் போன்றவன். எனக்கு மகள்கள் இருக்கிறார்கள். அவர்கள் உங்களுடன் சிநேகமாக இருப்பார்கள்'' என்றான்.

சமீரா, அனிருத் மாடிக்குப் போனார்கள்.

பாஷா தண்ணீர் கூஜா அனுப்பி வைப்பதாக சொல்லி கீழே வந்தான்.

''சமீரா! பயமாக இல்லையே? இருக்க முடியும் இல்லையா?''

''பார்க்கிறேன்'' என்றாள். அந்தக் கண்களில் பயமும், மிரட்சியும் தெரிந்தன.

''நான் தினமும் வருகிறேன்.'' தைரியம் சொல்லுவது போல் சொன்னான் அனிருத். சமீரா தலையை அசைத்தாள்.

முதல்நாள் மாலை அனிருத் சமீராவைப் பார்க்க வந்தான். ''உன்னுடன் கொஞ்சம் பேச வேண்டும்'' என்று வெளியே அழைத்துப் போனான். இருவரும் பூங்காவில் பெஞ்சியில் உட்கார்ந்து கொண்டார்கள். அனிருத் தன்னுடைய யோசனையை சொன்னான்.

''நானா? ஆயாவாகவா?'' என்றாள் சமீரா வியப்புடன்.

''ஆமாம். நீதான் இந்த உதவியைச் செய்ய வேண்டும். ப்ளீஸ்.. மறுக்காதே. என் எண்ணம் என்னவென்றால் பாலசரஸ்வதியின் மூலமாக எனக்கு ஏதாவது ஆதாரம் கிடைக்கும். வேறு எதையும் யோசிக்காதே.''

சமீரா மௌனமாக இருந்து விட்டாள்.

''என்ன சொல்கிறாய் சமீரா? சம்மதம்தானே.''

சமீரா சரி என்பது போல் தலையை அசைத்தாள்.

அவனுக்கு உதவி செய்ய அவள் தயார்தான். எங்கே? யாருக்கு ஆயா வாகப் போகணும்? என்ற சந்தேகங்களை சமீரா நீக்கிவிட்டாள்.

உதவி செய்வது என்று முடிவு செய்து கொண்ட பிறகு இனியும் சந்தேகங்கள் என்ன? நிபந்தனைகள் என்ன?

சமீரா ஒப்புக்கொண்டதும் அனிருத்தின் மனம் லேசாகிவிட்டது. சமீராவின் கையைப் பற்றிக் கொண்டு ''தாங்க்யு. எனக்குத் தெரியும். நீ என் பேச்சை மறுக்க மாட்டாய் என்று'' என்றான்.

சமீராவுக்கு அவன் நம்பிக்கையைப் பார்த்த போது சந்தோஷமாக இருந்தது. வருத்தமும் ஏற்பட்டது. அவன் பேச்சை தன்னால் மறுக்க முடியாது. இந்த பலவீனம் தன்னுள் எப்படி நுழைந்தது என்று அவ ளுக்கே தெரியாது. அது அவளை ஆட்கொள்ளத் தொடங்கிவிட்டது. ஆனால் அனிருத் அவள் ஒரு பெண் என்றும், அவளுக்கும் சில வரம்புகள் இருக்கும் என்பதையும் மறந்து விடுகிறான். சமீரா பெருமூச்சு விட்டுக் கொண்டாள். ஓட்டப் பந்தயம் தொடங்கிவிட்ட பிறகு நடுவின் பின் வாங்குவது சரியில்லை. இங்கே வந்து இந்தச் சூழ்நிலையைப் பார்த்த பிறகு பயம் தோன்றிவிட்டது. தன் சக்திக்கு மீறிய வேலை செய்கிறோமோ என்று நினைக்கத்தொடங்கினாள்.

அனிருத் எழுந்துகொண்டான். ''நான் போய் மருந்துகள், க்ளூகோஸ், சாத்துக்குடிப் பழம் எல்லாம் வாங்கி வருகிறேன்'' என்றான்.

சமீரா தலையசைத்தாள். அவன் கிளம்பிப் போனான்.

பாஷாவின் மனைவி மாடிக்கு வந்தாள். ''நீ புதிதாக வந்திருக்கும் ஆயாவாமே. ஏதாவது வேண்டும் என்றால் கூச்சப்படாமல் கேளும்மா. உனக்கு இங்கே எந்த பயமும் இல்லை'' என்றாள்.

''எனக்கு இஸ்திரி செய்த போர்வைகள் வேண்டும்'' என்றாள்.

''அப்படியே.''

"அந்தக் கையுடனே ஒரு விளக்குமாறையும் அனுப்பி வையுங்கள்."

சரி என்று சொல்லிவிட்டு அந்தம்மாள் போய்விட்டாள்.

இரண்டு நிமிடங்கள் கழித்து அவளுடைய சின்ன மகள் சமீரா கேட்டதை எல்லாம் கொண்டு வந்து கொடுத்தாள்.

அரைமணி நேரம் கழித்து அனிருத் திரும்பி வந்தான்.

சாத்துக்குடி, க்ளுகோஸ் பாக்கெட்டை அங்கே இருந்த மேஜைமீது வைத்துக் கொண்டிருந்தவன் வியப்படைந்தான். அந்த அறையின் தோற்றமே மாறிவிட்டிருந்தது.

படுக்கையில் புதிதாக விரிப்பு போடப் பட்டி ருந்தது. தலையணை ஒழுங்காக அடுக்கி வைக்கப்பட்டிருந்தது. பாலசரஸ்வதிக்கு சமீரா தான் கொண்டு வந்த புடவையை மாற்றி யிருந்தாள்.

அறை முழுவதும் துப்புறவாகப் பெருக்கப்பட்டு சாமான்கள் எல்லாம் அதனதன் இடத்தில் வைக்கப்பட்டிருந்தன. சுவற்றில் அவள் வணங்கும் சுவாமி படத்தின் முன்னால் ஊதுபத்தி ஏற்றி வைக்கப்பட்டிருந்தது. அதன் நறுமணம் அறை முழுவதும் பரவி யிருந்தது. அறை துப்புரவாக மனதிற்கு நிம்மதியைத் தரும் விதமாக இருந்தது.

அவன் பிரமிப்புடன் சமீராவைப் பார்த்தான். சமீரா கட்டில் மீது உட்கார்ந்துகொண்டு பாலாவை மடியில் ஏந்திக் கொண்டு வலுக்கட் டாயமாக மருந்தைக் குடிக்க வைத்துக் கொண்டிருந்தாள்.

"வேண்டாம்... வேண்டாம்." அவள் குரல் கிணற்றுக்குள்ளிருந்து வெளி வருவது போல் ஹீனசுரத்தில் ஒலித்தது.

சமீரா அவளுடைய உதடுகளைத் துடைத்து மெல்ல சாய்த்துப் படுக்க வைத்தாள். நெற்றியிலிருந்து கன்னம் வரையில் அவள் முகத்தில் தழும்பு இருந்தது. அனிருத் அவளையே பார்த்துக் கொண்டிருந்தான்.

அந்த நேரத்தில் அவள் அவனுக்கு உயிருக்குச் சமமாக தென்பட் டாள். ஏன் என்றால் அவள் மூலமாகத்தான் அவனுக்கு விடுதலை கிடைக்க வேண்டும். தியாகராஜனின் பலவீனம் அவன் கைக்குக் கிடைத்துவிட்டது. இதை ஆயுதமாக பயன்படுத்திக்கொண்டு அவன் கழுத்தைச் சுற்றி இறுக்க வேண்டும்.

அதற்குள் சமீரா அவனுக்குத் தேநீர் கொண்டு வந்து கொடுத்தாள்.

"இந்த ஸ்டவ் ஏது?" கேட்டான் வியப்புடன்.

''வீட்டுக்காரர்களை நான்தான் கேட்டேன். எப்படியும் ஹார்லிக்ஸ் கலந்து தரணும் இல்லையா? அடிக்கடி கீழே இறங்கிப் போவதற்கு ஒரு ஸ்டவ் இருந்தால் நன்றாக இருக்கும் என்று கேட்டேன்.''

டீ நிஜமாகவே ரொம்ப நன்றாக இருந்தது. ஆனால் அந்த நிமிடம் அவனுக்கு சமீராவைப் பாராட்ட வேண்டும் என்று தோன்றவில்லை.

தாங்க்யூ என்று கூட சொல்லவில்லை. ஏன் என்றால் சமீரா தனக்குள் ஒரு பகுதியாக அவனுக்குத் தோன்றினாள். யாருமே தன்னைத்தானே பாராட்டிக் கொள்ள மாட்டார்கள் இல்லையா.

மறுநாள்...

அனிருத் ஹோட்டல் அறையைவிட்டு வெளியே வந்தான். எதிரே பிரதிபாவும், முரளியும் காரிலிருந்து இறங்கி வந்தபடி தென்பட்டார் கள். பிரதிபா அனிருத்தைப் பார்த்ததும் முகத்தைத் திருப்பிக் கொண்டு எங்கேயோ பார்க்கத் தொடங்கினாள்.

முரளியால் அப்படி நடந்துகொள்ள முடியவில்லை. ''ஹலோ!'' என்றான் அனிருத்தைப் பார்த்து.

'''ஹலோ'' என்றான் அனிருத் சுருக்கமாக.

''உனக்கு ஒரு நல்ல செய்தி. கேட்டுத் தாங்கிக் கொள்ள முடியுமா உன்னால்? இதயம் நின்றுவிடாதே?''

''என்ன செய்தி?'' ஆர்வமில்லாமல் கேட்டா.

''நானும் பிரதிபாவும் கல்யாணம் செய்து கொண்டுவிட்டோம். எனக்கு பிட்ஸ்பர்க்கில் வேலை கிடைத்திருக்கிறது. நாங்க இருவரும் அடுத்த மாதம் அமெரிக்காவுக்குப் போகப் போகிறோம்.''

''ஐ.ஸி. மனப்பூர்வமான வாழ்த்துக்கள்.'' அனிருத் கைகுலுக்கினான்.

பிரதிபா எள்ளும் கொள்ளும் வெடிக்கும் முகத்துடன் ''முரளி! உன்னுடன் இதுதான் பெரிய தொல்லை. கண்டவர்களை எல்லாம் பார்த்து எல்லா விஷயத்தையும் சொல்லத் தொடங்கிவிடுவாய்'' என்றாள்.

''நோ.. நோ.. ஹனி.. இவன் என் பிரண்ட் இல்லையா?'' முரளி மனைவியுடன் சென்றுவிட்டான்.

அனிருத் வெளியே வந்தான். தெருவில் நடந்து கொண்டிருந்த போது எவ்வளவுதான் வேண்டாமென்று நினைத்தாலும் அவன் மனம் ஏமாற்றம் என்ற கசப்பை விழுங்கினாற்போல் இருந்தது.

பிரதிபா... முரளி. ஆம். அவ்விருவரும்தான் சரியான ஜோடி. ஆனால் அவனுக்கு இந்த ஆபத்து நேராமல் இருந்தால்? தன் வீட்டாரிடமிருந்து தான் பிரியாமல் இருந்திருந்தால்?

பிரதிபா அவனைப் பற்றிக் கடுகளவும் யோசிக்கவில்லை. தனக்கு உதவி செய்யணும் என்று கொஞ்சமும் நினைக்கவில்லை. தனக் காகக் காத்திருக்கவும் இல்லை. அவனை உபயோகமற்றவனாக வாழ்க்கையிலிருந்து அப்புறப்படுத்தி விட்டாள்.

பெண்களின் சுபாவமே இதுதானோ. அவர்களுக்கு வேண்டியது சொத்து, சுகம், புகழ் இவைதானா?

ஆணின் மனதைப் பற்றி அக்கறையே இல்லையா?

தான் துரதிர்ஷ்டசாலி என்று ஏன் நினைக்க வேண்டும்? இந்த சங்கடங்கள் வந்ததும் தன் நல்லதற்குத்தான். பிரதிபாவின் உண்மை சொரூபம் வெளியாயிற்று. கல்யாணமான பிறகு மனைவியின் மனம் விகாரமானது என்று தெரிந்தால் அந்த ஆணின் வாழ்க்கை எவ்வளவு வேதனை நிரம்பியதாகிவிடும்? அவளை விடவும் முடியாது.

வாழ் நாள் முழுவதும் சிறைவாசமாகி விடும். பிரதிபா அவனை விட்டு விலகிவிட்டாள் என்பதை விட தனக்குக் கிடைக்கவிருந்த தண்டனை தப்பிவிட்டாற்போல் இருந்தது.

சுபா காரை விட்டிறங்கி அவனை நோக்கி ஓடிவந்தாள். "அனிருத்! எங்கே போறீங்க? இரண்டு நாட்களாக கண்ணில் படவே இல்லையே?"

"ஒன்றுமில்லை சுபா. பொழுது போகாமல் ஊர் சுற்றிக் கொண் டிருக்கிறேன்."

"அங்கிள் போன் செய்தார். நாளைக்கு மாலை பிளயிட்டில் வருகி றாராம்."

அவன் திடுக்கிட்டவனாகப் பார்த்தான். "இன்னும் நாலைந்து நாட்களுக்குப் பிறகுதான் வருவார் என்று சொன்னாயே?"

"இரண்டு நாட்களுக்கு முன்னால் அப்படிச் சொன்னார். இப்போ இப்படிச் சொன்னார். வாங்க, ஹோட்டலுக்குப் போகலாம்." கையைப் பற்றி இழுத்துக் கொண்டு போனாள். அவன் மறுக்கவில்லை. வந்து காரில் உட்கார்ந்துகொண்டான். காரை சுபாதான் டிரைவ் செய்து கொண்டிருந்தாள்.

"அனிருத்! உனக்கு விஷயம் தெரியுமா?"

"என்ன?"

''சமீரா இந்த ஹோட்டல் ரிசெப்ஷனிஸ்ட் வேலையை ராஜிநாமா செய்துவிட்டாள்.''

''அப்படியா?'' ஆர்வமில்லாமல் கேட்டான்.

''ஷி ஈஸ் எ நைஸ் கர்ல். நல்ல பையனாகப் பார்த்துக் கல்யாணம் பண்ணிக்கொள் என்று சொல்லணும். எங்களுக்கு தெரிந்த ஒரு பையன் இருக்கிறான். இஞ்ஜினியர். அவனிடம் சொல்லியிருக் கிறேன்.''

அனிருத்தின் காதுகளில் சுபாவின் வார்த்தைகள் விழவில்லை. அவன் மனம் பரபரத்துக் கொண்டிருந்தது.

தியாகராஜன் வந்து கொண்டிருக்கிறான். பாலசரஸ்வதியிடம் தான் போன விஷயம் தெரிந்து விடும். பெரிய ஆபத்து வந்து கொண் டிருக்கிறது. இதை எப்படி எதிர்த்து நிற்பது? எப்படி? எப்படி? அவன் மூளையைக் கசக்கிக் கொண்டான்.

★★★

அனிருத் ஒருக்களித்திருந்த கதவைத் திறந்து உள்ளே நுழைந்தான். பாலசரஸ்வதி கட்டில்மீது உறங்கிக் கொண்டிருந்தாள். சமீரா பக்கத்தில் நாற்காலியில் உட்கார்ந்து புத்தகம் படித்துக் கொண்டிருந்தாள்.

கதவு திறந்த சத்தம் கேட்டதும் நிமிர்ந்து பார்த்த சமீரா "அட.." என்று ஏதோ சொல்ல வந்தாள். இரண்டே எட்டில் அவளை நெருங்கி வந்தவன் சட்டென்று கையை நீட்டி சமீராவை வேறு எதுவும் பேச விடாமல் வாயைப் பொத்தினான். மற்றொரு கையை தோளைச் சுற்றிப் பதித்து அவளை அப்படியே அந்த அறையை விட்டு வெளியே அழைத்துக்கொண்டு போனான்.

இருவரும் பின் பக்கமாக இருந்த பால்கனிக்கு வந்து சேர்ந்தார்கள்.

"சமீரா! நான் ஒரு அவசர காரியமாக வந்திருக்கிறேன்."

"என்ன அது?"

"பாலசரஸ்வதியை நாம் இங்கேயிருந்து வேறு இடத்திற்கு அழைத்துச் செல்ல வேண்டும்."

"ஏன்?

"தியாகராஜன் வந்து விடப் போகிறான்."

சமீரா அப்படியே நின்றுவிட்டாள். "எங்கே அழைத்துப் போவது?" என்றாள்.

"அதுதான் எனக்கும் புரியவில்லை." அவன் நெற்றிப்பொட்டை அழுத்திக் கொண்டான். கொஞ்சம் பொறுத்து "எனக்கு அவசரமாக ஆயிரம் ரூபாய் வேண்டியிருக்கிறது. எப்படிக் கிடைக்கும் என்று யோசிக்கிறேன்."

சமீரா வெளியே தென்பட்டுக் கொண்டிருந்த மரங்களைப் பார்த்துக் கொண்டிருந்தாள். இந்தப் பிரச்னையை அவளால் தீர்க்க முடியாது. அவளிடம் சல்லிக்காசு கூட இல்லை. இந்த விஷயத்தில் அவனுக்கு எந்த உதவியும் செய்ய முடியாத துர்பாக்கியசாலி.

அவன் நிமிர்ந்தான். "எனக்குப் பைத்தியம் பிடிக்கும் போல் இருக்கு. கைக்கு எட்டியது நழுவிப் போய்க் கொண்டிருப்பது போல் இருக்கு. பாலசரஸ்வதியை நாம் கைநழுவ விட்டால் அப்புறமாக தியாகராஜனை நம்மால் எதுவுமே செய்ய முடியாது. நான் இதே போல் கிடக்க வேண்டியதுதான் வாழ்நாள் முழுவதும்."

"ஆயிரம் ரூபாய் கிடைத்தால் என்ன செய்ய முடியும் உங்களால்?" இது பணத்தால் தீரக் கூடிய பிரச்னையா என்று தோன்றியது சமீரா வுக்கு.

"ஆயிரம் ரூபாய் கையில் இருந்தால் முதலில் எங்கேயாவது ஒரு வீட்டை வாடகைக்கு எடுத்துக்கொள்வேன். பாலசரஸ்வதியை அங்கே கொண்டு போய் தங்க வைப்பேன். அப்பொழுதுதான் தியாக ராஜனின் குடுமி என் கையில் கிடைக்கும்."

"அவளை இங்கே இருந்து அழைத்துக் கொண்டு போவது அவ்வ ளவு சுலபமா?"

"என்னால் முடியும். அவளுக்கு உடம்பு சரியாக இல்லை. டாக்டரிடம் அழைத்துக் கொண்டு போகிறேன் என்று சொல்லிவிட்டு அழைத்துப் போய் விடலாம். பாஷா எப்படியும் ஊரில் இல்லை. அவன் இருந்தால் கொஞ்சம் கஷ்டமாக இருக்கலாம். பெண்கள் அவ்வளவு தூரம் பொருட்படுத்த மாட்டார்கள். பாஷாதான் சொன் னானே, மாதத்திற்கு ஒரு முறை பணத்தைக் கொண்டு வந்துகொடுத்து விட்டுப் போவதைத் தவிர யாருமே வர மாட்டார்களாம். எப்பொழு தாவது தியாகராஜனே வருவானாம். பாஷா அவ்வப்பொழுது போய் அவள் க்ஷேம சமாச்சாரத்தை தெரிவிப்பானாம்."

"இதையெல்லாம் கேட்கும் போது எனக்கு ரொம்ப பயமாக இருக்கிறது. வேறு எந்த வழியுமே இல்லையா?"

"இல்லை. என் தலை புலியின் வாயில் அகப்பட்டுக் கொண்டிருக்கிறது. நான் சாமர்த்தியமாக வெளியேறணும். இல்லையா சாவதற்குத் தயாராக இருக்கணும்.''

"இப்போ என்ன செய்வது?'' என்றாள் சமீரா. தான் செய்து வரும் உதவி எதுவும் அவனைக் கஷ்டத்திலிருந்து மீட்கவில்லை. தான் பட்ட சிரமம், காட்டிய துணிச்சல் எல்லாமே விழலுக்கிறைத்த நீராகிக் கொண்டிருக்கிறது. என்னதான் செய்வது?

சமீரா சுவற்றின் மீது கையைப் பதித்தாள். வெயில் வெளிச்சம் பட்டு அவள் கையிலிருந்த தங்க வளையல்கள் மின்னின.

அதைப் பார்த்ததும் கண் கூசியதால் அனிருத் பார்வையைத் திருப்பிக் கொண்டான். அதற்குள் அவன் கண்கள் சட்டென்று தீவிரமாயின.

"சமீரா'' என்று அழைத்தான்.

எங்கேயோ பார்த்துக் கொண்டிருந்த சமீரா அவனை நோக்கித் திரும்பினாள்.

"நீ... நீ தவறாக நினைக்காமல் இருந்தால் இந்த தங்க வளையல் களை எனக்குத் தர முடியுமா?'' கேட்கும்போதே அவன் முகம் சிவந்துவிட்டது. தன்மானத்தாலும், எதுவும் செய்ய முடியாத இயலாமையாலும் அவன் முகம் கன்றிவிட்டிருந்தது. தனக்குப் பிடிக்காத காரியத்தை வலுக்கட்டாயமாகச் செய்ய நேரும் போது படும் வேதனை அவன் கண்களில் தெளிவாகத் தெரிந்தது.

சமீரா ஒரு வினாடி திகைத்துப் போய்விட்டாள். கைவளையல் களையும் அவனையும் மாறி மாறிப் பார்த்தாள். அவளிடமிருந்த ஒரே சொத்து அந்த தங்க வளையல்கள்தான். அவன் கேட்டது என்ன வென்று புரிந்ததும் சட்டென்று இடது கையால் வளையல்களை கழற்றி அவன் கையில் வைத்தாள்.

"தாங்க்யு. நான்... நான்.. என்னால் எதுவுமே சொல்ல முடிய வில்லை.'' அவன் குரல் கம்மிவிட்டது. தான் எவ்வளவு ஹீனமான நிலைக்கு இறங்கி விட்டோம் என்று அவனுக்கே புரிந்தது. ஆனால் வேறு வழியில்லை. இப்பொழுது சுயமரியாதையை இழப்பதை நினைத்து வருத்தப்பட்டுக் கொள்வதற்கும், தயங்குவதற்கும் நேர மில்லை. முதலில் பாலசரஸ்வதியை தியாகராஜன் வருவதற்குள்

இங்கிருந்து அப்புறப்படுத்திவிட வேண்டும். அவன் வளையல்களை ஜேபியில் வைத்துக் கொண்டு போய் வருவதாகக்கூடச் சொல்லாமல் கிளம்பிவிட்டான்.

சமீரா ரொம்ப நேரம் அந்த இடத்திலேயே நின்றுவிட்டாள். பிறகு உள்ளே வந்தாள்.

பாலசரஸ்வதி ஆழ்ந்த உறக்கத்தில் இருந்தாள். அவள் நிலைமை ரொம்ப மோசமாக இருந்தது. எதற்காகவோ உயிரைக் கையில் ஏந்திக் கொண்டு காத்திருப்பது போல் தென்பட்டாள். சில சமயம் பார்த்தால் ரொம்ப மோசமாக இருப்பாள். இனி உயிர் பிழைக்க மாட்டாள் என்று தோன்றிவிடும். பிறகு ஒரு மணி நேரம் கழித்துக் கொஞ்சம் தேறிக்கொள்வாள். சில சமயம் அழுவாள். அந்த அழுகையை யாராலும் தடுத்து நிறுத்திவிட முடியாது. சில சமயம் மௌனமாக இருந்து விடுவாள். அது போன்ற சமயத்தில் மருந்து கூட சாப்பிட மாட்டாள். அந்த மௌனம் பாஷாணமாக இருக்கும். ஒவ்வொரு சமயம் மருந்து டம்ளரை வீசியெறிந்து விடுவாள். "அவனை வரச் சொல்லு. என்னை இந்தச் சிறையில் ஏன் வைத்திருக்கிறான் என்று சொல்லச் சொல்லு. கோழை! நேரில் வர மாட்டான்" என்று கீச்சுக் குரலில் கத்தி விட்டு ஆயாசத்தோடு அதற்குமேல் பேச முடியாமல் மூச்சிரைத்தபடி படுத்துவிடுவாள்.

அவள் கொஞ்சம் ஆவேசப்பட்டாலும். அழுதாலும், சிரித்தாலும் உடல் முழுவதும் வியர்த்துக் கொட்டத் தொடங்கி விடும்.

சில சமயம் சமீராவை "உனக்குச் சம்பளம் எவ்வளவு தருகிறான்? அவனை உனக்கு எப்படித் தெரியும்? அவனுடன் சுபா என்ற பெண் இருக்கிறாளா?" என்று ஆயிரம் கேள்விகள் கேட்பாள். சமீரா எல்லா வற்றுக்கும் ஒரே பதில்தான் சொல்லுவாள். "எனக்குத் தெரியாது."

"தெரியாமலா இங்கே வேலை பார்க்க வந்தாய்? போ.. இங்கி ருந்து போய்விடு. உனக்கு எல்லாம் தெரியும். அந்தத் தியாகராஜனுடன் சேர்ந்து நீயும் ஒரு ஏமாற்றுப் பேர்வழிதான்" என்று கத்துவாள். அரை மணி நேரம் கழியும் முன்பே மெதுவாக "சமீரா" என்று அழைப் பாள். "இங்கே வா. உன்னை ஏதாவது சொல்லக் கூடாத வார்த்தை சொல்லியிருந்தால் மன்னித்துவிடு. உன்னை தியாகராஜன் அனுப்பி வைத்தால்தான் என்ன? இதற்கு முன்னால் இருந்த ஆயாக்களைப் போல் இல்லாமல் நல்லவளாக இருக்கிறாய். என்னை நன்றாகப் பார்த்துக் கொள்கிறாய். நான் ஆவேசத்தில் உன்னைக் கோபித்துக்

கொண்டு விட்டேன். நான் ஒரு நோயாளி. தியாகராஜனிடம் நான் எவ்வளவு துன்பங்கள் அனுபவித்திருக்கிறேன் என்று உனக்குத் தெரியாது. அவன் உனக்குச் சம்பளம் தருவதால் நீ அவனை நல்லவன் என்று நினைத்துக் கொண்டிருக்கிறாய். இப்படி வா'' என்று கூப்பிடுவாள். அருகில் வந்ததும் கையைப் பற்றிக் கொண்டு தடவிக் கொடுப்பாள்.

சிலசமயம் ''சமீரா! நீ வயதில் இருக்கும் பெண். நானோ கட்டிலை விட்டு எழுந்து கொள்ள முடியாதவள். அந்தப் பாவி என்னைப் பார்க்க வரும் போது ஜாக்கிரதையாக இரும்மா. இளம் பெண்களைக் கண்டால் விடமாட்டான்'' என்று அறிவுரை வழங்குவாள். ''உனக்கு தாய் தந்தை இருக்காங்களா? காலாகாலத்தில் கல்யாணம் செய்து கொள்ளாமல் எதற்காக இந்தப் பாழும் வேலை? பெண்கள் வேலைக்குப் போகலாம். ஆனால் நல்லவங்க கீழேதான் வேலை செய்யணும். இல்லாவிட்டால் கஷ்டங்கள் வரும். வாழ்க்கையே நாசமாகி விடும். எதிர்காலமே மாறிவிடும். எனக்கும் அப்பா அம்மா இருந்தாங்க. ஆனால் நான் உன்னைப் போல் இளம் வயதில் இருக்கும் போது அவர்களின் பேச்சைக் கேட்கவில்லை. என் வாழ்க்கையை நானே பார்த்துக் கொள்ள முடியும் என்று இறுமாப்பில் இருந்தேன். நான் இப்பொழுது இப்படி இருக்கிறேனே தவிர இளமையில் ரொம்ப அழகாக இருப்பேன். என் அழகு என்னை உயரே அழைத்துச் செல்லும் என்று நினைத்தேனே தவிர பாதாளத்திற்கு தள்ளிவிடும் என்று நினைத்திருக்கவில்லை.'' தொடர்ந்து பேச முடியாமல் அழத் தொடங்கி விடுவாள்.

சிலசமயம் சமீராவுக்கு அவள் கடந்த காலத்தைக் கேட்கும் போது இரக்கம் ஏற்படும். சில சமயம் பயமாக இருக்கும். அவள் செய்த தவறைத் தானும் செய்கிறோமோ என்று தோன்றிவிடும்.

அனிருத் என்றால் அவளுக்கு ஏன் அத்தனை விருப்பம்? அவன் கேட்காமலேயே அவனுக்காக எல்லாவற்றையும் செய்யத் தோன்றும். அவன் கஷ்டத்தில் இருந்தால் கைகொடுக்க வேண்டும் என்றும், ஆதரவாக இருக்க வேண்டும் என்றும் அவள் மனம் தவியாய் தவிக்கும். அவனுடைய இந்தப் பிரச்னைக்கு சீக்கிரமாக ஒரு முடிவு வந்து விட்டால் நன்றாக இருக்கும்.

சமீராவுக்குச் சில சமயம் தன் நிலைமையை யோசித்துப் பார்த்தால் தனக்கே வினோதமாக இருக்கும். அவளுக்குத் தெரியாமலேயே அனிருத்துடன் அவளும் இந்த வளையத்திற்குள்

சிக்கிக் கொண்டு விட்டாள். இப்பொழுது அவன் இதிலிருந்து கரை சேர்ந்தால் தவிர தன்னால் மீள முடியாது. தான் எங்கே போனாலும் தியாகராஜன் தன்னைப் பற்றித் துப்புத் துலக்காமல் இருக்க மாட்டான். அனிருத்திற்கும், தனக்கும் நடுவில் பிரிக்க முடியாத பந்தம் ஏதோ இருப்பதாக அவன் சந்தேகப்படுகிறான். சமீரா யோசனையில் ஆழ்ந்தாள்.

வீட்டில் அம்மா எப்படி இருக்கிறாளோ? தம்பி என்ன செய்து கொண்டிருப்பான்? அப்பா என்ன நினைத்துக் கொண்டிருப்பார்? சமீராவுக்கு ஏனோ தெரியவில்லை, அவர்களைப் போய்ப் பார்த்து விட்டு வரவேண்டும் என்று தோன்றியது.

பாலசரஸ்வதி சொன்னது உண்மைதான். பெண்ணாகப் பிறந்தவள் எத்தனை கஷ்டங்கள் வந்தாலும் சரி, பெற்றோரை, கட்டிய கணவனை விட்டுவிட்டுப் போகக் கூடாது. ஏன் என்றால் வீட்டை விட்டு வெளியேறினால் வெளியே இன்னும் பெரிய நரகம் காத்திருக்கும். சூடான தோசைக்கல்லுக்குப் பயந்து அடுப்பில் விழுந்த கதையாகிவிடும்.

இரவு எட்டு மணியாகிவிட்டது. கதவைத் தட்டிய சத்தம் கேட்டது. சமீரா கதவைத் திறந்தாள். எதிரே அனிருத் நின்று கொண்டிருந்தான்.

"சீக்கிரமாக அவள் உடைகளை எடுத்துக் கொள். டாக்ஸி கொண்டு வந்திருக்கிறேன். நாம் அவளை அழைத்துக் கொண்டு போவோம்."

"இப்பொழுதா? எங்கே?" கலவரமடைந்தவளாக கேட்டாள் சமீரா.

"ஒரு வீட்டை வாடகைக்குப் பார்த்திருக்கிறேன்."

"அவளிடம் என்னவென்று சொல்லப் போறீங்க?"

"நான் எதுவும் சொல்ல மாட்டேன். தியாகராஜன் அழைத்துக் கொண்டு வரச்சொன்னான் என்று நீயே சொல்லிவிடு."

"ஆனால் வீட்டுக்காரர்கள்?

"அவளிடமும் சொல்லிவிட்டேன். பாஷா இருந்திருந்தால் காரியம் முடிந்திருக்காது. நம் அதிர்ஷ்டம். அவன் ஊரில் இல்லை."

சமீரா அனிருத்தின் முகத்தைக் கூர்ந்து பார்த்தாள்.

"சமீரா! ப்ளீஸ்... க்விக்" என்றான்.

சமீரா உள்ளே போனாள். பாலசரஸ்வதி அதற்குள் எழுந்துகொண்டு பதற்றத்துடன் "சமீரா! யார் அந்த ஆண் குரல்?" என்று கேட்டாள்.

"தியாகராஜனிடமிருந்து ஆள் வந்திருக்கிறான். உங்களை அழைத்து வரச் சொன்னான்" என்றாள்.

"உண்மையாகவா? என்னால் நம்ப முடியவில்லையே? எங்கே? என் புடவை நன்றாக இருக்கா? இப்படியே கிளம்புவோம் வா." எழுந்துகொள்ள முடியாமல் சிரமப்பட்டு எழுந்து கொண்டாள்.

"என்னால் நடக்க முடியவில்லை. நிற்கவும் முடியவில்லை. ஐயோ! என்ன செய்வது?"

"நான் தூக்கிக் கொண்டு வருகிறேன்." அனிருத் அருகில் வந்தான்.

"இது யார் சமீரா?"

"இவர்தான் உங்களை அழைத்துப் போக வந்திருக்கிறார்."

அனிருத் அவளைக் கைகளில் தூக்கிக் கொண்டான். சமீரா அவளுடைய புடவைகளைப் பையில் திணித்தாள். இருந்த கொஞ்ச நஞ்ச சாமான்களைக் கூடையில் வைத்தாள். மருந்துகளை எடுத்துக் கொண்டாள். இரண்டு கைகளாலேயும் பொருட்களைத் தூக்கிக் கொண்டு அனிருத்தைத் தொடர்ந்தபடி இறங்கி வந்தாள்.

சமீராவுக்கு இதயம் படபடத்தது. கால்கள் நடுங்கிக் கொண்டிருந்தன. பாலசரஸ்வதியை தாமிருவரும் சேர்ந்து கடத்திக் கொண்டு போவதாகத் தோன்றியது.

இதன் விளைவுகளை தாம்தான் அனுபவிக்க வேண்டும். தியாகராஜனுக்குத் தெரிந்துவிட்டால் தம்மை உயிருடன் விட்டு வைக்க மாட்டான்.

இருவரும் கீழே வந்தார்கள். டாக்ஸி தயாராக இருந்தது.

எதிரே பாஷாவின் மனைவி நின்றிருந்தாள். அனிருத்தின் கண்களில் கொஞ்சமும் பயம் இருக்கவில்லை. நடையிலும் தடுமாற்றம் இல்லை.

டாக்ஸியில் ஏறி உட்கார்ந்த பிறகு கூட சமீராவுக்கு பயம் நீங்கவில்லை. "நிறுத்து!" என்று அவள் கத்திவிட்டால்? டாக்ஸிக்காரன் சந்தேகப்பட்டால் என்ன செய்வது?

டாக்ஸி நகர்ந்தது. அந்தத் தெருவைத் தாண்டிவிட்டது.

சமீரா சாய்ந்து உட்கார்ந்தப் அப்பாடா என்று மூச்சு விட்டுக் கொண்டாள்.

சமீராவுக்கு விழிப்பு வந்தது. ஜன்னல் வழியாக வெயில் வந்து முகத்தில் சரேலென்று தாக்கவே, அந்த உஷ்ணத்திற்கு விழிப்பு வந்து கண்களைத் திறந்து பார்த்தாள். கனவில் விழித்துக் கொண்டவள் போல் ஒரு வினாடி தான் எங்கே இருக்கிறோம் என்றே புரியவில்லை. சாய்வு நாற்காலியில் படுத்துக் கொண்டிருந்தாள் அவள். யார் போர்வையைப் போர்த்தினார்கள்? தலைக்குக் கீழே தலையணையை வைத்தார்கள்? சமீரா எழுந்து உட்கார்ந்து கொண்டாள். விழிப்பு முழுவதுமாக வந்துவிட்டது.

எதிரே கட்டிலில் பாலசரஸ்வதி உறங்கிக் கொண்டிருந்தாள். உடல் நலக்குறைவால் குன்றிப் போயிருந்த அவள் உடல் போர்வைக்குள் சின்னக் குழந்தை உறங்கிக் கொண்டிருப்பது போல் தோற்றமளித்தது. சமீரா போர்வையை உதறிவிட்டு எழுந்துகொண்டாள். பக்கத்திலேயே இருந்த மேஜைமீது சிறிய சீட்டு எழுதி வைக்கப்பட்டிருந்தது. சமீரா அதை எடுத்துப் பார்த்தாள். அனிருத் எழுதியிருந்தான்.

''சமீரா!

நான் போய் வருகிறேன். நீ நன்றாகத் தூங்கிக் கொண்டிருந்தாய். எழுப்புவதில் விருப்பமில்லை. அலமாரியில் புத்தகத்திற்குள் பணம் வைத்திருக்கிறேன். ஏதாவது தேவைப்பட்டால் வாங்கிக்கொள். வீட்டுக் காரம்மா ரொம்ப நல்லவள். என்ன உதவி வேண்டும் என்றாலும் செய்வாள். என் நண்பனின் தாய். மலையாளி என்பதால் ஆங்கிலம் தவிர வேறு மொழி தெரியாது. நீ வெளியே அதிகம் போக வேண்டாம். நான் முடிந்த போதெல்லாம் வந்து விட்டுப் போகிறேன். வரத் தாமதம் ஆனாலும் கவலைப்படாதே. பாலசரஸ்வதி ஜாக்கிரதை. அவள் இப்போ என் உயிருக்குச் சமம். என் உயிரை உன்னிடம் ஒப்படைத்துவிட்டுப் போகிறேன்.

அனிருத்

வீட்டுக்காரம்மாள் வந்தாள். ''இரவு நேரம் கழித்து வந்தீங்க. புதிய இடம் என்று தயங்க வேண்டியதில்லை. அனிருத் சொல்லியிருக்கி

றான். உனக்கு ரொம்ப சங்கோஜமாம். நான் ஸ்கூலுக்குப் போகிறேன். வீட்டில் வேலைக்காரக்குட்டி இருப்பாள். உனக்கு ஏதாவது வேண்டும் என்றால் கேட்டு வாங்கிக் கொள். சங்கோஜம் வேண்டாம்'' என்றாள் ஆங்கிலத்தில்.

சமீரா தலையை அசைத்தாள். அவள் போகும் முன் கட்டில் மீது படுத்துக் கொண்டிருந்த பாலசரஸ்வதியைப் பார்த்துவிட்டு ''யார்? உங்க அம்மாவா?'' என்று கேட்டாள்.

சமீரா மையமாக தலையசைத்தாள். அந்த அம்மாள் போய் விட்டாள்.

பாலசரஸ்வதி எழுந்துகொண்டாள். ''சமீரா!'' என்று அழைத்தாள். சமீரா அருகில் வந்தாள்.

''தியாகராஜன் எங்கே?''

''தெரியாது.''

''பார்த்தாயா? என்னை எப்படி ஏமாற்றிவிட்டான் என்று? இப்படி நடந்து கொள்வது அவனுக்குப் பழக்கம்தான். நான் நிஜம்தான்னு நினைத்து ரொம்ப ஆசைப்பட்டேன்.'' அவள் குரலில் ஏமாற்றம் தெளிவாகத் தெரிந்தது. திடீரென்று சமீராவின் கையைப் பிடித்து இழுத் தாள். ''சரி, நீயாவது என்னை அழைத்துக் கொண்டு போகக் கூடாதா? அழைத்துக் கொண்டு போ'' என்று கத்தத் தொடங்கினாள்.

''அவர் என்னைக் கொன்றுப் போட்டுவிடுவார். அந்த பயம் இல்லாவிட்டால் நானே உங்களை அழைத்துக் கொண்டு போவேன்'' என்றாள்.

பாலசரஸ்வதியின் கைகள் நடுங்கின. ''பயமா? ஆமாம். பயம் தான். அவனுக்குப் பிடிக்காத காரியத்தை செய்தால் கொன்று விடுவான். அவனைக் கண்டால் எல்லோருக்கும் பயம்தான். எல்லோரையும் கலங்கடித்து விடுவான். அயோக்கியன். அவனுக்குப் பாடம் கற்பிக்கிறவங்க இதுவரை இன்னும் பூமியில் பிறக்கவே இல்லை போலிருக்கு.''

கொஞ்ச நேரத்தில் அமைதியடைந்தாள். தலையை அசைத்தபடி ''ஆகட்டும். ஆனால் நான் மட்டும் சாக மாட்டேன். வாழ்ந்தே தீருவேன். ஏன் தெரியுமா? நான் உயிருடன் இருப்பதே அவனுக்குப் பெரிய தொல்லை. அதற்காகவே உயிருடன் இருப்பேன். என்னை அவன் ஏன் கொலை செய்யவில்லை தெரியுமா? இப்படித் தனியாக அழுது கொண்டிருந்தால் பைத்தியம் பிடித்து நானே செத்துப் போய்

விடுவேன். மனிதர்களை அவன் பலவிதமாகக் கொல்லுவான், சிலரை அவர்களே தற்கொலை செய்து கொள்ளும் விதமாகச் செய்வான். இன்னும் சிலரை இப்படி மனம் குன்றி மெதுவாக சாகும்படி செய்வான்.

இந்த இரண்டும் முடியாவிட்டால் தானே அந்தப் புண்ணியத்தைக் கட்டிக் கொள்வான். அவனுடைய அறிமுகம் ஏற்பட்டது இன்றா நேற்றா? என் பதினெட்டாவது வயதிலிருந்தே தெரியும்.

பாவி! என்ன சொல்லிக் கொண்டு அறிமுகம் ஆனான் தெரியுமா?'' மேற்கொண்டு பேச முடியாமல் மூச்சிரைக்கத் தொடங் கியது.

''நீங்க கொஞ்சம் ஓய்வு எடுத்துக் கொள்ளுங்கள். பிறகு எப்பொழு தாவது சொல்லலாம்'' என்றாள்.

''சொல்லியும் பிரயோஜனம் இல்லை. ஆனால் ஆவேசத்தைக் கட்டுப் படுத்திக் கொள்ள முடியவில்லை. வெளியில் சொன்னால் பாரம் கொஞ்சம் குறையும். இங்கே காற்று இதமாக வீசுகிறது.

அந்த வீட்டுக்கு இது எவ்வளவோ மேல். ரேடியோவில் பாட்டு கேட்கி றது. அப்பாடா.. உயிர் திரும்பி வந்தாற்போல் இருக்கு'' என்றாள்.

தியாகராஜன் பம்பாயிலிருந்து திரும்பி வந்தான். சுபா வற்புறுத்தி யதால் அனிருத்தும் வேறு வழியில்லாமல் அவளுடன் விமான நிலையத்திற்குப் போனான். விமானத்திலிருந்து இறங்கி வந்து கொண்டிருந்த தியாகராஜனைப் பார்க்கும் போது அனிருத்தின் இதயம் ஒரு நிமிடம் லயம் தப்பிவிட்டாற் போல் இருந்தது.

பெரிய ஆபத்து ஒன்று நெருங்கிக் கொண்டிருக்கிறது.

தியாகராஜன் புன்முறுவலுடன் வந்து கொண்டிருந்தான். சுபா எதிரே போனாள். அவளை அணைத்துக் கொண்டு நெற்றியில் முத்தம் பதித்தான். ஜேபியிலிருந்து சின்ன பெட்டி ஒன்றை எடுத்து அவளிடம் கொடுத்தான்.

அங்கே அனிருத்தைப் பார்த்ததும் அவன் கண்கள் மலர்ந்தன. ''ஹவ் ஆர் யு மை யங் லயன்'' என்றான் கையை நீட்டிக் கொண்டே. அனிருத் கையைக் குலுக்கினான்.

''நீங்கள் இருவரும் பம்பாய்க்கு வராததே நல்லதாகிவிட்டது. அங்கே ஒரே மழை'' என்றான்.

அனிருத் மௌனமாக இருந்தான். தியாகராஜன் சுபாவிடம் பம்பாயில் தெரிந்தவர்களைப் பற்றிச் சொல்லிக் கொண்டிருந்தான்.

ஹோட்டலுக்கு வந்ததும் புது ரிசப்ஷனிஸ்டைப் பார்த்து ''சமீரா வரவில்லையா?'' என்றான்.

''அவள் வேலையை விட்டுவிட்டாள்.'' பக்கத்தில் இருந்தவன் சொன்னான்.

''வேலையை விட்டுவிட்டாளா?'' அவன் ஓரக்கண்ணால் அனிருத்தைப் பார்த்தான். அவன் அதை உணராதவன் போல் எங்கேயோ பார்த்துக் கொண்டிருந்தான்.

தியாகராஜன் தன் அறைக்கு வந்ததும் அனிருத் அவர்களிடமிருந்து விடைபெற்றுக் கொண்டு போய்விட்டான்.

அனிருத் போனதும் தியாகராஜன் தன் அறையிலிருந்த பீரோ, மேஜை எல்லாவற்றையும் ஆராய்ந்தான். காகிதங்கள், பணம், எல்லாம் வைத்த இடத்திலேயே இருந்தன. யாரும் வந்த சுவடே இருக்கவில்லை.

சுபா காபிக்கு ஆர்டர் தரும்போது அவன் கேட்டான்.

''சுபா! சமீரா எப்போ வேலையை விட்டாள்?''

''நீங்க போன அடுத்த நாள்.''

''அனிருத்தும் வராமல் எங்கேயாவது போயிருந்தானா?''

''இல்லையே. நீங்க போனதிலிருந்து அவர் தினமும் என்னுடன்தான் இருந்தார்.''

''நன்றாகப் பேசிப் பழகினானா?''

''ரொம்ப நன்றாகப் பழகினார்.''

''எங்கேயும் போகவில்லையா? நன்றாகத் தெரியுமா?''

''எப்பொழுதாவது வாக்கிங் போய் விட்டு வருவார். அவ்வளவுதான். எதற்காக இப்படிக் கேட்கிறீங்க?''

''ஒன்றுமில்லை.'' அவன் பெருமூச்செறிந்தான்.

சுபா சிரித்தாள்.

''உங்கள் போக்கைப் பார்த்தால் அவர் ஒரு குற்றவாளியோ என்று தோன்றுகிறது.

''அப்படி எதுவும் இல்லை.

சரி, நான் போன பிறகு நீ என்ன செய்தாய் என்று சொல்லு.''

சுபா சொல்லத் தொடங்கினாள்.

★★★★

அனிருத் கட்டில் மீது உட்கார்ந்திருந்தான். அவன் மனம் முழுவதும் பாலசரஸ்வதி இருக்கும் வீட்டைச் சுற்றியே இருந்தது. சமீரா எப்படி இருக்கிறாளோ? தியாகராஜன் வந்துவிட்டதால் இனி அவனால் அடிக்கடி அங்கே போக முடியாது. ஜாக்கிரதையாக நடந்து கொள்ள வேண்டும். சுபாவை பாலசரஸ்வதியிடம் அழைத்துப் போக வேண்டும். அதற்குப் பிறகு நடக்கப் போகும் காரியங்களுக்குத் தயாராக இருக்க வேண்டும். அவன் நெற்றிப்பொட்டை அழுத்திக் கொண்டான்.

அதற்குள் காலிங்பெல் ஒலித்தது. அனிருத் எழுந்து போய் கதவைத் திறந்தான். ''யார்?'' என்று கேட்கும் முன்பே ஒரு ஆள் சரேலென்று அனிருத்தின் மேல் பாய்ந்து அவனை உள்ளே தள்ளிவிட்டு பின்னாலிருந்து கதவைச் சாத்திவிட்டான்.

அனிருத் திமிறியபடி தப்பித்துக் கொள்ள முயன்றபோது எதிரே அவன் தம்பி நின்று கொண்டிருந்தான்.

''ரவி!'' ஆச்சரியமடைந்தான். ''நீயா!'' அனிருத்திற்கு தாங்க முடியாத சந்தோஷம் ஏற்பட்டது.

ரவியின் கையிலிருந்து கத்தி சரேலென்று முன்னுக்கு வந்தது. அதைக் காட்டிக்கொண்டே சொன்னான். ''ஆமாம். நான்தான். எவ்வளவு நாளாகக் காத்துக் கிடந்த பிறகு கிடைத்திருக்கிறாய்? எங்கள் எல்லோரையும் ஏமாற்றிவிட்டு, சந்தி சிரிக்கும் விதமாகப் பண்ணிவிட்டு, சந்தோஷமாக இந்த ஐந்து நட்சத்திர ஹோட்டலில் வந்து உட்கார்ந்து சௌக்கியங்களை அனுபவித்துக் கொண்டிருக்கிறாய்.''

''ரவீ!'' அனிருத் ஏதோ சொல்லப் போனான்.

''ஷட்டப்! காலையில் விமான நிலையத்திலிருந்து வந்துகொண்டு இருக்கும்போது பார்த்தேன்.

பெரிய கார்! அழகான பெண், பின் சீட்டில் பிசிநெஸ் மேன் போல் இருக்கும் அந்தக் கிழவன்.''

''ரவி! என் பேச்சைக் கேள்.''

''எவ்வளவு வசதியாக இருக்கிறாய்? நீ மனிதன்தானா? அங்கே நாங்கள் எல்லோரும் எவ்வளவு அழுது கொண்டிருக்கிறோம் தெரியுமா? அப்பா சாகத் தயாராக இருக்கிறார். அம்மாவைப் பற்றி கேட்க வேண்டியதே இல்லை. லக்ஷ்மிக்கு மாப்பிள்ளை வீட்டார் வந்து பார்த்துவிட்டுத் திரும்பிப் போய்விட்டார்கள்.

எல்லாம் கேலிக் கூத்தாகிவிட்டது. நாங்க என்ன பாவம் செய்தோம் என்று இப்படி செய்தாய்? யாரோ பணக்காரர்கள் உனக்குக் கிடைத்து விட்டார்கள் என்று எங்களை பழையத் துணியைத் தூக்கி எறிவது போல் உதறிவிட்டால் சும்மாயிருப்போம் என்று நினைத்தாயா? இவ்வளவு நாளாக அம்மா உன் ஜோலிக்குப் போக வேண்டாம் என்றும், உன் பெயரை எடுக்க வேண்டாம் என்றும் சத்தியம் வாங்கியிருந்ததால் சும்மா இருந்தேன்.

காலையில் உன்னைக் காரில் அந்தப் பெண்ணின் பக்கத்தில் பார்த்ததிலிருந்து என் ரத்தம் கொதிக்கிறது. உன்னைக் கொன்று போட்டு விடணும் என்று தோன்றியது. உன்னால் நாங்க அவமானப்பட்டுக் கொண்டிருக்கும் போது நீ இங்கே சொகுசாக ஊர் சுற்றிக் கொண்டிருக் கிறாயா?''

''ரவீ.. ரவீ... ப்ளீஸ். நிறுத்து. என் பேச்சைக் கேள்.''

''கேட்க மாட்டேன். நான் உன்னுடன் பேசவோ, உன் கால்களைப் பிடித்துக் கொண்டு கெஞ்சவோ இங்கே வரவில்லை. நீ எங்களுக்குக் கொடுத்த துன்பத்திற்குப் பழி தீர்த்துக் கொள்ளத்தான் வந்தேன்.''

''ரவீ!'' அனிருத் கத்தினான். அதற்குள் ரவி அவனைக் குத்துவதற்காக மேலே பாய்ந்தான். வயிற்றில் நேராக வந்து தாக்க விருந்த கத்தி மயிரிழையில் தப்பி அனிருத் சட்டென்று திரும்பி கையை குறுக்கே வைத்துவிட்டதால் தோளில் பாய்ந்துவிட்டது.

அனிருத் பற்களைக் கடித்துக் கொண்டு வலியைத் தாங்கிக் கொண்டே தம்பியைப் பிடித்துத் தள்ளினான். அவன் திரும்பவும் எழுந்து வரப் போனான். அதற்குள் ஹோட்டல் பையன் கதவைத் திறந்துகொண்டு சாப்பாட்டைக் கொண்டு வந்தான்.

அந்த அறையில் தென்பட்ட காட்சியைப் பார்த்ததும் அவன் கண்கள் அகலமாயின. சட்டென்று ஓடி வந்து ரவியின் கைகளை

பின்னால் மடக்கிப் பிடித்துக் கொண்டான்.

அனிருத்தின் தோளிலிருந்து ரத்தம் கொட கொடவென்று கொட்டிக் கொண்டிருந்தது. பாத்ரூமுக்கு ஓடினான். பையனின் கத்தலைக் கேட்டு மேனேஜர் ஓடிவந்தார்.

அனிருத்திற்கு ரத்தத்தை எப்படிக் கட்டுப்படுத்துவது என்று தெரியவில்லை. அங்கிருந்த சிறிய டவலை எடுத்து ஈரம் செய்து கொண்டு, கைக்கு சுற்றிக் கொண்டான்.

அவன் வெளியே வரும் போது அங்கே தியாகராஜன், சுபா மற்றும் ஹோட்டல் மேனேஜரும் இருந்தார்கள்.

ரவியை அவர்கள் பிடித்துக் கொண்டார்கள்.

"என்னைக் கொல்லுங்கள். அடியுங்கள். சுட்டுத் தள்ளுங்கள். எனக்கு எந்தப் பயமும் இல்லை. முதலில் என்னை விடுங்கள். அந்த ராட்சசனைக் கொன்று விட்டு வருகிறேன்" திமிறினான் ரவி.

தியாகராஜன் ஓங்கிக் கொடுத்த அறையால் ரவிக்கு தலையைச் சுற்றிக் கொண்டு வந்தது.

அதற்குள் போலீசாரும் வந்து விட்டார்கள். தியாகராஜன் அவர்களிடம் ரவியை ஒப்படைத்தான்.

"அனிருத் என் அண்ணன். எங்களை ஏமாற்றிவிட்டு இவர்கள் வலையில் விழுந்து கிடக்கிறான். கல்யாணம் செய்து கொள்வதாகச் சொல்லிவிட்டு அந்தப் பெண்ணுக்கு துரோகம் செய்துவிட்டான்" என்றான் ரவி.

"ஷட்டப்!" தியாகராஜன் கத்தினான்.

"மிஸ்டர்! நீங்க சொல்ல வேண்டியதையெல்லாம் காவல் நிலையத்தில் வந்து சொல்லிக் கொள்ளுங்கள்" என்றார் போலீஸ் அதிகாரி.

"அவனுக்கு எதுவும் தெரியாது. இது எங்க அண்ணன் தம்பிக்குள் இருக்கும் பிரச்னை" என்றான் அனிருத்.

"நீங்களும் காவல் நிலையத்திற்கு வந்து சொல்லுங்கள்" என்றார் காவல் அதிகாரி.

ரவி போகும் முன் அண்ணனைப் பார்த்துவிட்டு காறி உமிழ்ந்தான்.

"அனிருத்! நீ ஜாக்கிரதையாக இருக்கணும். இங்கே வேண்டாம். என் பக்கத்து அறைக்கு வந்துவிடு" என்றான் தியாகராஜன்.

அதற்குள் டாக்டர் வந்துவிட்டார். அனிருத்தின் காயத்திற்கு கட்டுப் போட்டார்.

"நீங்க படுத்துக் கொள்ளுங்கள்" என்றாள் சுபா.

"வேண்டாம். பரவாயில்லை" என்றான் அனிருத். அவனுக்கு ரவி சொன்ன வார்த்தைகளே காதில் எதிரொலித்துக் கொண்டிருந்தன.

ரவி இந்த அளவுக்குத் தாக்கினான் என்றால் எவ்வளவு தூரம் வருத்தப்பட்டிருப்பான் என்று யோசித்துக் கொண்டிருந்தான். சுபாவத்தில் ரவி ரொம்ப சாது. அதிர்ந்துகூடப் பேச மாட்டான்.

படிப்புதான் அவன் உலகமே. அப்படிப்பட்ட ரவி.. அனிருத்தின் கண்கள் குளமாகிவிட்டன.

"அங்கிள்! நான் இருக்கிறேன். நீங்க போங்க" என்றாள் சுபா.

அவன் தலையை அசைத்துவிட்டுப் போய்விட்டான்.

அனிருத்தின் காயத்தைப் பார்த்துவிட்டு "ரொம்ப வலிக்கிறதா? கொஞ்சம் குறி தவறி வயிற்றில் பட்டிருந்தால் உயிர் போய் விட்டிருக்கும்" என்றாள் சுபா.

"உயிர் போயிருந்தாலும் நன்றாக இருந்திருக்கும்" என்றான் அவன்.

"ஏன் அப்படிச் சொல்றீங்க? அவன் உங்க தம்பியா? நீங்க என்றைக்குமே என்னிடம் சொன்னது இல்லையே?"

"என்னைப் பற்றி நான் எதைத்தான் சொல்லியிருக்கிறேன்?"

சுபா ஆச்சரியப்பட்டாள். "நீங்க சொல்லவிட்டாலும் அங்கிள் சொல்லியிருக்கிறார். அனிருத்திற்கு நம்மைத் தவிர வேறு யாரும் இல்லை, நீ அன்புடன் பழகு என்று."

அனிருத் மென்று விழுங்கினான். திட்டம் தீட்டுவதில் தியாக ராஜனை யாரும் வெல்ல முடியாது.

"எனக்கு எல்லோரும் இருக்கிறார்கள் சுபா! என்னை உயிருக்கும் மேலாகப் பார்த்துக் கொள்ளும் அம்மா, அப்பா, தங்கை, தம்பி எல்லோரும் இருக்கிறார்கள். இந்த அரக்கன் காரணமாகத்தான் எல்லோரும் எனக்கு இல்லாமல் போய்விட்டார்கள். இவரை என்ன செய்தால் என் பகை தீரும்? நீயே சொல்லு.'' ஆவேசமாகக் கேட்க வேண்டும் போல் இருந்தது. ஆனால் தன்னைச் சமாளித்துக் கொண்டான். சுபாவிடம் அப்படிச் சொல்லிவிட்டால் பெரிய ரகளையாகிவிடும். அவனுக்கு வேண்டியது அது இல்லை.

★★★★

அனிருத் காவல் நிலையத்திற்குச் சென்றான். தன்னைக் குத்தியவன் தம்பிதான் என்று ஒப்புக் கொண்டான். அந்தச் செயலுக்குக் குடும்ப விவகாரம்தான் காரணம் என்றும் சொன்னான். ரவியின் ஸ்டேட்மெண்டை உறுதிப் படுத்திக் கொள்வதற்காகப் பிரதிபாவையும் அழைத்திருந்தார்கள். பிரதிபா வந்தாள்.

"ரவி சொன்னதெல்லாம் உண்மைதான். அனிருத் ஒரு ஏமாற்றுப் பேர்வழி. பெண்களின் வாழ்க்கையுடன் விளையாடுவது அவனுக்கு ஒரு பொழுதுபோக்கு. தன்னைக் கல்யாணம் செய்துகொள்வதாகச் சொன்னவன், சுபாவின் நட்பு கிடைத்ததும் மணமேடையை விட்டு ஓடிவிட்டு முகம் காட்டாமல் திரிந்து கொண்டிருக்கிறான். அந்த அவமானம் தாங்க முடியாமல்தான் என் தந்தை இறந்துவிட்டார்.

ஒரு பக்கம் தியாகராஜனிடம் சேர்ந்துகொண்டு சுபாவுடன் ஊர் சுற்றிக் கொண்டே இன்னொரு பக்கம் சமீரா என்ற பெண்ணுடன் நெருக்கமாக பழகிக் கொண்டிருக்கிறான்.

அந்தப் பெண் இவன் பேச்சை நம்பி வீட்டை விட்டு வெளியேறி ஹாஸ்டலில் தங்கி இருக் கிறாள். அந்த ஹோட்டலிலேயே அவளுக்கு வேலை வாங்கித் தந்திருக்கிறான்.''

"சமீரா எங்கே இருக்கிறாள்?'' காவல் அதிகாரி கேட்டார்.

"அவனிடமே கேளுங்கள்'' என்றாள் பிரதிபா.

"எங்கே இருக்கிறாள்?'' அதிகாரி கேட்டபோது அனிருத் பதில் சொல்லவில்லை. அவர் சுபாவிடம் கேட்டார்.

சுபா "அவள் சொன்ன தெல்லாம் பொய். பிரதிபாவுக்கு அனிருத் எங்களுடன் இருக்கிறான் என்று பொறாமை. சமீராவை எனக்குத் தெரியும். ரொம்ப நல்ல பெண். அனிருத்திற்கும் அந்தப்

பெண்ணுக்கும் எந்த சம்பந்தமும் இல்லை. எனக்குத் தெரிந்த வரையில் அனிருத் ரொம்ப நல்லவன்."

காவல் அதிகாரிக்குத் தலையைச் சுற்றியது. ஒரு பெண் ஏமாற்றுப் பேர்வழி என்கிறாள். இன்னொருத்தி நல்லவன் என்கிறாள். இதில் யார் சொன்னது உண்மை? சமீரா என்ற பெண்ணைச் சந்தித்தால் அவள் அபிப்பிராயம் எப்படி இருக்குமோ?

"சமீரா என்ற பெண் சமீபத்தில்தான் வேலையை விட்டாளா?"

தியாகராஜன் தலையை அசைத்தான்.

"ஆமாம். அந்தப் பெண் எங்கே இருக்கிறாள் என்று தெரிந்து கொள்ளுங்கள். அவளிடம் கேட்டால் எல்லா வேஷமும் வெளிப்பட்டு விடும்."

"சார்! உங்களுக்கு எந்த ஆட்சேபணையும் இல்லையே?" காவல் அதிகாரி பணிவு கலந்த குரலில் கேட்டார்.

"எனக்கு எந்த ஆட்சேபணையும் இல்லை. அனிருத் நல்லவன் என்று நாங்கள் நினைத்துக் கொண்டிருக்கிறோம். இந்த சமீராவின் விஷயமும் தெரிந்து கொண்டால் நீங்க எங்களுக்கு உபகாரம் செய் தாற் போல் இருக்கும்" என்றான் தியாகராஜன்.

இந்தச் சாக்கில் சமீரா எங்கே இருக்கிறாள் என்று தானாகவே வெளிப்பட்டு விடும். அவனுடைய வேலை இன்னும் சுலபமாகி விட்டது. அவன் செய்ய வேண்டிய காரியத்தை இவ்விதமாகக் கடவுளே செய்கிறார். இந்த ரவி யாரோ தனக்கு நல்லதுதான் செய்திருக்கிறான். சமீராவைப் பற்றி விசாரிக்க முயன்றபோது எதுவும் தெரியவில்லை. சமீரா என்னவானாள்? போலீசார் முனைந்தால் தெரியாமல் எப்படி இருக்கும். "அனிருத்! நீ எங்கே போய் விடுவாய்?" என்று நினைத்துக் கொண்டான் தியாகராஜன்.

★★★

அனிருத்தும், சுபாவும் பார்க்கில் நடந்து கொண்டிருந்தார்கள். சுபாவின் நாய்க் குட்டிக்கு வாக்கிங் தேவையானதால் அவ்வப்பொழுது இருவரும் இவ்வாறு நடந்து செல்வது வழக்கம்தான். சுபாவின் முகம் குழப்பத்திலும், ஏதோ யோசனையில் ஆழ்ந்திருப்பது போலவும் தென்பட்டது.

"சமீரா என்னவாகியிருப்பாள்?" என்றாள்.

அனிருத் பதில் சொல்லவில்லை. சமீராவைப் பற்றித் தெரியாது என்று பொய் சொல்லும் துணிச்சல் அவனுக்கு இருக்கவில்லை. வேறு யாரிடமாவது ஏதாவது சொல்லி சமாளித்திருப்பானோ என்னவோ, சுபாவின் முன்னிலையில் அவனுக்கு அது சாத்தியமாக இல்லை.

"எங்கேயாவது ஒரு இடத்தில் இருப்பாள்" என்றான் பட்டும் படாமலும்.

நடந்து கொண்டிருந்த சுபா சட்டென்று நின்றுவிட்டாள். அவனை நோக்கித் திரும்பியவள், "நான் உங்களுடன் நெருக்கமாகப் பழகு கிறேன் என்று வருத்தப்பட்டுக் கொண்டு இப்படிச் சொல்லாமல் கொள்ளாமல் தொலைவாக போய் விட்டிருப்பாளோ?" என்றாள்.

அனிருத் வாயடைத்துப் போனவனாக பார்த்தான்.

"சொல்லுங்கள். உங்க இருவருக்கும் நடுவில் அந்த மாதிரி நெருக்கம்..."

''எங்களுடையது நட்புதான் சுபா. அதற்கு மேல் எதுவும் இல்லை. வேறு ஏதாவது இருந்திருந்தால் இந்த மாதிரி மௌனமாக போகக் கூடிய ஆள் இல்லை சமீரா.''

''எனக்கும் அதுதான் புரியவில்லை. நீங்க சமீராவுக்கு நண்பன் இல்லையா? அவள் இப்படி காணாமல் போனால் பொருட்படுத்தாது போல் சும்மா இருக்கீங்களே?''

''என்ன செய்வது?''

''ஏதாவது செய்யுங்கள். அப்படி ஏன் போனாள்? காரணம் என்னவென்று கண்டுபிடியுங்கள். தாய் தந்தையை எதிர்த்து, வீட்டைவிட்டு வெளியேறி வேலை பார்த்துக் கொண்டு ஹாஸ்டலில் தங்கியிருக்கிறாளாம். அவள் நலனைப் பற்றி யோசிக்க வேண்டிய பொறுப்பு உங்களுக்கு இல்லையா? நீங்க இந்த மாதிரி எதுவுமே நடக்காதது போல் அலட்சியமாக இருப்பதைப் பார்த்தால் ஆச்சரியமாக இருக்கு. நான் அங்கிளிடம் இதையே சொன்னேன். அவர் என்ன சொன்னார் தெரியுமா?''

''என்ன சொன்னார்?''

''அவன் சமீரா விஷயத்தைப் பொருட்படுத்தாது போல் இருக்கிறான் என்றால் அதெல்லாம் வெறும் நடிப்பு. சமீரா எங்கே இருக்கிறாள், என்ன செய்கிறாள் என்று அவனுக்குத் தெரியாமல் இருக்காது என்றார்.''

அனிருத் அதைக் கேட்டதும் விரைப்பாக நின்றான். தியாகராஜன் நன்றாகவே எடை போடுகிறான்.

''இன்னும் என்ன சொன்னார் தெரியுமா?''

''என்ன சொன்னார்?''

''போலீஸ் வரைக்கும் இந்த விஷயம் போய் விட்டது இல்லையா? அவள் எங்கே இருக்கிறாள் என்று அவர்களே தேடிக் கண்டு பிடித்து விடுவார்கள் என்றார்.''

அதைக் கேட்டதும் அனிருத் திடுக்கிட்டான். அந்த ஆபத்தை அவன் எதிர்பார்க்கவில்லை. அவன் புருவங்கள் முடிச்சிட்டுக் கொண்டன.

சுபா நாய்க்குட்டியை இழுத்துக் கொண்டே திரும்பவும் நடக்கத் தொடங்கினாள். ''ஏதோ ஒரு இடத்தில் சமீரா க்ஷேமமாக இருக்கிறாள் என்று தெரிந்தால் கூடப் போதும். பாவம், நல்லப் பெண். மற்றவர்களைப் போல் பொறாமை, போட்டி அவளிடம்

இல்லை. தன் வேலை உண்டு தான் உண்டு என்று இருப்பாள். மற்றவர்களுக்கு உதவி செய்யும் சுபாவம். அதுவே சில சமயம் கஷ்டங்களுக்கு வழி வகுக்கும்.''

சுபா கடைசியாகச் சொன்ன வார்த்தைகள் அவனை சாட்டையால் அடிப்பது போல் இருந்தது.

இருவரும் ஹோட்டலுக்குத் திரும்பி வந்தார்கள். ஹோட்டல் சிப்பந்திகள் சுபாவை, அனிருத்தை விஷ் செய்தார்கள். அந்த ஹோட்டலில் எல்லோருக்கும் சுபாவை, அனிருத் இருவரையும் நன்றாகவே தெரிந்திருந்தது. சுபாவை ரூமில் கொண்டு விட்டு அனிருத் மளமளவென்று இறங்கிக் கீழே வந்தான். தெருக்கோடியில் இருக்கும் மிலிட்டரி ஹோட்டலுக்குப் போய் அங்கிருந்து போன் செய்தான். வீட்டுக்காரி எடுத்தாள்.

''சமீரா வேண்டும்'' என்றான்.

பத்து நிமிஷத்தில் போனை எடுத்தாள் சமீரா.

''ஏதாவது விசேஷம் உண்டா?'' தாழ்ந்த குரலில் கேட்டான்.

''ஒன்றும் இல்லை. பாலசரஸ்வதி தியாகராஜன் ஏன் வரவில்லை என்று ரகளை செய்கிறாள். சற்று முன்னால் ஹார்லிக்ஸ் குடிக்க மாட்டேன் என்று டம்ளரை வீசியெறிந்தாள். அப்பொழுதுதான் மாமி போன் வந்திருப்பதை சொல்வதற்காக வந்தாள்.

நடந்த ரகளையைப் பார்த்துவிட்டு தியாகராஜன் யார், அந்தம்மாளுக்கு என்ன உறவு என்ற கேட்டாள். நான் மாமியை வெளியில் அழைத்து வந்து அவளுக்குப் புத்திசுவாதீனம் இல்லை என்று சொன்னேன். மாமி என் பேச்சை நம்பியது போல் தெரியவில்லை.

பிறகு அவளைத் தேடிக் கொண்டு யாரோ வந்து விடவே வாசலுக்குப் போய்விட்டாள். எனக்கு இங்கே பயமாக இருக்கிறது. இங்கே நாங்கள் இருவரும் இப்படித் தனியாக இருப்பதும் சரியில்லை என்று தோன்றுகிறது. நேற்று இரவு என்ன நடந்தது தெரியுமா? திடீரென்று அவள் விழித்துக் கொண்டு கத்திக் கூச்சல் போட ஆரம்பித்துவிட்டாள்.

அக்கம் பக்கத்தில் இருப்பவர்கள் கதவைத் திறந்து கொண்டு வேடிக்கைப் பார்க்கத் தொடங்கிவிட்டார்கள். தூக்க மாத்திரையைத் தண்ணியில் கலந்து அவளுக்குக் கொடுப்பதற்குள் போதும் போதும் என்றாகிவிட்டது. எந்த நிமிஷம் என்ன செய்வாளோ என்று பயமாக இருக்கு'' என்று நிறுத்தாமல் வேக வேகமாகச் சொல்லி முடித்தாள்.

அனிருத் எல்லாவற்றையும் கேட்டு விட்டு ''மாலையில் வருகிறேன்'' என்று வைத்துவிட்டான்.

அந்த சமயம் மிலிட்டரி ஹோட்டலுக்கு தியாகராஜனின் பாடிகார்ட் வந்தான். ''மாலையில் வருகிறேன்'' என்று அனிருத் சொன்னது அவன் காதுகளில் விழுந்துவிட்டது.

அனிருத் யோசித்தபடி நடந்து கொண்டிருந்தான். கயிறு இறுகிக் கொண்டு வருகிறது. அது தன் கழுத்தில் விழப் போகிறதோ அல்லது தியாகராஜன் கழுத்தை இறுக்கப் போகிறதோ கடைசி நிமிடத்தில்தான் தெரியும். தான் வெற்றி பெறுவதை விடத் தோற்றுப் போவதற்கான அறிகுறிகள் எல்லா விதமாகவும் தென்பட்டுக் கொண்டிருந்தன. தோற்றுப் போவதற்காகவா அவன் இவ்வளவு நாளும் பாடுபட்டான்? சமீராவையும் வேறு இதில் சிக்க வைத்துவிட்டானே?

அவனுக்குத் திடீரென்று ஒரு உண்மை புலப்பட்டது. தனக்கு எதாவது ஆகிவிட்டால் சமீராவின் நிலைமை என்ன? உலகம் அவளை என்ன பாடுபடுத்தும்? அவள் மீது தனக்கு எதோ அதிகாரம் இருப்பது போல் அவளுடைய உதவியைப் பெற்றுக் கொண்டான். அவளும் அவன் கேட்டதுதான் தாமதம், உடனே செயலாக்கி விடுவாள்.

இதற்குக் கிடைக்கப் போகும் கைமாறு என்னவென்று தெரிந்தால் அவள் தன்னை எந்த அளவுக்கு வெறுப்பாள்? வேண்டாத பழி ஏதாவது வந்து சேர்ந்தால் தாங்க முடியாமல் தற்கொலை செய்து கொள்ளத் துணிந்துவிட்டால்? அந்தப் பாவம் தன்னைத்தான் சேரும். துணை கிடைத்துவிட்டதே என்ற இந்த அளவுக்கு உதவி செய்யச் சொல்லி தான் அவளைக் கேட்டுக் கொண்டதும், தன்னுடைய பிரச்னையில் அவளை சிக்க வைத்ததும் தன்னுடைய சுயநலம்தான். அனிருத் தலைமுடியைப் பிய்த்துக் கொண்டான்.

என்ன செய்வது? வெள்ளத்தில் அடித்துச் செல்லப்படுபவன் சின்னத் துரும்பு கிடைத்தாலும் ஆதாரமாகப் பற்றிக் கொள்வான். இந்தப் பிரவாகத்தில் அடித்துச் செல்லப்பட்டுக் கொண்டிருக்கும் தான் சமீராவை ஆதாரமாகப் பற்றிக் கொள்ளப் போய் அவளையும் தன்னுடன் இழுத்துச் சென்று கொண்டிருக்கிறான்.

தம் இருவரின் எதிர்காலம் எப்படி இருக்கப் போகிறது? என்னவாகப்போகிறது?

இந்த நாடகத்திற்கும், தனிமைக்கும் முடிவு எப்பொழுது? சீக்கிரமாக வந்துவிட்டால் தேவலை. இன்னும் எத்தனை நாட்களுக்கு இந்த வேதனை? தன்னுடைய திறமை, சாமர்த்தியம் எதுவுமே தியாகராஜனிடம் வேலை செய்யவில்லை.

கனத்த இதயத்துடன் ஹோட்டலுக்குத் திரும்பி வந்தான். ஜேபியிலிருந்து சாவியை எடுத்துக் கதவைத் திறக்கப் போனான். ஆனால் கதவு சும்மாவே திறந்து கொண்டது. ''என்ன இது? சுபாவுடன் வெளியே போகும் போது அறையைப் பூட்டாமலேயே போய்விட்டோமா?'' என்று வியப்படைந்தான்.

வேறு ஏதோ நினைப்பில் அறைக்குள் காலடி எடுத்து வைத்தவன் திகைத்துவிட்டான்.

அங்கே தியாகராஜன் உட்கார்ந்திருந்தான். கதவைச் சாத்திய அனிருத் சலனமற்றவனாய் அப்படியே நின்றுவிட்டான்.

தியாகராஜன் அங்கே வந்து ரொம்ப நேரமாகி விட்டாற்போல் ஆஷ் ட்ரேவில் இருந்த சிகரெட் துண்டுகளும் சாம்பலும் பறை சாற்றிக் கொண்டிருந்தன. கதவு திறக்கும் சத்தம் கேட்டு நிமிர்ந்தான் அவன்.

கதவு அருகில் நின்றிருந்த அனிருத் அவனையே கண்ணிமைக்காமல் பார்த்துக் கொண்டிருந்தான். அவனும் அனிருத்தையே பார்த்துக் கொண்டிருந்தான்.

அந்த உயரம், உயரத்திற்கேற்ற பருமனுடன் ஆரோக்கியமாக இருக்கும் உடற்கட்டு, முக்கியமாக அந்தக் கண்கள். தியாகராஜனிட மிருந்து பெருமூச்சு வெளிப்பட்டது. ஒரு காலத்தில் அவன் கண்கள் அப்படித்தான் இருந்தன. நிர்பயம், நேர்மை துணையாக இருக்கும் போது, சத்தியமானது மலையத்தனை பலம் தரும். இந்த உலகத் திற்குத் தலை வணங்க மாட்டேன் என்ற மிடுக்கு நிரம்பிய பார்வை அது. அந்தச் சமயத்தில் தியாகராஜனுக்கு அனிருத்தின் முகம் பார்க்கத் தெவிட்டாததாய் இருந்தது.

ஆத்திரமும் பொத்துக் கொண்டு வந்தது. எதிராளியிடம் அந்த மனோதைரியத்தை அவனால் தாங்கிக் கொள்ளவே முடியாது. அதை நசுக்கி, அந்த ஆளை தலைகுனியும்படி செய்தாலொழிய அவனுக்கு மன நிம்மதி இருக்காது.

அனிருத்தும் இதற்கும் முன்பை விட இருமடங்கு தைரியத்துடன் அவன் முகத்தை நேராகப் பார்த்துக் கொண்டிருந்தான். ஜேபியிருந்து அறையின் சாவியை எடுத்துப் பார்த்துக் கொண்டே ''இது என்னிடம்தானே இருக்கு? நான் போகும் போது கதவைப் பூட்டிக் கொண்டுதானே போனேன். என் அறைக்குள் நீங்க..'' என்றான்.

தியாகராஜன் அவன் கண்களையே கூர்ந்து பார்த்தபடி ''பால சரஸ்வதியை எங்கே மறைத்து வைத்திருக்கிறாய்?'' என்று கேட்டான். அந்தக் குரல் கூர்மையான கத்தியைப் போல் இருந்தது.

அனிருத் பதில் சொல்லாமல் அவனையே பார்த்துக் கொண்டிருந்தான்.

அவனே மேலும் சொன்னான். "தெரியாது என்று டபாய்த்து நேரத்தை வீணாக்க வேண்டாம். பாஷா இந்த ஹோட்டலில்தான் இருக்கிறான். அவன் சொன்னதை வைத்துக் கொண்டு நீதான் என்று தெரிந்துகொண்டு விட்டேன். பாலசரஸ்வதியைப் பற்றி உன்னைத் தவிர வேறு யாருக்கும் தெரிந்துகொள்ளணும் என்ற அக்கறை இருக்காது. சொல்லு எங்கே அவள்?"

அனிருத் பேசவில்லை. அவன் மனம் மின்னலைக் காட்டிலும் வேகமாக யோசித்துக் கொண்டிருந்தது. இந்த உரையாடலின் விளைவு எப்படி இருக்கும் என்று எடைபோட்டுக் கொண்டிருந்தான் அவன்.

தியாகராஜன் எழுந்து வந்தான். அவன் தன் கைகளைப் பின்னால் கட்டிக் கொண்டிருந்தான். "சமீரா எங்கே இருக்கிறாள் என்று எனக்கு இப்போது புரிந்துவிட்டது. நீ ஒரு பெண்ணை நர்ஸாக அழைத்துக் கொண்டு போனாயாம். அது சமீராதானே?"

அனிருத் பதில் சொல்லவில்லை.

தியாகராஜன் ஒரு வினாடி பொறுத்து "பாலசரஸ்வதி விஷயத்தை சுபாவிடம் சொல்லிவிட்டாயா?"

இல்லை என்பது போல் தலையை அசைத்தான் அனிருத்.

தியாகராஜனால் பெருமூச்சை அடக்கிக் கொள்ள முடியவில்லை. அவன் அப்படி ஆழமாக மூச்சுவிட்டதை அனிருத் கவனித்துவிட்டான்.

"சொல்லு. பாலசரஸ்வதியை எங்கே ஒளித்து வைத்திருக்கிறாய்?"

"சொல்ல முடியாது." அனிருத்தின் குரல் திடமாக ஒலித்தது. அவனுக்கு சந்தோஷமாக இருந்தது. இப்பொழுது நிலைமை தலைகீழாகி விட்டது. அவன் தன்னைக் கெஞ்சும் நிலை வந்துவிட்டது.

"சொல்ல மாட்டாயா?"

"உன்னிடம் இருக்கும் போட்டோக்கள், நெகடிவ்களை என்னிடம் கொடுத்துவிடு. உடனே சொல்லி விடுகிறேன்."

அவன் உடனே அடிவாங்கியவன் போல் பார்த்தான்.

"யூ இடியட்! என்னை பிளாக்மெயில் செய்கிறாயா?" என்று கையை ஓங்கினான். ஆனால் அந்தக் கை காற்றில் இருக்கும்போதே, அனிருத்தின் கன்னத்தைத் தொடும் முன்பே அனிருத்தின் கை அதைப் பலமாகப் பிடித்துக் கொண்டுவிட்டது. அனிருத் தன் பிடியை இறுக்கிக்

கொண்டே ''நான் நினைத்தால் இந்தக் கையை இப்பொழுதே முறித்து விட முடியும். ஆனால் அப்படிச் செய்யப் போவதில்லை. ஏன் என்றால் இந்தக் கையால் ஒரு வேலை ஆக வேண்டும். எனக்காக நீ ஒரு கையெழுத்துப் போட வேண்டும்'' என்றவாறு அதை விட்டுவிட்டான். அந்தப் போராட்டத்தில் கைப்பட்டு பிளவர்வேஸ் கீழே விழுந்தது.

தியாகராஜன் பெருமூச்சு விட்டபடி பார்த்துக்கொண்டிருந்தான்.

அனிருத்தின் முகத்தில் குறுநகை படர்ந்தது. ''இப்போ டர்ம்ஸ் பேசுவது என் பங்காயிற்று. இருபத்திநாலு மணி நேரத்திற்குள் அந்தப் போட்டோக்களையும், நெகடிவ்களையும் என்னிடம் திருப்பித் தரவில்லை என்றால் பாலசரஸ்வதியின் விஷயம் வெளியில் வந்துவிடும். அவள் உயிருடன் இருக்கும் போதே இறந்து போய்விட்டதாகச் சொல்லி ஏமாற்றி வந்தது சுபாவுக்குத் தெரிந்து விடும். அது மட்டுமில்லை. பாலசரஸ்வதிக்கு உன் மீது இருக்கும் அதிகாரம், அவளையும் அவள் குழந்தையையும் நீ வஞ்சித்த விஷயம் எல்லாம் பேப்பரில் வந்து விடும். அப்பொழுது உன் மான மரியாதை...'' கீழே விழுந்த பிளவர் வேஸை மேஜைமீது வைத்துக் கொண்டே சொன்னான் அனிருத்.

அனிருத் நிமிர்ந்து பார்த்தபோது தியாகராஜனின் கையில் ரிவால்வர் இருந்தது. அது நேராக அனிருத்தின் மார்பைக் குறி பார்த்துக் கொண்டிருந்தது. அவன் கண்கள் நெருப்பை உமிழ்ந்து கொண்டிருந்தன.

''என்னைப் பணிய வைப்பது ஆண்டவனால் கூட முடியாத காரியம். உன்னை இப்பொழுது கொன்று, அது தற்கொலைன்னு உறுதிப்படுத்தி உன் பிணத்தைக் கூட யாருக்கும் தெரியாமல் எரித்து விட முடியும் என்னால். மரியாதையாக பாலசரஸ்வதி எங்கே என்று சொல்லிவிடு. சொல்லாவிட்டால் உன் உயிரை எடுத்து விடுவேன். எனக்கு மனிதனின் உயிரை எடுப்பதில் எந்த விதமான தயக்கமும் இல்லை.''

அவன் சொன்ன வார்த்தைகளை அப்படியே செயல்படுத்தக் கூடியவன் என்ற உண்மை அவன் பார்வையிலேயே தெரிந்து கொண்டிருந்தது.

ஒரு வினாடிக்கு முன்னால் அனிருத் பக்கம் இருந்த தைரியமானது இப்பொழுது அவன் பக்கம் திரும்பிவிட்டது.

★★★

26

இருவரும் ஒருவரை ஒருவர், காட்டுக்குள் எதிர்ப்பட்ட சிங்கமும் ஆட்டுக்குட்டியையும்போல் பார்த்துக் கொண்டிருக்கையில் கணகணவென்று போன் ஒலித்தது. திடீரென்று கேட்ட அந்தச் சத்தத்திற்கு இருவருமே திடுக்கிட்டு விட்டார்கள்.

போன் தியாகராஜன் பக்கத்தில் இருந்தது.

அனிருத் போன் பக்கம் போவதற்குள் தியாகராஜன் "நில்" என்ற வன் தானே ரிசீவரை எடுத்தான். குரலில் கம்பீரத்தை வரவழைத்துக் கொண்டு "ஹலோ" என்றான். ஒரு வினாடி நின்று அனிருத்தைப் பார்த்து விட்டு "இருக்கிறான். நீங்க யார் என்று தெரிந்து கொள்ளலாமா?" என்று கேட்டான். பிறகு போனை அனிருத்திடம் கொடுத்தான்.

"ஹலோ! யார் பேசுகிறது?" மறுமுனையில் பதற்றத்துடன் ஒலித்தது ஒரு குரல்.

"நான்தான் அனிருத் பேசுகிறேன்."

"சார்! இங்கே ஒரு ஆக்ஸிடெண்ட் ஆகிவிட்டது. பலமாக அடிபட்டிருக்கும் ஆளின் பெயர் முரளியாம். ஆஸ்பத்திரிக்கு அழைத்துப் போய்க் கொண்டிருக்கிறோம். உங்கள் பெயரைச் சொல்லி ஒரு கவரைக் கொடுத்திருக்கிறார். ஜெனரல் ஆஸ்பத்திரிக்கு அழைத்துப் போகிறோம்."

"நான் உடனே வருகிறேன்" என்றான் அனிருத். போனை வைத்துக் கொண்டிருக்கும் போது தியாகராஜன் கேட்டான். "யார் இந்த முரளி?"

''என்னுடைய நண்பன். ஆக்ஸிடெண்ட் ஆகிவிட்டதாம். பலமாக அடிபட்டிருக்கிறதாம். நான் போகிறேன்'' என்றான்.

தியாகராஜன் ஒரு வினாடி அனிருத்தை தலைமுதல் கால் வரையிலும் பார்த்தான். பிறகு ரிவால்வரை ஜேபியில் வைத்துக் கொண்டு ''உனக்கு பாலசரஸ்வதி எங்கே இருக்கிறாள் என்று சொல்வதற்கு பன்னிரெண்டு மணிநேரம் அவகாசம் தருகிறேன்'' என்றான்.

வெளியே போய்க் கொண்டிருந்த அனிருத் தலையை மட்டும் திருப்பிப் பார்த்தான். அவன் உதடுகளில் முறுவல் மலர்ந்தது. தியாகராஜன் எதிராளிக்கு அவகாசம் தருவதாவது? என்ன ஆச்சரியம்?

அனிருத் வெளியே வந்துவிட்டான். அவன் ஆட்டோவில் ஏறிக் கொண்டிருந்தபோது தியாகராஜனின் பாடிகார்ட் ஸ்கூட்டரில் தன்னைத் தொடர்ந்து வந்து கொண்டிருப்பது தென்பட்டது. தான் எங்கே போய்க் கொண்டிருக்கிறோம் என்று துப்புத் துலக்குகிறான் போலும். அவனுக்கு அது ஒரு பொழுதுபோக்கு என்றால் தாராளமாக செய்யட்டும்.

அவன் கால் மணியில் ஆஸ்பத்திரிக்கு வந்து சேர்ந்தான். அங்கே முரளி சுயநினைவு இல்லாமல் கட்டிலில் கிடந்தான். அருகில் இருந்த பிரதிபா அழுது கொண்டிருந்தாள். யாரோ அவளைத் தேற்றிக் கொண்டிருந்தார்கள்.

''ஆக்ஸிடெண்ட் எப்படி நடந்தது?'' கலவரத்துடன் கேட்டான்.

''முரளியின் மீது எந்தத் தவறும் இல்லை. நாங்க ஸ்கூட்டரில் வந்து கொண்டிருந்தோம். எதிரே வந்த ஜீப் மோதிவிட்டது. தூக்கி எறியப்பட்டதால் உயிர் பிழைத்துவிட்டது. எதிரே வந்துக் கொண்டிருந்த ஆட்டோ முரளியின் மீது ஏறிவிட்டது. எனக்கு அதிகமாக அடிபடவில்லை.'' பிரதிபா அழுதுகொண்டே சொல்லிக் கொண்டிருந்தபோது டாக்டர் வந்தார்.

''என்னம்மா? ரத்தம் வரவழைத்து விட்டீர்களா?''

பிரதிபா அழுகையை அடக்கிக் கொண்டே ''எங்க ஆள் நீங்க சொன்ன இடத்தில் விசாரித்துவிட்டு வந்தான். அங்கே இல்லையாம்'' என்றாள்.

''அங்கே இல்லை என்றால் வேறு இடத்திற்குப் போகணும். இல்லை என்று உட்கார்ந்து விட்டால் எப்படி? பிளட்டை வரவழைக்கச் சொன்னால் இப்படிக் கதை பேசிக் கொண்டிருக்கீங்களே?'' டாக்டர் அதட்டல் போட்டு விட்டுப் போய் விட்டார்.

''எங்கே அந்த சீட்டு?'' அனிருத் கேட்டான்.

பிரதிபா எடுத்துக் கொடுத்தாள்.

அனிருத் விரைந்து சென்று கால் மணியில் அந்த க்ரூப் பிளட் கொண்டு வந்தான்.

டாக்டர்கள் முரளிக்கு ரத்தத்தை ஏற்ற ஆரம்பித்தார்கள். அவனுக்கு அடி நன்றாகவே பட்டிருந்தது. வலதுகால் ரொம்ப பாதிக்கப் பட்டிருந்தது. அப்புறம்தான் எதுவும் சொல்ல முடியும் என்றார்கள். டாக்டர் மருந்து மாத்திரைகள் வேண்டுமென்றார். அனிருத் வாங்கி வந்தான்.

இரவு ஆகிவிட்டது. அனிருத் தேநீரும் பிஸ்கெட்டும் வாங்கி வந்து பிரதிபாவிடம் கொடுத்தான்.

"தாங்க்ஸ்" என்று சொல்லப் போன பிரதிபா ஹோவென்று அழுது விட்டாள். "உங்களிடம் இது போல் உதவி கேட்க வேண்டியிருக்கும் என்று நினைத்தும் பார்க்கவில்லை. இதெல்லாம் என் துரதிர்ஷ்டம். உங்களை என்னவெல்லாமோ பேசிவிட்டேன்."

"பிரதிபா! இப்போ அதெல்லாம் எதுக்கு?"

"எங்களுக்கு இந்த நேரத்தில் துணையாக உங்களைக் காட்டி விட்டார் அந்தக் கடவுள். நீங்க இல்லாவிட்டால் முரளியை இந்த ஆபத்திலிருந்து யார் காப்பாற்றியிருப்பார்கள்?"

"பிராப்தம் இருந்தால் யாரோ ஒருத்தர் தாமே வருவார்கள். நீ கலங்காதே. தேநீரைக் குடி. டாக்டர்தான் உயிருக்கு பயமில்லை என்று சொல்லி விட்டாரே."

"நாளை மாலை பிளேனில் புறப்படுவதாக இருந்தோம். இந்தச் சமயம் பார்த்து இந்த மாதிரி கடவுள் செய்துவிட்டார்."

"நம் கையில் எதுவும் இல்லை என்று இந்த மாதிரி சம்பவங்களைப் பார்த்தால்தான் புரிகிறது. எந்த நிமிஷத்தில் என்ன நடக்கும் என்று தெரியாது இல்லையா?" என்றான்.

அன்று திருமண மேடைக்குப் போகும் வரையில் தான் என்ன நினைத்திருந்தான்? இன்னும் கொஞ்ச நேரத்தில் பிரதிபாவின் கழுத்தில் தாலியைக் கட்டப் போகிறோம் என்றுதானே எண்ணி யிருந்தான். அதற்குள் ஒரு போன்கால் உருவில் தடை வந்து சேரவில்லையா? சனீஸ்வரனாய் அந்த தியாகராஜன் தன் வாழ்க்கையை தலைகீழாக மாற்றவில்லையா? வீட்டை விட்டு தான் வெளியில் வந்து எவ்வளவு நாட்களாகி விட்டன? என்றாவது ஒரு நாள் ஆபீஸ் வேலையாய் வெளியூருக்குப் போய்விட்டு இரவு தங்கிவிட்டால் திரும்பி வரும் வரையில் அம்மா எவ்வளவு கவலைப்படுவாள்?

சாப்பாட்டு நேரத்திற்கு வரவில்லை என்றால் அப்பா எவ்வளவு கோபித்துக் கொள்வார்? தனக்குக் காபி கலந்து கொடுத்தால் தவிர லக்ஷ்மிக்குக் காபி குடிக்கப் பிடிக்காது.

அப்படிப்பட்டவர்களைப் பிரிந்து ஒரே ஊரில் தனியாக வசித்துக் கொண்டிருக்கவில்லையா? இதுவே கொஞ்ச நாட்களுக்கு முன்னால் யாராவது ஜோதிடம் சொல்லியிருந்தால் அவன் நம்பியிருப்பானா? அந்த போன் கால் அவன் வாழ்க்கையை, எதிர்காலத்தை சுழலில் சிக்க வைத்துவிட்டது.

"நீங்க தேநீர் குடியுங்கள்" என்றாள் பிரதிபா கோப்பையை நீட்டிக் கொண்டே. அனிருத் வாங்கிக் கொண்டான்.

"நாம் மறுபடியும் இப்படிச் சந்திக்க நேர்ந்தது விதியின் விளை யாட்டு" என்றாள் பிரதிபா.

அவள் வார்த்தைகள் அனிருத்தின் மீது எந்த பாதிப்பையும் ஏற்ப டுத்தவில்லை. பிரதிபா இப்பொழுது முரளியின் மனைவியாக மட்டுமே தோன்றினாள். தான் இவ்வாறு உதவி செய்வது முரளிக்குச் செய்வது போல் தோன்றியதே தவிர பிரதிபாவுக்காக ஏதோ செய்வது போல் தோன்றவில்லை.

முரளி அசைந்தான். பிரதிபா ஓடிச்சென்று அவனைப் பிடித்துக் கொண்டாள். "முரளி.. முரளி.." என்று அன்பு ததும்பும் குரலில் அழைத்தாள். இதைப் பார்த்த பிறகும் அவனுக்கு எதுவும் தோன்ற வில்லை. அவனுக்கே வியப்பாக இருந்தது. பிரதிபாவைத் தான் மனப்பூர்வமாக நேசித்திருந்தால் இப்படிப் பற்று இல்லாமல் இருந் திருக்க முடியுமா?

முரளிக்கு லேசாக நினைவு வந்தது. பிரதிபாவை அடையாளம் புரிந்து கொண்டான். அனிருத்தைக் காண்பித்து அவன்தான் உதவி செய்தான் என்று சொன்னாள். முரளியின் கண்களில் நீர் சுழன்றது.

"என்ன இது? தைரியமாக இருக்கணும். நான் எப்போதும் உன் நண்பன்தான்." கண்களைத் துடைத்தான் அனிருத். பந்தயக்குதிரை போல் உற்சாகமாகத் துள்ளித் திரியும் முரளி இப்படி இயலாமையுடன் படுத்திருப்பதைப் பார்க்கும் போது அனிருத்திற்கு உடல் சிலிர்த்தது.

பகையாளிக்கு இந்த நிலைமை வரக்கூடாது. வாழ்க்கை நம் கையை விட்டு நழுவிவிட்ட தருணம் எவ்வளவு பயங்கரமானது? மனிதன் வெறும் பதுமையாய் மாறிவிடும் சமயம் அது.

டாக்டர் முரளிக்கு மயக்க மருந்து ஊசியைப் போட்டார். முரளி தூக்கத்தில் ஆழ்ந்துவிட்டான்.

''நான் நாளை காலையில் வருகிறேன்.'' அனிருத் சொன்னான்.

''தாங்க் யூ. தாங்க்யூ ஸோ மச்'' என்றாள் பிரதிபா. அவளிடம் இப்பொழுது அகம்பாவமோ, திமிரோ எதுவும் இருக்கவில்லை. முகம் கவலையில் தோய்ந்திருந்தது. அவளைப் பார்க்கும் போது அனிருத்திற்கு இரக்கம்தான் ஏற்பட்டது. இருவரும் வெளிநாட்டிற்குப் போவதற்காக எல்லா ஏற்பாடுகளையும் செய்துவிட்டார்கள். பிரதிபா வீட்டை வாடகைக்குக் கொடுத்துவிட்டு, தாயை ஊரில் சித்தப்பா வீட்டிற்கு அனுப்பி வைத்து விட்டாள் என்று கேள்விப் பட்டான்.

டாக்டர் முரளியின் கால் ரொம்ப சேதமடைந்து விட்டதாகவும் செயற்கைக் கால் பொறுத்த வேண்டியிருக்கும் என்றும் சொல்லி விட்டார். முதுகெலும்பில் பட்டிருக்கும் அடியைப் பற்றி பிற்பாடு தான் சொல்ல முடியும் என்றார். ஒருக்கால் ஏதாவது ஆகிவிட்டால் வாழ்நாள் முழுவதும் முரளி கட்டிலோடு கட்டிலாகக் கிடக்க வேண்டியதுதான். நாம் உடலில் தெம்பு இருக்கும் போது எவ்வளவு இறுமாப்புடன் நடந்து கொள்கிறோம்? எல்லாமே நம் கையில்தான் இருக்கிறது என்று செருக்குடன் இருப்போம்.

அனிருத் ஹோட்டலை நோக்கி வந்து கொண்டிருந்த போது அவன் மனம் முழுவதும் யோசனையில் ஆழ்ந்திருந்தது. முரளி ஒரு காலத்தில் உயிர் நண்பன். திருமணம் நின்று விட்டதால் பிரதிபா அவன் மீது கோபித்துக் கொண்டு முரளியைத் தன் பக்கம் ஈர்த்துக் கொண்டு விட்டாள். பாவம் முரளி..... பிரதிபாவிடம் ஏற்பட்ட ஈர்ப்பில் அனிருத்தை நிமிர்ந்து பார்க்கவும் முடியாமல் குற்ற உணர்வுடன் தவித்திருக்கிறான். கடைசியில் தன்னைப் பார்த்தும் பாராதது போல் போகவும் துணிந்து விட்டான்.

இருந்த ஒரே ஒரு நண்பன்கூட விலகிவிட்டான் என்று தான் எவ்வளவு வேதனைப்பட்டிருப்பான்? அவ்விருவரும் திருமணம் செய்து கொண்டதில் அவனுக்கு எந்தப் பொறாமையும் இல்லை. தான் எப்படியும் பிரதிபாவுக்கு அவமானத்தை ஏற்படுத்திவிட்டான். கொஞ்சம் அவகாசம் தரச் சொல்லித் தான் கேட்டுக் கொண்டதையும் பிரதிபா காதில் வாங்கிக் கொள்ளவில்லை.

சுபாவுடன் தனக்கு ஏதோ நெருக்கம் ஏற்பட்டிருக்கிறது என்று பிரதிபாவுக்குப் பொறாமை. அப்படிப்பட்ட அவசர புத்தியைக் கொண்ட பெண்ணுடன் வாழ்க்கையைப் பிணைத்துக் கொண்டால் வாழ்க்கை நெருப்பில் நடப்பது போல் ஆகிவிடும். பெரிய ஆபத்திலிருந்து தப்பி விட்டது போல் சந்தோஷப்பட்டு கொள்ள வேண்டும் என்று தோன்றியது.

இதய வாசல்

அவன் டாக்ஸியை விட்டிறங்கி ஹோட்டல் ரூமுக்கு வந்தான். தொலைவில் தியாகராஜன் அறையில் இன்னும் விளக்கு எரிந்து கொண்டிருப்பது தென்பட்டது.

நன்றாக அலைந்திருந்ததால் வியர்த்து கசகசவென்று இருந்தது. குளிக்கப் போகலாம் என்று நினைத்தபோது போன் ஒலித்தது.

ரிசீவரை எடுத்து "ஹலோ!" என்றான்.

மறுமுனையில் சமீராவின் குரல் கேட்டது.

"சமீரா! என்ன விஷயம்?" கலவரத்துடன் கேட்டான்.

"அனிருத்! நாலைந்து முறை போன் செய்துவிட்டேன். எங்கே போயிருந்தீங்க?"

"அவசர வேலையாய் போயிருந்தேன். என்ன நடந்தது?"

அவன் வார்த்தை இன்னும் முடியக்கூட இல்லை. "இங்கே சுபா வந்திருக்கிறாள்."

"சுபாவா?"

"ஆமாம். வீடு எப்படித் தெரிந்தது என்று தெரியவில்லை. நேராக வீட்டுக்கு வந்துவிட்டாள். பாலசரஸ்வதியைப் பார்த்ததுமே ஓடி வந்து கட்டிக் கொண்டுவிட்டாள். நீ உயிருடன்தான் இருக்கிறாயா என்று அழத் தொடங்கிவிட்டாள். அவளும் சுபா.. சுபா என்று ஒரே அழுகை. நான் சுபாவின் கண்ணில் படாமல் வீட்டை விட்டு ஓடி வந்துவிட்டேன். தொலைவாக வந்து ஒரு கடையிலிருந்து போன் செய்கிறேன். சுபா இங்கே வந்து கொஞ்ச நேரத்திற்கு முன்னால்தான் தியாகராஜனுக்குப் போன் செய்தாள். அவர் ஹோட்டலில் இல்லையாம். வந்ததுமே வரச்சொல்லி அட்ரெஸ் சொல்லியிருக்கிறாள்."

"மைகாட்! நீ எங்கே இருந்து பேசுகிறாய்?"

"அந்த வீட்டுக்கு எதிரே இருக்கும் சந்தில் ஒரு மளிகைக் கடை யிலிருந்து."

"நான் இப்பொழுதே வருகிறேன். நீ அங்கேயே இரு."

"அனிருத்! எனக்குப் பயமாக இருக்கு. தியாகராஜன் வந்து விட் டால்?"

"நான் வருகிறேனே. பத்து நிமிடங்களில் அங்கே இருக்கிறேன்." அவன் போனை வைத்துவிட்டான்.

உடனே சட்டையை மாட்டிக் கொண்டு வெளியே வந்தான். வேகமாகப் போய்க் கொண்டிருந்தவன் யார் மேலேயோ மோதிக்

கொண்டான். "எக்ஸ்க்யூஸ் மி." திரும்பிக் கூட பார்க்காமல் போய் விட்டான்.

வேகமாகப் போய் ஆட்டோவில் ஏறிக் கொண்டிருந்த அனிருத்தையே பார்த்தான் தியாகராஜன். அவனைத் தொடரப் போனபொழுது ரிசெப்ஷனிலிருந்து செய்தி வந்தது. அதைப் படித்ததும் அவனுக்குத் தலையைச் சுற்றத் தொடங்கியது. டிரைவரைக் கூப்பிட்டான். அவன் டீ குடிக்கப் போயிருப்பதாகச் சொன்னார்கள். அவன் டிரைவருக்காகக் காத்திருக்கவில்லை.

காரை நெருங்கினான். ஏறி உட்கார்ந்து கதவைப் பலமாகச் சாத்தினான். தானே ஓட்டத் தொடங்கினான்.

அவனுக்கு வியர்த்துக் கொட்டியது. சுபா பாலசரஸ்வதியைச் சந்தித்துவிட்டாளா? அவன் வாழ்க்கையே முடிந்துவிட்டதா? தான் ரொம்ப ரகசியமாக ஒளித்து வைக்க எண்ணியிருந்த விஷயம் இன்று வெளிப்பட்டு விட்டது. இறந்து போய்விட்டாள் என்றும், தன் கையாலேயே தகனம் செய்துவிட்டு வந்ததாகவும் சொல்லியிருந்த பாலசரஸ்வதி உயிருடன் இருக்கிறாள் என்று சுபாவுக்குத் தெரிந்துவிட்டது. இப்பொழுது சுபாவுக்கு அவன் என்ன பதில் சொல்லுவான்?

சுபாவின் முகத்தில் அலட்சியமோ, வெறுப்போ தென்பட்டால் அவனால் தாங்கிக் கொள்ளத்தான் முடியுமா? அவன் நெற்றியில் படிந்த வியர்வை கழுத்து வழியாக இறங்கி உடம்பெல்லாம் நனைந்துவிட்டது.

★ ★ ★

சு பாவும் பாலசரஸ்வதியும் ஒருவரை ஒருவர் கட்டிப் பிடித்த படி அழுது கொண்டிருந்தார்கள்.

"சுபா... உன்னை நான் மறுபடியும் பார்ப்பேன் என்று நினைக்க வில்லை." பாலசரஸ்வதி சுபாவின் மடியில் சிறு குழந்தையைப் போல் புதைந்துகொண்டு அழுது கொண்டிருந்தாள். பலவீனத்தாலும், உணர்ச்சி வசப்பட்டதாலும் அவளுக்கு மூச்சு இரைந்துகொண் டிருந்ததே தவிர வாயிலிருந்து வார்த்தைகள் வெளிவரவில்லை.

"அம்மீ! நீ உயிருடன் இருப்பாய் என்ற யோசனையே எனக்கு வரவில்லை. அங்கிள் நீ ஆக்சிடெண்டில் இறந்து விட்டதாகவும், தன் கையாலேயே தகனம் செய்து விட்டு வந்ததாகவும் சொன்ன பிறகு என்னால் எப்படி நம்பாமல் இருக்க முடியும்?"

"சொல்லுவான். சொல்லுவான். அவனுக்கு நான் உயிருடன் இருப்பதே பிடிக்கவில்லை. ஒரு தடவை என்னைக் கொலை செய்யப் போனபோது கிட்டு காப்பாற்றினான். எனக்கு ஏதாவது ஆகி விட்டால் உயிருடன் விட்டு வைக்க மாட்டேன் என்று தியாகராஜனை மிரட்டினான். கிட்டுவால்தான் நான் உயிருடன் இருக்கிறேன். கிட்டு எங்கே இருந்தாலும் என்னைப் பார்த்துக் கொள்வதற்கு யாராவது ஒருத்தரை அனுப்பிக் கொண்டுதான் இருப்பான்."

"ஆமாம். கிட்டு விஷயம் எனக்குத் தெரியாதா? உன்னை தெய்வ மாக நினைப்பவன். அங்கிள் நம்

இருவரையும் ஏன் இப்படிப் பிரித்து வைத்தார் என்று புரியவே இல்லை அம்மீ.'' சுபாவின் குரலில் வேதனை இழையோடிற்று.

தியாகராஜனைக் கண்டால் சுபாவுக்கு எல்லையில்லாத பிரியம். இந்த உலகத்தில் அவனைத் தவிர வேறு யாரும் அவ்வளவு பாசத்துடன் நடந்து கொள்ள மாட்டார்கள்.

அதற்குள் கிர்ரென்று ஏதோ சத்தம் கேட்டது.

''என்ன சத்தம் அது?'' கேட்டாள் பாலசரஸ்வதி. அழுது கொண்டிருந்த சுபா திரும்பிப் பார்த்தாள். அங்கே ஒருத்தருமே இல்லை.

''யாரும் இல்லை அம்மீ'' என்றாள் சுபா.

''எனக்குப் பயமாக இருக்கு சுபா.''

''எதுக்கு அம்மீ? நான் அங்கிளுக்கு செய்தி சொல்லி விட்டு வந்திருக்கிறேன். உன்னைச் சந்தித்ததாகவும், நேராக இங்கே வரச் சொல்லியும் செய்தி தெரிவித்து விட்டு வந்திருக்கிறேன்.''

''அடடா. என்ன காரியம் செய்து விட்டாய்? இப்போ நம் இருவருக்குமே சாவு வந்துவிட்டது. நான் உயிருடன் இருக்கும் விஷயம் உனக்குத் தெரிந்துவிட்டது என்றாலே அவனுக்கு மூளை கலங்கி விட்டிருக்கும். இனி என்னை உயிருடன் விட்டு வைக்க மாட்டான். நாம் இருவரும் உடனே இங்கிருந்து போய் விடலாம் வா.'' பாலசரஸ்வதி தள்ளாடிக் கொண்டு எழுந்து நின்ற போது சுபா தாங்கிப் பிடித்துக் கொண்டாள்.

''அம்மீ.. நீ அனாவசியமாகப் பயப்படுகிறாய். அங்கிளுக்கு உன்னைப் பிடிக்காமல் போவானேன்? வரட்டும், நானே நேரில் கேட்டு விடுகிறேன்'' என்றாள் சுபா ஆவேசமாக.

''கேட்டாலும் பிரயோஜனம் இருக்காது. உண்மையை பொய்யாக, பொய்யை உண்மையாக மாற்றுவது உன் அங்கிளுக்கு கை வந்த கலை. நாம் போய் விடலாம். இங்கே இருக்க வேண்டாம்.''

''போகலாம் அம்மீ. அங்கிள் வரட்டும். இப்பொழுதே நான் அவரிடம் இதெல்லாம் என்னவென்று கேட்டு உலுக்கி எடுக்கிறேன். அவர் நான் கேட்டதற்கு சரியாக பதில் சொல்லாவிட்டால் நான் உன்னுடன் வந்து விடுகிறேன். நாமிருவரும் எங்கேயாவது போய் விடலாம்.''

பாலசரஸ்வதி சுபாவின் முகவாய்க்கட்டையைப் பிடித்துக் கொண்டு கெஞ்சினாள். ''சுபா... அந்த நாள் உனக்கு நினைவு இருக்கா? நீ அனாதை ஆசிரமத்திற்கு என் மகனைப் பற்றி விசாரித்து ஒரு கடிதம் எழுதி

னாயே? அதற்குள் உன் சிநேகிதி வந்து விட்டதால் கிளம்பி விட்டாய்.''

''நினைவு இருக்கிறது. அங்கிள் வந்து அந்த லெட்டரை தான் போஸ்ட் செய்வதாகச் சொல்லி வாங்கிக் கொண்டார்.''

''அதை அவன் போஸ்ட் செய்யவில்லை. கிழித்தெறிந்து விட்டான். மற்றொரு முறை நான் அது போல் உன்னைக் கொண்டு முயற்சி செய்தால் கொன்று போட்டு விடுவதாக மிரட்டினான். நான் என் மகனைப் பற்றி மறந்து விட வேண்டுமாம். அவன் எங்கேயோ ஒரு ரவுடியாக சுற்றிக் கொண்டிருக்கிறானாம். பெண்பித்தனாம். குடித்துவிட்டு கும்மாளம் போடுவானாம். அவனுக்கு என் இருப்பிடம் தெரிந்தால் பணம் கேட்டுப் பிடுங்குவானாம். அவனால் தனக்கு மரியாதைக் குறைவாம்.''

''அங்கிளுக்கு உன் மகனைப் பற்றித் தெரியுமா?''

''தெரியுமாம். கண்ணால் பார்த்தானாம். தான் யார் என்று சொல்லாமல் சந்தித்துப் பேசினானாம். அந்த மாதிரி கெட்ட பழக்கங்கள் கொண்டவன் இந்த வீட்டுக்குள் காலடி எடுத்து வைக்கக் கூடாதாம்.''

''நீ என்ன சொன்னாய்?''

''அவனை ஒரு தடவை கண்ணால் பார்க்கிறேன் என்று சொன்னேன். அவன் கெட்டவனாக இருந்தால் என்ன? என் மகன் இல்லையா? அவன் அந்த மாதிரி ஆகியிருந்தால் அதற்குக் காரணம் நான்தான். தாயாக இருந்தும் அவனை அனாதையாக்கிவிட்டேன். யாருடைய நிழலில் வளர்ந்தானோ? எப்படியெல்லாம் கஷ்டப் பட்டானோ? தாய் தந்தை இருந்தும் அவனை ஆதரிக்கவில்லை. இவனுடைய பணம் இருந்தால் என்ன? கொளுத்தி சாம்பலாக்கி னால்தான் என்ன? பெற்ற குழந்தைக்கு ஒரு வாய் சாப்பாடு போட முடியாத பணம் இருந்தால் என்ன?'' பாலசரஸ்வதி ஆவேசத்துடன் மார்பில் அடித்துக் கொண்டாள். ''கண்ணா! உன் வீழ்ச்சிக்குக் காரணம் நான்தானடா. என்னிடம் இருந்தால் உனக்கு அந்த கதி ஏற்பட்டிருக்காது.''

''ஆன்டீ! ப்ளீஸ் அழாதே. ஏற்கனவே பலவீனமாக இருக்கிறாய். ஆவேசப்படாதே.'' சுபா கெஞ்சினாள்.

''உனக்குத் தெரியாதும்மா. நாம் இருவரும் சேர்ந்து இருந்தால் அவனுக்கு நஷ்டம். உன் மூலமாக நான் எங்கே என் மகன் இருக்கு மிடத்தைத் தெரிந்து கொண்டு விடுவேனோ என்று பயம். பார்த்தாயா உலகத்தையே ஆட்டிப்படைக்கும் இவன் என் மகனின்

பெயரைக் கேட்டாலே எவ்வளவு மிரண்டு போகிறானே? எனக்கு வேறு எதுவும் வேண்டாம். மருந்து ஹார்லிக்ஸ் எதுவுமே வேண் டாம். ஒரு தடவை அவனைப் பார்க்கிறேன். நான் கையாலாகாத ஒரு தாயடா, என்னை மன்னித்துவிடு என்று வேண்டிக்கொள்கிறேன். என்னை வெறுக்காதே கண்ணா என்று வேண்டிக்கொள்வேன். என் மகன் எனக்கு வேண்டும் சுபா. அவனைப் பார்த்த பிறகு எனக்கு வாழணும் என்று ஆசையில்லை. யாருக்கும் பாரமாக இருக்க மாட்டேன்.'' பாலசரஸ்வதி அழுது கொண்டிருந்தாள். அந்த அழுகை சுபாவின் இதயத்தை கரைத்துவிட்டது.

அதற்குள் திரைச்சீலை அசைந்தது. அனிருத் உள்ளே வந்தான். சுபா அவனைப் பார்த்ததுமே பாலசரஸ்வதியை சரியாக உட்கார வைத்து விட்டு மலர்ந்த முகத்துடன் அவனை நோக்கி வந்தாள்.

''வந்து விட்டீர்களா? பாலசரஸ்வதி உயிருடன் இருக்கிறாள். அவளிடம் நான் வந்திருக்கிறேன். இந்த அற்புதம் எப்படி நடந்தது தெரியுமா? நான் கடைத் தெருவுக்குப் போன போது சமீரா தெரு வைத் தாண்டிக் கொண்டிருப்பதைப் பார்த்தேன். நான் உடனே காரை நிறுத்தச் சொன்னேன். அவளைக் கூப்பிட்டேன். அவள் என்னைப் பார்த்ததும் கலவரமடைந்து வேகமாகப் போய்விட்டாள். அவள் என்னிடம் பேச விரும்பவில்லை என்று புரிந்து கொண்டேன். காரைக் கிளப்பிக் கொண்டு கொஞ்சம் தூரம் போக விட்டேன். பிறகு காரில் உட்கார்ந்து கொண்டு டிரைவரை அனுப்பினேன். கடைக் குப் பின்னாலிருந்து சமீரா வெளியே வந்தாள். பாலசரஸ்வதி தங்கி யிருந்த இந்த வீட்டிற்குள் நுழைந்து கதவைச் சாத்திக் கொண்டாள். டிரைவர் வந்து சொன்னதும் நான் இந்த வீட்டுக்கு வந்தேன். கதவைத் தட்டியதும் சமீராதான் வந்து கதவைத் திறந்தாள்.

''இங்கே என்ன செய்து கொண்டிருக்கிறாய்?'' என்றேன். எதிரே இருந்த அறையில் பாலசரஸ்வதி கண்ணில் பட்டாள். எனக்கு அவ ளைப் பார்த்ததும் மூளை கலங்கிவிட்டது போல் இருந்தது. உள்ளே ஓடினேன். இன்று எங்க இருவருக்கும் புதிதாக பிறந்தாற்போல் சந்தோஷமாக இருக்கிறது. கொஞ்ச நேரத்திற்கு முன்னால்தான்போய் அங்கிளுக்குப் போன் செய்தேன். அவர் ரூமில் இல்லையாம். வந்ததுமே விஷயத்தைச் சொல்லச் சொன்னேன். வாங்க ... உள்ளே வாங்க. சமீராவுக்கு நன்றி சொல்லணும். அவள் இங்கே வேலை பார்த்துக் கொண்டிருக்கிறாள் போலும். நான் அவள் ஹோட்டல் வேலையை ஏன் விட்டாள் என்று கேட்பதற்காக அவளைச் சந்திக்க வந்தேன். இங்கே வந்தால் அம்மீ தென்பட்டாள். அங்கிள் எந்த நிமிடத்தில் வேண்டுமானாலும் வரலாம்'' என்றாள் வழி நடந்து கொண்டே.

அனிருத் சட்டென்று சுபாவின் கையைப் பற்றிக் கொண்டான். ''சுபா! அங்கிள் வருவதற்கு முன்னால் நாம் இங்கிருந்து போய்விடணும். நான் போய் டாக்ஸி கொண்டு வருகிறேன். நீ அவளுடைய துணிமணியை தயாராக எடுத்து வை'' என்றான்.

''நோ... நான்சென்ஸ். எதுவும் பேசாதீங்க. கோழையாய் ஓடிப் போக மாட்டேன். அங்கிள் வந்ததுமே இதெல்லாம் என்னவென்று இரண்டில் ஒன்று தெரிந்து கொள்கிறேன். அவர் எனக்குப் பதில் சொல்லியாகணும். அவர் நடத்தையில் எந்த தவறும் இல்லை. அவர் மனம் களங்கமற்றது என்று ருசுவானால்தான் நான் வீட்டிற்குத் திரும்பி வருவேன். இல்லாவிட்டால் வர மாட்டேன். அவ்வளவுதான்.''

''அவருக்கு என்மீதும், பாலசரஸ்வதியின்மீதும் கோபம் வரும்.''

''உங்கள் மீது ஏன் வரணும்?''

''பாலசரஸ்வதியை இங்கே கொண்டு வந்தது நான்தானே?''

''என்ன?''

''ஆமாம் சுபா. அவர் இவளைக் கைதி போல் வைத்திருந்த இடத்திலிருந்து மீட்டு வந்து இங்கே தங்க வைத்தேன்.''

''சுபா! அனிருத்தை உனக்குத் தெரியுமா? இவன் அவர் அனுப்பிய ஆள் இல்லையா? சமீராவை உனக்கு எப்படித் தெரியும்? சமீரா தனக்கு யாரும் இல்லை என்று சொன்னாளே?''

''அம்மீ... சமீராவுக்கு தாய் தந்தை எல்லோரும் இருக்காங்க'' என்றாள் சுபா.

''பின்னே ஏன் என்னிடம் பொய் சொன்னாள்? சமீராகூட என்னை ஏமாற்றிவிட்டாளா? சமீரா ரொம்ப நல்ல பெண்ணாயிற்றே? என்னை ஏமாற்றுவதால் அவளுக்கு என்ன லாபம்?''

''சமீராவை இவர்தான் உன்னிடம் கொண்டு வந்து வைத்திருப்பார் அம்மீ. நீ இங்கே இருக்கிறாய் என்று அங்கிளுக்கு தெரியாது'' என்றாள் சுபா.

''என்ன? நான் இன்னொரு ஏமாற்றுக்காரனின் கையில் சிக்கிக் கொண்டு விட்டேனா? இவர்களுக்கு என்னிடம் ஆக வேண்டிய காரியம் என்ன? என்ன சம்பந்தம்?''

சுபா அனிருத் பக்கம் திரும்பினாள். ''ஆமாம் அனிருத்! ஆன்டீயை நீங்க இங்கே ரகசியமாக அழைத்து வந்து தங்க வைத்ததன் காரணம் என்ன?''

சுபா அப்படிக் கேட்டதும் அனிருத் தடுமாறினான். ஆனால் அது ஒரு வினாடிதான். அவன் முகத்தில் வேகமாக உணர்வுகள் மாறின. கம்பீரம் வந்து குடிகொண்டது. பிசிறில்லாத குரலில் ''அது என் சுயநலம்'' என்றான்.

''உங்கள் சுயநலமா?''

''எங்க அம்மீயை இங்கே அழைத்து வருவதால் உங்களுக்கு என்ன லாபம்?''

''உங்க அங்கிள் என் வாழ்க்கையுடன் ஆடும் சதுரங்கத்தில் என் கை ஓங்கும்.''

''எங்க அங்கிள் உங்க வாழ்க்கையுடன் விளையாடுவதா? நான்சென்ஸ்.. ஏதோ கதையை ஜோடிக்கப் பார்க்கிறீங்க.''

''இல்லை சுபா. இது முற்றிலும் உண்மை.''

பாலசரஸ்வதி பதற்றத்துடன் சொன்னாள். ''சுபா! என்ன இது? இவன் யார்? உனக்கு ஏற்கனவே இவனைத் தெரியுமா? உங்க அங்கிளுக்கு இவனைத் தெரியுமா? ஏற்கனவே நம் தலையெழுத்து சரியாக இல்லை. தோசைக்கல்லுக்குப் பயந்து தணலில் குதித்த கதையாக அந்தக் கயவன் கையிலிருந்து இவன் பிடியில் சிக்கிக் கொண்டு விட்டோமா?.''

''அம்மீ! நீ கொஞ்சம் சும்மாயிரு. நான் விசாரித்துத் தெரிந்து கொள்கிறேன்'' என்றவள் அனிருத் பக்கம் திரும்பி ''மிஸ்டர் அனிருத்! உண்மை என்னவென்று சொல்லுங்கள்'' என்றாள்.

என்றும் இல்லாத விதமாக சுபாவின் கண்களில் கோபமும், ஏமாந்து விட்டோம் என்ற உணர்வும் நன்றாகத் தெரிந்தது. அந்தப் பார்வையில் அவனிடம் ஏற்பட்ட திரஸ்காரமும் வெளிப்பட்டது. அதற்குமேல் அனிருத்தால் சொல்லாமல் இருக்க முடியவில்லை. தன்னைப் பற்றிச் சொல்ல வேண்டும் என்றால் தன் தந்தையைப் பற்றியும் சொல்லித்தான் ஆக வேண்டும்.

அதற்குள் ''சார்... சார்..'' என்று வராண்டாவில் கத்தல் கேட்டது. அனிருத் வெளியே வந்தான். எதிரே இருந்த மருந்துக் கடையில் வேலை பார்க்கும் பையன் மூச்சு இரைக்க ''சார்.. இந்த வீட்டில் ஒரு பெண் இருப்பாளே. அவள் மளிகைக் கடைக்கு வந்து போன் செய்துவிட்டு திரும்பும் போது யாரோ காரை நிறுத்தி அவளை வலுக்கட்டாயமாக ஏற்றிக் கொண்டு போய்விட்டார்கள். அந்தப் பெண் திமிறியதை நான் பார்த்தேன். இதோ... கார் நம்பரை நோட் செய்திருக்கிறேன். உடனே போலீஸில் கம்பிளைன்ட் கொடுங்கள்'' என்றான்.

அனிருத் அந்த நம்பரைப் பார்த்தான். ''எவ்வளவு நேரமாச்சு?''

''இப்பொழுதுதான்.''

அனிருத் ஓடினான். எதிரே வந்த ஆட்டோவை நிறுத்தி அதில் ஏறி உட்கார்ந்து கொண்டு வேகமாகப் போகச் சொன்னான்.

சுபா கடைப் பையனிடம் கேட்டாள். ''அந்தப் பெண் சமீராதானே?''

''ஆமாம்'' என்றான் அந்தப் பையன். ''கார் நம்பரை நினைவில் வைத்துக் கொள்ளுங்கள். நான் போய் வருகிறேன். கடையில் யாரும் இல்லை'' என்று ஓட்டமெடுத்தான்.

அந்த நம்பரைக் கேட்டதுமே சுபா விக்கித்து நின்றாள். அது அவர்களுடைய கார்தான். தியாகராஜனின் கார்.

அங்கிளுக்கு சமீராவைக் கடத்திக் கொண்டு போக வேண்டிய அவசியம் என்ன?

சுபா சிலையாக நின்றுவிட்டாள்.

★★★

28

அனிருத் ஏறிய ஆட்டோ விர்ரென்று அந்த வீட்டிற்கு முன்னால் வந்து நின்றது. அந்த வீடு நகர எல்லையைத் தாண்டி வெகு தூரத்தில் இருந்தது. பழங்காலத்து வீடு. உயரமான இடத்தில் அமைந்திருந்தது. சுற்றுப் புறத்தில் காலியாக இருந்த இடமெல்லாம் மனைகளாக உருவெடுக்கத் தொடங்கியிருந்தன. அங்கொன்றும் இங்கொன்றுமாக அஸ்திவாரம் எழுப்பப்பட்டு புதிதாக வீடுகள் உருவாகிக் கொண்டிருந்தன.

அந்த வீட்டைச் சுற்றிலும் மரங்கள் அடர்த்தியாக இருந்தன. மனிதர்கள் நடமாடுவதற்கு அச்சமூட்டுவது போன்ற சூழ்நிலை. வீட்டுக்கு முன்னால் இருந்த பசும்புல் தரையில் அடிக்கடி கார் வந்து போகும் அடையாளமாக புல்தரை நசுங்கி பாதை ஏற்பட்டிருந்தது.

அனிருத் படியேறி போய் கதவருகில் சென்றான். அது பூட்டி யிருந்தது. துருப்பிடித்த பூட்டாக இல்லாமல் புழக்கத்தில் இருக்கும் பூட்டுப் போல் இருந்தது.

அவன் ஒரு வினாடி யோசித்தபடி நின்றுவிட்டான். சமீராவை ஏற்றிக் கொண்டு அவர்கள் வந்த கார் இந்த இடத்திற்குத்தான் வந்தது. அவன் தொலைவிலிருந்து பார்த்தான். கார் போகும் போது டிரைவரைத் தவிர யாரும் இருக்கவில்லை.

சமீரா என்னவானாள்? அவனுக்கு ஒன்றுமே புரியவில்லை. அவர்கள் தான் ஆட்டோவில் பின்தொடர்ந்து வந்து கொண்டிருந்ததைப் பார்த்து

விட்டார்களா? இந்த இடத்தில் காரிலிருந்து இறங்கிக் கொண்டு வேறு காரில் ஏறிப் போய் விட்டார்களா?

அவனுக்குத் தலை சுற்றுவது போல் இருந்தது. சமீரா அந்தக் கயவனின் கையில் சிக்கியிருக்கிறாள். தன் மீது இருக்கும் வெறுப்பை சமீராவின் மீது காட்டுவானோ? சமீராவுக்கு ஏதாவது ஆபத்து நேர்ந்துவிட்டால்? அந்த எண்ணமே அவன் உடம்பை நடுங்க வைத்தது.

சமீராவின் வாழ்க்கை நாசமாகிவிடும். நட்புக்காக அவள் செய்யப் போன உதவி அவள் வாழ்க்கையை கபளீகரம் செய்யப் போகிறதா?

அனிருத் அந்த நிமிஷத்தில் சமீராவுக்காக அனுபவித்துக் கொண்டிருக்கும் பயம், பதற்றம் இவற்றை அவன் வாழ்க்கையில் இதுவரையில் ஒரு நாளும் யாருக்காகவும் அனுபவித்ததில்லை. தியாகராஜனின் கையில் இருக்கும் துப்பாக்கி தன்னைக் குறி பார்த்த போதுகூட அவன் பயந்தது இல்லை. கல்யாணம் நின்றுபோய், ஊரில் எல்லோரும் ஏளனம் செய்த போதுகூட அவன் கவலைப் படவில்லை. இந்த நிமிடம் அவன் இதயம் படபடத்துக் கொண் டிருந்தது. சமீராவை எப்படியாவது காப்பாற்றியாக வேண்டும். ஆனால் எப்படி? என்றும் இல்லாதவிதமாக அவன் மனம் மரத்துப் போனாற்போல் யோசிக்கத் திராணியில்லாதது போல் இருந்தது.

அவன் மனம் சமீரா.. சமீரா என்று புலம்பிக் கொண்டிருந்தது. "நான் எவ்வளவு பாவி! அவளை இதில் ஏன் மாட்ட வைத்தேன்?" என்று தன்னைத்தானே கடிந்து கொண்டான்.

தனக்கு மிகவும் பிரியமானதும், அபூர்வமானதும் ஆன பொருள் தியாகராஜனின் கையில் சிக்கிக் கொண்டு விட்டது போல் அவன் மனம் தவித்தது. எந்தக் களங்கமும் இல்லாமல், சேதமடையாமல் மறுபடியும் அந்தப் பொருளை மீட்க முடியுமா? அவனுக்கு என்றும் இல்லாதவிதமாக சகலத்தையும் இழந்து விட்டாற்போல், தனக்கு இந்த உலகத்தில் எதுவுமே எஞ்சியிருக்காதது போல் தோன்றியது.

எதுவும் செய்ய முடியாத இயலாமையில், தியாகராஜன்மீது இருக்கும் கோபத்தில் அவன் அந்தக் கதவை ஓங்கிக் குத்தினான்.

மூளை கலங்கிவிடும் போல் இருந்தது. தன்னுடைய செயலுக்கு வெட்கப்படுவது போல் அவன் நின்றுவிட்டான். இந்த நிமிடம் தான் கட்டுப்பாட்டை இழக்கக் கூடாது. தன் உடலில் இருக்கும் சக்தியை முழுவதுமாகத் திரட்டிக் கொள்ள வேண்டும். இங்கே வரும் முன் அவன் அவசர அவசரமாக போலீஸில் ரிப்போர்ட் கொடுத்தான். சமீராவை தியாகராஜன் கடத்திச் சென்றுவிட்டதாகப்

புகார் செய்துவிட்டு, கார் நம்பரையும் கொடுத்திருந்தான். கொஞ்ச தூரம் ஆட்டோவில் வந்த பிறகு திடீரென்று அவனுக்கு நினைவு வந்தது, கார் எந்த திசையில் சென்றது என்று அவர்களுக்குச் சொல்லவில்லை என்று. ஏற்கனவே கார் ரொம்ப தூரம் போய் விட்டிருக்கும். இப்போது மறுபடியும் நிறுத்தி காவல் நிலையத்திற்கு போன் செய்வதற்கு சமயம் இல்லை. தன்னுடைய நல்லகாலம், விஜய் காவல் நிலையத்தில் இருந்தான். அவன் அவனுடைய நண்பன். அவனுக்குத் தன்னுடைய நிலைமை முழுவதுமாகத் தெரியும். அவனுக்குத் தியாகராஜன் மீது ஏற்கனவே சந்தேகம் இருந்தது. எப்படியாவது கையில் மாட்டுவான் என்று வலை வீசிக் கொண்டிருந்தான். விஜய் ஏதோ ஒரு விதமாகத் தன்னைத் தேடிக் கொண்டு வருவான் என்று தைரியம் ஏற்பட்டது.

அனிருத் கதவில் சாய்ந்தபடி சோர்வுடன் நின்று கொண்டிருந்தான். இருள் பரவிக் கொண்டிருந்தது. சமீராவின் ஜாடையைத் தெரிந்து கொள்ளாமல் இங்கிருந்து தன்னால் போக முடியாது.

அப்பொழுது அவன் காதுகளில் ஏதோ சத்தம் கேட்டது. அது என்ன சத்தம்?

காற்று வேகமாக வீசிக் கொண்டிருந்தது. ஊர் எல்லை வேறு. திறந்த வெளியாகவும் இருந்ததால் காற்றின் ஓசை தெளிவாகக் கேட்டுக் கொண்டிருந்தது. தொலையில் குருவிகளின் கலகலப்புச் சத்தம்.

திரும்பவும் திடுக்கிட்டான். ஏதோ சத்தம். அவன் காதுகளைத் தீட்டிக் கொண்டு மூச்சை அடக்கியபடி கேட்டான்.

யாரோ முனகிய சத்தம்... தெளிவில்லாமல் கேட்டது. தொடர்ந்து நிசப்தம். காற்றின் ஓசையைத் தவிர வேறு இல்லை. அவனுக்கு கலவரமாக இருந்து. அது முனகல் சத்தம்தானா? அல்லது அவன் மனப்பிரமையா?

திரும்பவும் கேட்டது. சந்தேகம் இல்லை. யாரோ எங்கேயோ முனகிக் கொண்டிருக்கிறார்கள்.

"யார் உள்ளே? யாராவது இருக்காங்களா?"

பதில் இல்லை. முனகல் கேட்டது. அவன் அடர்ந்த மரங்களுக்கு இடையில் தேடிப் பார்த்தான். சமீரா ஒருக்கால் இங்கே இருக்கிறாளோ? எங்கேயும் தென்படவில்லை.

மறுபடியும் கதவு அருகில் வந்தான். முனகல் சத்தம் கேட்டது. சந்தேகம் இல்லை. உள்ளே யாரோ இருக்கிறார்கள். அவன் கதவை உதைத்தான். கதவுகள் ரொம்பவும் பலமாக இருந்தன. பூட்டும் ரொம்பக் கெட்டியானது.

அவன் வீட்டைச் சுற்றி வந்தான். வலது பக்கம் வென்டிலேட்டர் இருந்தது. ஏறிப் பார்த்தான். அங்கே சமீரா வெறும் தரையில் விழுந்துக் கிடந்தாள். கால்களையும், கைகளையும் கட்டிப் போட்டிருந்தார்கள். சுருண்ட நிலையில் படுத்திருந்தாள்.

"சமீரா... சமீரா.." கத்தினான்.

முனகல் சத்தம் தவிர வேறு எதுவும் இல்லை. சமீரா இந்தப் பக்கம் திரும்பவில்லை. அவன் குரலையும் அடையாளம் தெரிந்து கொள்ளவில்லை.

சமீராவை என்ன செய்துவிட்டார்கள் அவர்கள்? கழுத்தை நெறித்து விட்டார்களா? குற்றுயிராய் விழுந்துக் கிடக்கிறாளா? பின்னே ஏன் இவ்வளவு கத்தினாலும் பதில் பேசவில்லை? இந்தப் பக்கம் திரும்பவும் இல்லையே? அவன் உடலிலும் மனதிலும் ஒரு நிமிடம் சோர்வு வந்து ஆட்கொண்டது. அடுத்த நிமிடம் எதிர்பாராத தைரியம் வந்து சேர்ந்துவிட்டது.

சமீரா தன் கண்ணெதிரில் இருக்கிறாள். சில அடிகள் தொலைவில் இருக்கிறாள். தான் அருகில் செல்ல வேண்டும். காப்பாற்றிக்கொள்ள வேண்டும். அவள் உயிருடன் இருக்கிறாளா?

அவன் திரும்பவும் வீட்டைச் சுற்றி வந்தான். ஏதாவது ஆதாரம் கிடைக்குமா என்று தேடினான். கொல்லைக் கதவு அருகில் வந்தவன் ஒரு நிமிடம் நின்றான். மேலேயிருந்து வரும் பைப் லைன் பக்கத்தில் தென்பட்டது. மழைத் தண்ணீர் வந்து விழுந்ததில் கொல்லைக் கதவு பழசாகி உளுத்துப் போயிருந்தது. கையை வைத்து அசைத்துப் பார்த்தான். அது வாசற்கதவைப் போல் திடமானது இல்லை.

அவனுக்கு நம்பிக்கை வந்துவிட்டது. அவனிடம் ஆயிரம் யானைகளின் பலம் கூடிவிட்டது. எப்படியாவது அதைத் தகர்த்தெறிவதற்கு முடிவு செய்தான்.

கொல்லையில் விழுந்து கிடந்த பாறாங்கல்லைக் கொண்டு வந்து ஓங்கி அதன் மேல் அடித்தான். அரைமணியாயிற்று. அவன் கைவிரல்கள் சிதைந்து போய் ரத்தம் வர ஆரம்பித்தது. கதவை உதைத்து உதைத்து கால்கள் வீங்கிப் போய்விட்டன. அவன் பற்களைக் கடித்துக் கொண்டு தொடர்ந்து முயற்சி செய்து கொண்டிருந்தான். இறுதியில் ஒருவாறு கதவுகள் திறந்துகொண்டன. அவன் உள்ளே ஓடினான்.

அங்கே கீழே விழுந்து கிடந்த சமீராவைப் பார்த்ததும் முழங்காலில் அமர்ந்துகொண்டு "சமீரா.. சமீரா..." என்று அழைத்தபடி கையில் ஏந்திக் கொண்டான்.

சமீரா கைகால்கள் கட்டப்பட்ட நிலையில் இருந்தாள். வாயில் துணி அடைத்திருந்தது. திமிறாமல் இருப்பதற்காக மயக்க மருந்

தைப் பயன்படுத்தியிருப்பார்கள் போலும். கண்கள் சொருகியிருந்தன. அவன் மளமளவென்று கட்டுகளை எல்லாம் அவிழ்த்தான். வாயிலிருந்த துணியை எடுத்தான்.

சமீரா துவண்டு போயிருந்தாள். இப்பொழுது சத்தமாக முனகிக் கொண்டிருந்தாள். கண்களைத் திறக்கவும் வாய் திறந்து பேசவும் முயன்றாள். ஆனால் சாத்தியப்படவில்லை. மரணப் பிடியில் சிக்கிக் கொண்டு வேதனையை அனுபவித்துக் கொண்டிருப்பது போல் தென்பட்டாள்.

"சமீரா!" அவன் சமீராவை மார்போடு அணைத்துக் கொண்டான். அவனுக்குத் தெரியாமலேயே கண்கள் மீதும், இதழ்கள் மீதும் முத்தங்களைப் பதித்தான்.

"நான் வந்துவிட்டேன். நீ என்னிடம்தான் இருக்கிறாய். பயப்படாதே. தைரியமாக இரு."

அதற்குள் சமீரா அவன் குரலை அடையாளம் தெரிந்து கொண்டாள். "ஊம்" என்றவள் அவன் பக்கம் பார்த்தாள்.

"சமீரா.. நான்தான். என்னை அடையாளம் தெரிகிறதா?" சமீராவின் கையைப் பற்றிக் கொண்டே கேட்டான்.

சமீரா முழுவதுமாக சுயநினைவுக்கு வந்தாள். அடுத்த நிமிடம் அழுதுவிட்டாள். அந்த அழுகை சிறுகுழந்தையைப் போல், ஹிஸ்டீரியா வந்தவளின் குரலைப் போல் தீவிரமாக இருந்தது.

"சமீரா!" அவன் சமீராவின் தலையை மார்போடு அழுத்திக் கொண்டான். அவளைச் சுற்றிலும் கைகளைப் பிணைத்து, சிறு குழந்தையைத் தாய் அணைத்துக் கொள்வது போல் அணைத்துக் கொண்டான்.

"அவர்கள்... அவர்கள்.." தெளிவற்ற குரலில் அழுதுகொண்டே சொன்னாள்.

"நீ எதுவும் பேசாதே. எனக்கு எல்லாம் தெரியும்" என்றான் அவன்.

அதற்குள் வாசலில் போலீஸ் ஜீப் வந்து நின்ற சைரன் கேட்டது.

★ ★ ★

காவல் நிலையத்தில்...

காவல் அதிகாரி கோவர்தன் அனிருத்துடன் கைகுலுக்கிவிட்டுச் சொன்னார். "மிஸ்டர் அனிருத்! துணிச்சலுடன் நீங்க வந்து நீங்க மாட்டிக் கொண்டிருக்கும் ஆபத்தைப் பற்றிச் சொன்னதோடு அல்லாமல், நாங்க சொன்னது போல் செயல்பட்டு, எங்களுடன் ஒத்துழைத்ததற்கு ரொம்ப தாங்க்ஸ். உங்க பொறுமை யினாலும், சாமர்த்தியத்தினாலும் நீங்க சிக்கிக் கொண்டிருந்த இந்த சிலந்தி வலை சிதைந்து போய் உங்களுக்கு சுதந்திரம் கிடைத்துவிட்டது. தியாகராஜன் போன்ற குற்றவாளியைத் தண்டிக்கும் வாய்ப்பு எங்களுக்கும் கிடைத்தது. வாலைப் பிடித்து இழுத்தால் புலி கிடைத்துவிட்டாற்போல், உங்களை தியாகராஜன் பிளாக்மெயில் செய்கிறான் என்றும், உங்கள் மான மரியாதையை சந்தி சிரிக்க வைக்க முயற்சிக்கிறான் என்றும், உங்கள் தந்தை நல்ல நடத்தைக் கொண்ட அப்பாவி என்றும் சொன்னபோது, நீங்க சொன்னது உண்மைதானா என்ற சந்தேகம் எங்களுக்கு எழுந்தது."

காவல் அதிகாரி முறுவலுடன் சொன்னபோது அனிருத் உடனே "ஆமாம் சார். உங்கள் ஆள் என்னைப் பின் தொடர்ந்து வந்தபோது அவன் தியாகராஜனின் ஆள் என்று நினைத்து நையப் புடைத்து விட்டேன். அவன் தன்னுடைய அடையாள அட்டையைக் காண்பித்தபோது எனக்கு மேலும் ஆவேசம் வந்தது. எனக்கு நியாயம் வழங்க வேண்டுமென்றும், தியாகராஜனால் எனக்கும், என் குடும்பத்தாருக்கும்

தீங்கு நேருகிறது என்றும் உங்களைச் சரணடைந்தால் நீங்கள் என்னையே சந்தேகிக்கிறீங்களே என்று ஆத்திரமடைந்தேன். அதனால்தானோ என்னவோ சாதாரண மக்கள் காவல் நிலையத்திற்கு வந்து புகார் சொல்ல மாட்டார்கள். ஆனால் என்னிடம் உதைவாங்கிய காவல் அதிகாரி ரொம்ப நல்லவர். தொழில்ரீதியாக தாம் மேற்கொள்ளும் ஜாக்கிரதைகளைப் பற்றி எடுத்துச் சொன்னார்.

புகார் சொன்னவர்களை ஆழமாகப் பரிசீலித்தால் தவிர அவர்களிடம் நம்பிக்கை ஏற்படாது என்று சொன்னார். சில பேர் தாமே குற்றம் செய்துவிட்டு எதிராளி தம்மை வேட்டையாடுவதாகப் பொய்யாகப் புகார் கொடுப்பார்கள் என்று சமாதானப்படுத்தினார். இல்லாவிட்டால் அன்றே நான் உங்களிடம் வந்திருப்பேன்'' என்றான்.

காவல் அதிகாரியின் முகத்தில் முறுவல் மாறவில்லை. ''ஐ நோ இட். உங்களுக்கு பர்சனலாக மற்றொரு முறை நன்றி தெரிவித்துக் கொள்கிறேன். ஏன் என்றால் உதவியைக் கேட்டு என்னிடம் புகார் கொடுத்தது, நான் இந்தக் கேஸை டேக்கப் செய்து தியாகராஜனின் வாழ்க்கையை வெட்டவெளிச்சமாக்கியது, அவனை அரெஸ்ட் செய்யும் வாய்ப்பு எனக்குக் கிடைத்தது எல்லாமே என் அதிர்ஷ்டம் தான். அவன் மீது வங்கி காசோலைகளை போர்ஜரி செய்து லட்சக் கணக்கில் பணத்தைக் கையாடியது மட்டுமே அல்லாமல், மனிதர்களின் வாழ்க்கையின் இருட்டுக் கோணங்களைத் தெரிந்து கொண்டு அவர்களை பிளாக்மெயில் செய்து, அந்த நபர்கள் தற் கொலை செய்து கொண்ட சம்பவங்கள் கூட இருக்கு. இந்த உலகத்தில் ஒவ்வொருத்தருக்கும் ஒருவிதமான மோகம் இருக்கும். தியாகராஜனுக்கு பணத்திடம் மோகம் அதிகம். எதிராளியின் வாழ்க் கையுடன் விளையாடும் பயங்கரமான வேட்டைக்காரன்.

எனக்கு ஒரு விஷயம்தான் புரியவில்லை. சுபாவிடம் உயிரையே வைத்திருக்கிறான். தன்னுடைய தில்லுமுல்லு எதுவும் சபாவுக்குத் தெரிந்து விடக்கூடாது என்பதில் கவனமாக இருந்தான். கூர்ந்து பார்த்தால் அதில்கூட ஏதோ சுயநலம் இருந்தே தீரும். தியாகராஜனின் ஒவ்வொரு செயலுக்குப் பின்னாலும் ஏதோ ஒரு காரணம் இருக்கும். எந்த மனிதனாக இருந்தாலும் தன் சுபாவத்திற்கு முற்றிலும் விரோத மாக நடந்து கொண்டால் ஏதோ ஒரு காரணம் இல்லாமல் போகாது.

சுபாவைத் தங்கையின் மகளாக மட்டுமே அவன் நேசிக்க வில்லை. சுபாவின் மூலமாக அவனுக்கு வேறு ஏதோ காரியம் ஆகவேண்டும். அது என்ன? அதை ஆதாரமாகக் கொண்டு செயல் பட்டபோது முழுவதுமாக உண்மை வெளிப்பட்டு விட்டது.

அனிருத்! ஒரு விதமாக சொல்லப் போனால் நீங்க ரொம்ப அதிர்ஷ்டசாலி. ஒரு கொடிய மிருகத்தின் பிடியிலிருந்து மீண்டு வந்து உங்கள் வாழ்க்கையை சுதந்திரமாக அனுபவிக்கப் போறீங்க.''

அனிருத் உள்ளங்கையைப் பார்த்துக் கொண்டிருந்தான். அவன் தாடை எலும்பு இறுகியது. வார்த்தைகளில் வெளிப்படுத்த முடியாத உணர்வுகளை உள்ளுக்குள் விழுங்கிக் கொள்வது போல் காட்சி யளித்தான்.

"விஷ் யூ பெஸ்ட் ஆப் லக். போத் ஆப் யூ" காவல் அதிகாரி அனிருத்தையும், பக்கத்தில் இருந்த சமீராவையும் பார்த்துக் கொண்டே சொன்னார். பிறகு டிரைவரை அழைத்து அனிருத், சமீரா இருவரையும் வீட்டில் கொண்டு விட்டு வரச் சொன்னார்.

இருவரும் ஜீப்பில் புறப்பட்டார்கள்.

"மணி என்ன?" கேட்டாள் சமீரா.

"பன்னிரெண்டு மணி ஆகிறது" என்றான் அவன்.

"நான் இந்த நேரத்தில் ஹாஸ்டலுக்குப் போனால், வார்டன் எங்கிருந்து வருகிறேன்? ஏன் தாமதம் என்று கேட்கும் ஆயிரம் கேள்விகளுக்குப் பதில் சொல்ல வேண்டியிருக்கும்.''

"அப்படி என்றால் போக வேண்டாம்'' என்றான் அவன்.

"பின்னே எங்கே போவது?''

"நான் சொல்கிறேன்.''

சமீரா மௌனமாக இருந்துவிட்டாள்.

"பசிக்கிறதா?'' கேட்டான் அவன்.

''"பசியை விடத் தூக்கம்தான் வருகிறது'' என்றாள் சமீரா. "பசித்தால் மட்டும் என்ன செய்ய முடியும்? இந்த நேரத்தில் ஹோட்டல்களை எல்லாம் மூடியிருப்பார்கள். சாப்பாடு எங்கிருந்து கிடைக்கும்?''

ஹோட்டல் ப்ளூஸ்டாரிடம் நிறுத்தச் சொல்லி டிரைவரிடம் சொன்னான் அனிருத்.

ஜீப் அங்கே வந்து நின்றது. இருவரும் இறங்கிக் கொண்டதும் ஜீப் போய்விட்டது.

ஹோட்டல் ப்ளூஸ்டார் ரொம்ப ஆடம்பரமாக இருக்கவில்லை. அனிருத் கதவைத் திறந்து சமீராவுக்காகப் பிடித்துக் கொண்டிருந்தான்.

சமீரா உள்ளே வந்து இரண்டடிகள் எடுத்து வைத்தவள் அப்படியே நின்றுவிட்டாள்.

பின்னாலேயே வந்து அனிருத் "வா.. ஏன் நின்றுவிட்டாய்?" என்றான்.

உள்ளே மேஜை அருகில் மெழுகுவர்த்திகள் எரிந்து கொண்டிருந்தன. வெளியே விளக்கு வெளிச்சத்திலிருந்து உள்ளே வந்தவர்களுக்கு இருட்டாகத் தெரிந்தது.

"எனக்கு ஒன்றுமே தெரியவில்லை" என்றாள். ஏற்கனவே அவளுக்குச் சோர்வாக இருந்தது. தலை வேறு சுற்றிக்கொண்டிருந்தது.

அனிருத் சமீராவின் கையைப் பற்றிக் கொண்டு மேஜை அருகில் அழைத்து வந்தான். இருவரும் எதிரெதிரே உட்கார்ந்து கொண்டார்கள். பேரர் வந்து மெழுகுவர்த்தியை ஏற்றி வைத்தான். அனிருத் மெனுகார்டைப் பார்க்காமலேயே மளமளவென்று வேண்டியதை ஆர்டர் செய்தான்.

சமீரா பின்னால் சாய்ந்தபடி உட்கார்ந்திருந்தாள். திடீரென்று அவள் உடம்பெல்லாம் சிலிர்த்தது.

"என்ன நடந்தது?"

"என் மனம் இன்னும் ஒரு நிலைக்கு வரவில்லை. நான் இன்னும் அந்தப் பாழடைந்த வீட்டிலேயே கைதியாய் இருப்பது போல் இருக்கு."

"நீ இந்தத் தீயக் கனவை மறந்து போவதற்கு கொஞ்சம் நாள் ஆகும்." அவன் குரல் பரிவுடன் ஒலித்தது.

இருவருக்குமிடையே நிசப்தம் நிலவியது. அனிருத் கையை நீட்டி சமீராவின் கையைப் பிடித்து அழுத்தினான். அவன் விரல்களுக்கு பேண்டேஜ் போடப்பட்டிருந்தது. சமீரா வலது கையால் கட்டைத் தடவிக் கொண்டே "நன்றாக அடி பட்டிருக்கு இல்லையா?" என்றாள். தன் காரணமாக அவனுக்கு இந்த அடி பட்டுவிட்டது. அந்தப் பாழடைந்த வீட்டில் கைதியாக இருந்த சமீராவை விடுவிப்பதற்கு தான் செய்த முயற்சிகளை, பட்ட வேதனையை அவளிடம் அவன் சொன்னான்.

"சமீரா!" அவன் அவள் வார்த்தைகள் காதில் விழாதது போல் அழைத்தான்.

"ஊம்" என்றாள் ஏதோ நினைப்பில்.

"நான் உன்னை ரொம்பவும் கஷ்டப்படுத்தி விட்டேன் இல்லையா?" அவன் குரல் தழுதழுத்தது. அதற்குள் பேரர் சூப் கொண்டு வந்து அவர்கள் முன்னால் வைத்தான்.

"எனக்கு இது கொஞ்சம் கூடப் பிடிக்காது" என்றாள்.

"நல்லப் பெண் இல்லையா. பசிக்கும் போது கிடைத்ததைத்தானே சாப்பிடணும்" என்றவன் ஸ்பூனால் சூப்பை எடுத்து அவள் வாயருகில் கொண்டு போனான். பசியிருப்பதாலோ, அல்லது அவன் கெஞ்சியதாலோ சமீராவின் வாய்க்கு சூப் ருசியாகவே இருந்தது. ஸ்பூனால் எடுத்துத் தானே சாப்பிடத் தொடங்கினாள்.

"எனக்கு இப்போ நிம்மதியாக இருக்கு" என்றான் அவன் சூப்பைக் குடித்துக் கொண்டே.

"ஏன்? பசி தீர்ந்ததற்காகவா?" கேட்டாள் அவள்.

இந்த உலகில் பசியின் கொடுமை எவ்வளவு மோசமானது என்று அவளுக்கு இன்றுதான் புரிந்தது. அனிருத் இந்த ஹோட்டலுக்கு அழைத்து வந்தது நல்லதாகிவிட்டது. இல்லாவிட்டால் விடியும் வரையிலும் பசியுடன் இருக்க வேண்டியதுதான்.

"ஒரு விதத்தில் அதுவும் உண்மைதான். ஆனால் இன்னொரு முக்கியமான விஷயம் இருக்கு" என்றான் முறுவலுடன்.

"என்ன அது?" கேட்டாள் அவள்.

"இந்தப் பிரச்னை இன்றுடன் முடிந்ததற்கு. இவ்வளவு நாளாக நான் எங்கே இருந்தாலும், என்ன செய்து கொண்டிருந்தாலும் ஏதோ இனம் தெரியாத பதற்றம் எனக்குள் இருந்துகொண்டே இருக்கும். இரவானால் கலவரத்தில் தூக்கமே வராது.

ஏதேதோ பயம், கவலை. இந்த சிலந்தி வலையிலிருந்து மீள முடியுமா என்று கவலையுடன் இருந்தேன். இன்று என் கவலைகள் எல்லாம் தீர்ந்து விட்டன. நான் செய்ய வேண்டிய காரியம் முடிந்து விட்டாற் போலவும், எனக்கு விமோசனம் கிடைத்தாற் போலவும் இருக்கு" என்றான்.

சூப்பைக் குடித்துக் கொண்டிருந்த சமீரா நிமிர்ந்து அவனைப் பார்த்தாள். அவன் கண்களில் நிம்மதி. பயமும், கலக்கமும் நீங்கிவிட்ட தெளிவு. அந்த இதழ்களில் முறுவலைப் பார்க்கும் போது அவளுக்கு சந்தோஷமாக இருந்தது.

"அந்த தியாகராஜனுக்கும் பாலசரஸ்வதிக்கும் என்ன உறவு?" என்று கேட்டாள்.

''அந்த விஷயத்தை உன்னிடம் சொல்ல வேண்டும் என்றால் தொடக்கத்திலிருந்து அவனுடைய வாழ்க்கையைப் பற்றிச் சொல்ல வேண்டும்.'' அனிருத் சொல்லத் தொடங்கினான்.

சமீரா கேட்டுக் கொண்டிருந்தாள்.

தியாகராஜன் பிறந்தது ஒரு பட்டிக்காட்டில். சின்ன வயதிலேயே தந்தை இறந்து போய்விட்டதால் பெரியம்மா வளர்ந்து வந்தாள். ரொம்ப செல்லம் கொடுத்துவிட்டதால் சின்ன வயது முதல் தான்தோன்றித்தனமாக இருந்து வந்தான். அடிக்கடி தாயிடம் போய் விடுவதாக மிரட்டிக் கொண்டிருந்தவனை சலுகைகளைக் கொடுத்து தன்னிடம் இருக்கும் விதமாகப் பார்த்துக் கொண்டாள். அவளிடம் இருக்கும் இந்த பலவீனத்தை சாக்காக வைத்துக் கொண்டு இவன் மேலும் மிரட்டிக் கொண்டிருந்தான். சின்ன வயதிலேயே, அதாவது பத்து வயது நிரம்புவதற்கு முன்பே பக்கத்து வீட்டு மாமி கணவன் ஊரில் இல்லாத போது தன்னுடைய நாத்தனார் புருஷனுடன் ஒன்றாகக் கட்டிலில் இருப்பதைப் பார்த்துவிட்டான். இவன் பார்த்துவிட்டதை கவனித்த அந்த அம்மாளும் கணவனிடம் சொல்லாமல் இருப்பதற்காக பணம், தின்பண்டங்கள் கொடுத்து வாயை மூட வைத்தாள். இந்த விதமாக வாழ்க்கையில் சுலபமாகப் பணம் சம்பாதிக்கும் வழி புரிந்துவிட்டது.

பக்கத்து ஊருக்குப் போன போது வாத்தியார் சீட்டாடுவதைப் பார்த்துவிட்டு மனைவியிடம் சொல்லுவதாக மிரட்டி அவரிடம் பணம் பறித்துக் கொண்டு சினிமா, ஹோட்டல் என்று செலவழித்தான். அன்று முதல் மனிதர்களின் பலவீனங்களைக் கண்டுபிடித்து அவற்றைப் பயன்படுத்திக் கொண்டு காரியங்களைச் சாதித்துக் கொள்வது பழக்கமாகிவிட்டது.

தியாகராஜனுக்கு ஒரு தங்கை இருந்தாள். பெயர் ஜானகி. தங்கை என்றால் அவனுக்கு ரொம்ப அன்பு. ஏன் என்றால் மற்றவர்களைப் போல் அவள் அண்ணனைக் கடிந்து கொள்ள மாட்டாள். அண்ணாவின் சாகஸச் செயல்களைக் கேட்டுச் சந்தோஷப்படுவாள். இது அவனுக்கு ரொம்பத் திருப்தியைத் தந்து கொண்டிருந்தது. தான் ரொம்பப் பெரிய ஆள் என்ற நினைப்பு வந்து விட்டது. சக மனிதர்களைப் பற்றித் தாழ்வான கருத்து இருந்தது. அவர்களிடம் நெருக்கமாகப் பழகிக் கொண்டே, தங்கையிடம் அவர்களைப் பற்றி ஏளனமாகப் பேசிக் கொண்டிருப்பான்.

ஆதியிலிருந்தே படிப்பில் அக்கறை இருந்தது இல்லை. பட்டிக்காட்டிற்கு வந்த போதெல்லாம் வளர்த்த பெரியம்மாவிட மிருந்து பணத்தைக் கறந்து கொண்டு போவதும், அவள் மறுத்தால்

களவாடிச் செல்வதுமாக இருந்தான். பெரியவனாக வளர்ந்த பிறகு அவன் குணத்தில் மேலும் முன்னேற்றம் வந்தது. பெரியம்மாவிற்குத் தெரியாமல் காசோலையில் கையெழுத்துப் போட்டுப் பணத்தை எடுக்கத் தொடங்கினான். இது தெரிந்த போது அந்தம்மாள் வாயிலும் வயிற்றிலும் அடித்துக் கொண்டாள்.

பரீட்சையில் எப்போதும் காப்பியடித்துத்தான் பாஸ் செய்து வந்தான். எப்படியோ தட்டுத் தடுமாறி பி.ஏ. முதலாவது ஆண்டு வந்துவிட்டான். பி.ஏ. படித்துக் கொண்டிருந்த போது எகனாமிக்ஸ் லெக்சரர் சந்திரனின் மகள் பாலசரஸ்வதியுடன் அறிமுகம் ஏற்பட்டது. சந்திரனிடம் ட்யூஷன் படிப்பதாக சாக்குச் சொல்லி, பாலசரஸ்வதியுடன் காதலில் விழுந்தான். பாலசரஸ்வதி பார்க்க நன்றாக இருப்பாள். படிப்பிலும் பாட்டிலும் கெட்டிக்காரி. தான் அழகாக இருக்கிறோம் என்ற பெருமிதமும் உண்டு.

தியாகராஜனுக்கு அவளுடன் நட்பை வளர்த்துக் கொள்வதில் கஷ்டம் எதுவும் இருக்க வில்லை. சந்திரன் வெளியூருக்குப் போனால் தியாகராஜனை வீட்டைக் கவனித்துக் கொள்ளச் சொல்லுவார். அவருடைய மனைவிக்கு காதும் கேட்காது. பூஜையும் புனஸ்காரமும் அதிகம். பாலசரஸ்வதிக்குத் தாயின் இந்தப் போக்கு எரிச்சலை தந்து கொண் டிருந்தது.

பாலசரஸ்வதிக்கு அத்தை மகன் இருந்தான். பெயர் நாராயணன். அவன் லீவுக்கு வருவான். அவனுக்கும் தியாகராஜனுக்கு ஒத்துக்கொள்ளவில்லை. பாலசரஸ்வதி என்றால் அவனுக்கு ரொம்பப் பிடிக்கும். பாலாவை அவனுடைய வருங்கால மனைவி என்றுதான் எல்லோரும் சொல்லிக் கொண்டிருந்தார்கள்.

ஒரு முறை லீவுக்கு வந்திருந்தபோது தியாகராஜன் எடுத்துக் கொள்ளும் உரிமையைக் கண்டு நாராயணன் கோபித்துக் கொண்டான். போகும் முன் பாலசரஸ்வதியிடம் தியாகராஜனுடன் பேசக்கூடாது என்றும், வீட்டிற்கு வரவிடக் கூடாது என்று வாக்குக் கொடுத்தால் தவிர தான் அந்த ஊருக்கு வர மாட்டேன் என்று சொல்லிவிட்டுப் போய்விட்டான்.

பதினைந்து நாட்கள் கழித்து பாலசரஸ்வதி அவனுக்கு ஒரு கடிதம் எழுதினாள். தானும் தியாகராஜனும் கல்யாணம் செய்து கொண்டு விட்டதாகவும், அவனிடம் பேச மாட்டேன் என்று தியாகராஜனிடம் வாக்குக் கொடுத்து விட்டதாகவும், இனி தன்னைப் பற்றி நினைக்க வேண்டாம் என்றும் எழுதியிருந்தாள்.

அந்தக் கடிதம் நாராயணனுக்கு அதிர்ச்சியைத் தந்தது. அதற்குப் பிறகு அவன் பாலசரஸ்வதியைப் பற்றிப் பேச்சே எடுக்கவில்லை.

நாலைந்து வருடங்கள் கழிந்தன.

நாராயணனுக்கு எங்குமே வேலை கிடைக்கவில்லை. திருமண மாகி விட்டது. பணத்திற்கு மிகவும் கஷ்டப்பட்டுக் கொண்டிருந் தான். பட்டணத்திற்கு வந்து வேலைக்குத் தேடிக் கொண்டிருந்த நாட்களில் பாலசரஸ்வதி மறுபடியும் கண்ணில் பட்டாள்.

நாராயணனும், அவன் மனைவியும் கோவிலில் படியேறிக் கொண்டிருந்த போது, பாலசரஸ்வதி படியிறங்கி வந்து கொண் டிருந்தாள்.

"அத்தான்" என்ற அழைப்பைக் கேட்டு நிமிர்ந்து பார்த்தவனால் தன் கண்களையே நம்ப முடியவில்லை.

எதிரே பாலசரஸ்வதி! உடல் முழுவதும் நகைகள், விலை உயர்ந்த பட்டுப்புடவை. முகத்தில் பெரிய பொட்டு. கூந்தல் நிறைய கதம்பம். பின்னால் பணிவுடன் நின்று கொண்டிருந்த வேலைக்காரி, படியிறக்கத்தில் விலை உயர்ந்த கார், அவளுக்காகக் காத்திருந்த டிரைவர்.

"என்னை அடையாளம் தெரியவில்லையா?" என்றாள்.

"உண்மையிலேயே அடையாளம் தெரியவில்லை" என்றான்.

"இந்தப் பெண் யார்?" என்றாள் அவன் பக்கத்தில் இருந்த பெண்ணைப் பார்த்துக் கொண்டே.

"என் மனைவி" என்று அறிமுகம் செய்து வைத்தான்.

பாலசரஸ்வதி வலுக்கட்டாயமாக அவ்விருவரையும் தன் வீட் டிற்கு அழைத்துப் போனாள். எதிரே வந்த வயதான அய்யங்காரைக் காண்பித்து "என் கணவர்" என்று அறிமுகப்படுத்தினாள்.

நாராயணன் திகைத்துப் போனான். தனிமையில் இருந்த போது பாலசரஸ்வதி சொன்னாள். "தியாகராஜன் என்னை ஏமாற்றிவிட்டான். அந்தத் திருமணத்தில் என் பெற்றோர்களுக்கு விருப்பம் இல்லை. வாசற்படி ஏறக்கூடாது என்று சொல்லி விட்டார்கள். நாங்கள் இருவரும் சென்னைக்கு வந்தோம். அவன் என்ன வேலை செய்கிறான் என்று எனக்குத் தெரியாது. அவன் நண்பர்களை எனக்குப் பிடிக்கவில்லை. வீட்டுக்கு வரவிட வேண்டாம் என்று சொன்னால் அடிப்பான். முன்பு என் சங்கீதத்தைப் புகழ்ந்து பேசியவன், இப்பொழுது ஏளனம் செய்ய ஆரம்பித்தான். அவனுடன் என் வாழ்க்கை நரகமாகிவிட்டது. என்னை ஏமாற்றிவிட்டு, ஒரு ஆங்கிலோ இந்தியப் பெண்ணைத் திருமணம்

செய்து கொண்டு வீட்டிற்கு அழைத்து வந்தான். ஏன் என்று கேட்டதற்கு இஷ்டம் இல்லை என்றால் வீட்டைவிட்டுப் போ என்றான். அப்பொழுது எனக்கு ஏழுமாதம்.

ரோஷத்துடன், அபிமானத்துடன் குன்றிவிட்ட நான் வீட்டைவிட்டு வெளியேறிவிட்டேன். ஒரு மாமியின் உதவியுடன் சங்கீதம் கற்றுக் கொடுத்துப் பிழைத்து வந்தேன். பிரசவம் ஆயிற்று. ஆண்குழந்தை பிறந்தது. என்ன இருந்தாலும் தியாகராஜன் என் குழந்தைக்குத் தந்தை. வந்து பார்க்கச் சொல்லி செய்தி அனுப்பினேன். மகனைப்பற்றித் தெரிந்தாலாவது வருவானோ என்று ஆசைப் பட்டேன். ''எனக்கு பாலசரஸ்வதி யார் என்றே தெரியாது'' என்று கடிதம் எழுதி அனுப்பிவிட்டான். அதைப் பார்த்ததும் என் மனம் பற்றி எரிந்தது. இனி ஜென்மத்தில் அவன் பெயரை எடுக்கக் கூடாது என்று இருந்துவிட்டேன்.

எனக்கு வேறு போக்கிடம் எதுவும் இல்லை. அக்கம் பக்கத்தில் என்னைப் பற்றி குசுகுசுக்க ஆரம்பித்து விட்டார்கள். என் மகன் தந்தையைப் பற்றிக் கேட்கத் தொடங்கினான். அது எனக்கு ரொம்ப சங்கடமாக இருந்தது.

நான் வயிற்றுப் பிழைப்பிற்காக இந்த வீட்டிற்கு பாட்டுக் கற்றுக் கொடுக்க வந்தேன். அய்யங்காரின் மனைவி இறந்து போய் பத்து வருடங்களாகிவிட்டது. பத்து வயதில் மகள் இருக்கிறாள். என்னை அவருக்குப் பிடித்துவிட்டது. கல்யாணம் செய்து கொள்வதாகச் சொன்னார். நான் ஒளிவு மறைவு இல்லாமல் என் மகனைப் பற்றி சொல்லிவிட்டேன். அவர் இரக்கத்துடன் கேட்டுக் கொண்டார். மகனை விட்டுவிட்டு வந்தால் கல்யாணம் செய்து கொள்வதாகச் சொன்னார். மாமி இந்த வாய்ப்பை நழுவவிட வேண்டாம் என்று சொன்னாள். ''நீ வாழ்க்கையில் வழி தவறிவிட்டவள்.

வயதில் இருப்பவள். தனியாக வாழ்வது ரொம்பக் கஷ்டம். அவருக்கு உன்னைப் பிடித்துப் போனதைவிட உன்னைக் கல்யாணம் செய்து கொள்ள வேண்டும் என்ற எண்ணம் வந்தது உன் அதிர்ஷ்டம். குழந்தையை ஏதாவது அநாதை இல்லத்தில் சேர்த்துவிடு. ஆண்பிள்ளை எப்படியாது பிழைத்துக் கொள்வான்'' என்று திரும்பத் திரும்பச் சொன்னாள். எப்படியோ சம்மதிக்க வைத்தாள். மாமியின் உதவியுடன் மகனை அநாதை இல்லத்தில் சேர்த்துவிட்டேன். நான் இந்த வீட்டிற்கு வந்து விட்டேன். இவருடைய நிழலில் எனக்கு எந்தக் குறையும் இல்லை. அத்தான்! உனக்கு வேலை வாங்கித் தருவது என் பொறுப்பு. ஆனால் எனக்கு ஒரு உதவி செய்ய வேண்டும்'' என்றாள்.

யத்தனபூடி சுலோசனாராணி | 265

"என்ன உதவி?" கேட்டான் அவன்.

"என் மகனை நீ அழைத்துக் கொண்டு போய் வைத்துக்கொள். உன் மனைவி சம்மதிப்பாளா என்று கேள். அவன் உன்னிடம் இருந்தால் எனக்கு நிம்மதி" என்றாள்.

"அப்படியே ஆகட்டும்" என்றான் அவன்.

அய்யங்கார் அவனுக்கு வேலை வாங்கிக் கொடுத்தார். அது கேரளாவில் மிளகு ஏற்றுமதி செய்யும் கம்பெனி. நல்ல சம்பளம். வீடும் கொடுத்தார்கள். நாராயணன் அந்த ஊருக்குப் போய் விட்டான். பாலசரஸ்வதியின் மகனையும் அழைத்துக் கொண்டு போனான்.

கேரளாவுக்குப் போன பிறகு அவன் பாலசரஸ்வதிக்கு ஒரு கடிதம் போட்டான். "என் உத்யோகம் நன்றாக இருக்கிறது. வாழ்க்கை நல்லபடியாகப் போய்க் கொண்டிருக்கிறது. நானும் என் வளர்ப்பு மகனும், என் மனைவியும் நலமாக இருக்கிறோம். உனக்கு என் நன்றி."

பாலசரஸ்வதிக்கும் அவனுக்கும் இடையே சில மாதங்கள் வரையில் சுருக்கமாகக் கடிதப் போக்கு வரத்து இருந்தது. பிறகு ஒரு தடவை பாலசரஸ்வதி தான் வெளிநாட்டுக்குப் போவதாகவும், எந்த சூழ்நிலையிலும் தியாகராஜன் வந்தால் மகனை கண்ணில் கூடக் காட்ட வேண்டாம் என்றும் எழுதியிருந்தாள். அதற்குப் பிறகு பாலசரஸ்வதி முகவரி தெரிவிக்காமல் போனதால் கடிதங்கள் நின்று விட்டன.

வருடங்கள் கழிந்தன. நாராயணனுக்குக் குழந்தைகள் பிறந்தார்கள். பத்து வருடங்கள் அங்கே வேலை பார்த்துவிட்டு மேலும் நல்ல வேலை கிடைத்ததால் மைசூருக்கு வந்தான். அங்கே வங்கியில் வேலை. அங்கிருந்து வேலை உயர்வு, மாற்றல்கள். வாழ்க்கை நல்ல விதமாகக் கழிந்து கொண்டிருந்தது. மூத்தமகன் வளர்ப்பு பையன் என்ற விஷயம், அந்தத் தம்பதியருக்கும், அந்தப் பையனுக்கும் தவிர வேறு யாருக்கும் தெரியாது. ஆண்டுகள் கழிந்தன.

மூத்த மகனின் படிப்பு முடிந்து விட்டது. வேலையில் சேர்ந்தான். அவனுக்குத் திருமணம் நிச்சயமாயிற்று.

இதற்குள் ஒரு நாள் அவன் தன் ஆபீசில் இருந்த போதே ஒரு ஆள் அவனைச் சந்திக்க வந்திருப்பதாக ப்யூன் வந்து சொன்னான். அவன் வெளியே வந்தான். வாசலில் பெரிய காரில் கூலிங் கிளாஸ் அணிந்து கொண்டு ஒருத்தன் உட்கார்ந்திருந்தான். வேலை

நிமித்தமாக பலவிதமான மனிதர்களைச் சந்திப்பது அவனுக்குப் பழக்கம்தான்.

"என்ன வேலை?" என்று கேட்டான்.

அவன் விசிட்டிங் கார்டை நீட்டினான். அதன் மேல் தியாகராஜன் என்று இருந்தது. அந்தப் பெயர் அந்த இளைஞனிடம் எந்த மாறுதலையும் ஏற்படுத்தவில்லை.

"நிறுத்து." சமீரா கத்திவிட்டாள்.

அனிருத் நிறுத்தினான்.

"இளைஞன் இளைஞன் என்று சொல்கிறாய். அந்த இளைஞனின் பெயர் அனிருத்! அதுதானே?"

"ஆமாம்."

சமீராவின் கண்கள் விரிந்தன. "என்ன? அந்தத் தியாகராஜன் உன்னுடைய தந்தையா? நீ அவனுடைய மகனா?"

அவன் உடனே பதில் சொல்லவில்லை. கொஞ்சம் பொறுத்துச் சொன்னான். "ஆமாம் சமீரா. அந்த இளைஞன் நான்தான். என்னைப் போன்ற துரதிர்ஷ்டசாலி இந்த உலகில் வேறு யாருமே இருக்க மாட்டார்கள் இல்லையா?" அவன் குரலில் வேதனை கலந்திருந்தது.

"ஆனால் அனிருத்! இது எப்படி..." சமீரா சாப்பிடுவதையும் மறந்து விட்டவள் போல் பார்த்துக் கொண்டிருந்தாள்.

"சமீரா! என்னை முழுவதுமாகச் சொல்லவிடு" என்றான் அவன்.

"ஊம். சொல்லு" என்றாள். இந்த முறை அந்த குரலில் ஆர்வம் வெளிப்படையாகத் தெரிந்தது.

அனிருத் மீண்டும் சொல்லத் தொடங்கினான்.

★★★

தியாகராஜன் கார்க் கதவைத் திறந்து என்னை உட்காரச் சொல்லிவிட்டு "ஒரு நிமிஷம் என்னுடன் வந்தால் எனக்கு வேண்டியது என்ன என்று சொல்கிறேன். இப்படி நடுத்தெருவில் நான் காரில் உட்கார்ந்து கொண்டும், நீ வெளியில் நின்றுகொண்டும் பேசும் விஷயம் இல்லை" என்றான்.

"நான் ஆபீஸ் ட்யூட்டியில் இருக்கிறேன்" என்றேன்.

அவன் கடியாரத்தைப் பார்த்துக் கொண்டான். "இது லஞ்ச் டைம். சரியாக ஆபீஸ் நேரத்திற்கு உன்னை இங்கே ட்ராப் செய்கிறேன்" என்றான்.

"அவ்வளவு அர்ஜெண்ட் வேலையா?" என்றேன் சந்தேகமாகப் பார்த்துக் கொண்டே.

"ஆமாம்" என்றான்.

"நான் அப்புறம் வருகிறேன்."

"இல்லை. இப்பொழுதே வரவேண்டும். ஏற்கனவே தாமதமாகி விட்டது. இது நம் இருவரின் வாழ்க்கைக்குச் சம்பந்தப்பட்ட விஷயம்."

"அப்படி என்றால்?" என் புருவங்கள் உயர்ந்தன.

"எல்லாவற்றுக்கும் ருசு வேண்டும். அந்த நாராயணன் கூட அச்சு அசல் இதே போல்தான்" என்று சொல்லிக் கொண்டே அவன் பர்ஸிலிருந்து ஒரு போட்டோ எடுத்துக் காண்பித்தான். அதைப் பார்த்ததும் நான் அதிர்ந்துவிட்டேன். அதில் எங்க அப்பாவின் தோளைச்

சுற்றி ஒரு ஆள் கையைப் போட்டுக்கொண்டு சிரித்தபடி இனிப்பை வாயில் ஊட்டிக் கொண்டிருக்கும் போட்டோ அது. அந்த போட்டோவில் இருக்கும் ஆளைப் பார்த்ததும் என் நெற்றியில் வியர்வை அரும்பியது.

"இதைப் பற்றிப் பேசணும்" என்றான் அவன்.

நான் நிமிர்ந்து அவனை நேராகப் பார்த்தேன். அந்தக் கண்களில் முறுவல் இருந்தது. அது எதிராளியைக் கத்தியால் குத்தும் முன் சிரிக்கும் சிரிப்பு. கருணை, இரக்கம், அன்பு இதெல்லாம் என்னவென்றே தெரியாத சிரிப்பு அது.

நான் காரில் ஏற வேண்டும் என்பதற்காகக் கதவைத் திறந்தான். என்னால் மேற்கொண்டு தாமதம் செய்ய முடியவில்லை. காரில் ஏறி உட்கார்ந்து கொண்டேன். அந்த நிமிடம் முதல் என் வாழ்க்கையைப் பற்றிய தீர்மானங்கள் என் கையில் இல்லாமல் அவன் கைக்குப் போய் விட்டன.

ஹோட்டலுக்குப் போனேன். அவன் அறை சொந்த வீடு போல் பர்னிச்சருடன் இருந்தது. அவன் என்னை உட்காரச் சொல்லிவிட்டு அலமாரியைத் திறந்து மேலும் சில கடிதங்களை, போட்டோக்களைக் கொண்டு வந்து என் முன்னால் போட்டான்.

நான் அவற்றைப் பார்த்துத் திகைத்துப் போய்விட்டேன்.

அந்தக் கடிதங்கள் எங்க அப்பா எழுதியவை. அந்தப் போட்டோக்கள் எங்க அப்பாவின் வாழ்க்கையை முதலையாய் விழுங்குவதற்குத் தயாராக இருந்த ஆளுடன் எடுத்துக் கொண்டவை.

நான் வெறுப்புடன் அவற்றைக் கிழித்துப் போட்டு விட்டேன்.

சோபாவின் கையில் சொகுசாக உட்கார்ந்து கொண்டு சுருட்டுப் பிடித்துக் கொண்டிருந்த அவன் முறுவலுடன் "இவற்றுடைய ஒரிஜினல்ஸ் என்னிடம் இருக்கு" என்றான்.

"இவற்றை என்னிடம் ஏன் காட்டினாய்? உனக்கு என்ன வேண்டும்?" என்றேன்.

"நீதான்" என்றான் நிதானமாக.

"நானா?"

"நான் யாரென்று உனக்குத் தெரியுமா?"

"சொன்னீங்களே தியாகராஜன் என்று." பற்களைக் கடித்துக் கொண்டே சொன்னேன்.

"அதைவிட விவரமாக நடுத்தெருவில் சொல்ல முடியவில்லை. நான் உன்..."

நான் கையை நீட்டித் தடுத்தேன். ''போதும் நிறுத்துங்கள். நீங்க யாரென்று எனக்குத் தெரியும்'' என்றேன்.

அவன் வியப்படைந்தான். ''அப்படி என்றால்?''

''எனக்குத் தெரியும். எங்க அப்பாவைப் பதில் சொல்ல வைத்ததும், அந்தக் கடிதம் எழுதிப் போனில் பேச வைத்ததும் நீங்கள்தான்.''

அறையில் ஒரு வினாடி நிசப்தம் ஏற்பட்டது. பிறகு அவன் குரல் கூர்மையாக ஒலித்தது. ''ஓ... ஐ ஸி.'' தோள்களைக் குலுக்கிக் கொண்டான்.

ஒரு நிமிடம் என்னை ஏற இறங்கப் பார்த்தான். ''அதாவது நாராயணன் உன்னிடம் எல்லாவற்றையும் சொல்லிவிட்டான் என்று சொல்''

நான் பதில் சொல்லவில்லை.

அவன் பைப்பிலிருந்த சாம்பலை ஆஷ்ட்ரேயில் உதிர்த்துக் கொண்டே ''அப்படி என்றால் எனக்கு சிரமத்தைக் குறைத்துவிட்டான். பார் அனிருத்! எனக்கு ரொம்ப சந்தோஷமாக இருக்கு'' என்று அருகில் வந்து தோளின் மீது கையை வைத்தான். நான் கம்பளிப்பூச்சி ஊர்ந்ததுபோல் அருவெறுப்படைந்து அந்தக் கையை நீக்கிவிட்டேன். அவனுக்கு என் தொடுகையில் அந்த வெறுப்பு புரிந்து விட்டது போலும். ஒரு நிமிடம் திகைப்புடன் பார்த்தான். பிறகு முறுவலுடன் ''என் மீது கோபமா? மை சன்'' என்று ஏதோ சொல்ல வந்தான்.

''ஷட்டப்! உங்களுக்கும் எனக்கும் இடையே எந்த உறவும் இல்லை. என் தந்தை நாராயணன்'' என்றேன்.

அவன் எரிச்சலுடன் பார்த்தான். தோள்களைக் குலுக்கிவிட்டு ''ஓ.கே. எல்லாம் உன் இஷ்டம். நீ பிசினெஸ் என்று சொல்லு. நான் உறவு என்று நினைத்துக் கொள்கிறேன். உன் சிறுவயதில் நான் உனக்கு அநியாயம் செய்து விட்டது உண்மைதான். அப்பொழுது வாழ்க்கையில் நான் இருந்த சூழ்நிலை அப்படிப்பட்டது. நான் ஒன்றும் உன்னை எனக்குப் பணிவிடை செய்யச் சொல்லிக் கூப்பிடவில்லையே? என் மகனாக வந்து என்னுடைய சொத்துக்களுக்கு வாரிசாக இருக்கச் சொல்கிறேன். எவ்வளவு கஷ்டப்பட்டால் இவ்வளவு சொத்து கிடைக்கும்? இந்த அதிர்ஷ்டம் எத்தனை பேருக்குக் கிடைத்துவிடும்?''

''உங்களுக்கு என்ன வேண்டும்? அதைச் சொல்லுங்கள்.''

''சொன்னேனே, நீ என் மகனாக வரவேண்டும். என் சொத்துக்கு வாரிசாக வேண்டும். என் பொறுப்புகளை, பந்தங்களை ஏற்றுக் கொள்ள வேண்டும்.''

"என் உடலில் உயிருள்ள வரையில் அது நடக்காது. நான் போகிறேன்." நான் அறைக் கதவைத் திறந்துகொண்டு வெளியே வந்து விட்டேன். அவன் என்னைத் தடுக்கவில்லை. நான் நேராக வீட்டுக்குப் போகவில்லை. பார்க்கில் உட்கார்ந்து கொண்டேன்.

தந்தையாம் தந்தை! அப்படிச் சொல்வதற்கு வெட்கமாக இல்லையா? இந்த விஷயத்தை அப்பாவிடம் சொல்லுவதா வேண்டாமா என்று குழப்பத்தில் ஆழ்ந்தேன்.

எனக்கும் என் தந்தைக்கும் இடையே எந்த ரகசியங்களும் இருந்தது இல்லை. எங்க குடும்பத்திலேயே யாருக்கும் எந்த இருட்டுக் கோணங்களும் இருந்தது இல்லை. எங்க பெற்றோர்களிடம் நானோ, லக்ஷ்மியோ, ரவியோ என்றுமே பொய் சொன்னது இல்லை. அப்படிப்பட்ட சுதந்திரம் கொடுக்கும் பெற்றோர்கள் கிடைத்தது எங்க அதிர்ஷ்டம்.

என் திருமணம் நிச்சயமாயிற்று. பத்து நாட்களில் திருமணம். வீட்டில் ஒரே சந்தடி.

அப்பாவுக்குக் கடந்த இரண்டு மாதங்களாக தியாகராஜன் கடிதங்கள் எழுதிக் கொண்டும், தகவல் அனுப்பிக் கொண்டும் இருந்திருக்கிறான். நேரில் சந்தித்து என்னைத் தன்னிடம் ஒப்படைக்கும்படி கேட்டானாம். அப்பா என்னிடம் சொன்னார்.

"அப்பா! இந்த உலகில் எனக்குத் தந்தை ஒருத்தர்தான். அது நீங்கள் மட்டும்தான். தெருவில் போகிற எவனோ வந்து என்னுடைய தந்தை என்று சொன்னால், அவன் என்னுடைய தந்தை என்று நீங்களே சொன்னால் கூட என்னால் ஏற்றுக் கொள்ள முடியாது.

எனக்கும் அவருக்கும் எந்தச் சம்பந்தமும் இல்லை என்று தெளிவாகச் சொல்லிவிடுங்கள். இனி இந்தப் பேச்சை என் முன்னால் கொண்டு வரவேண்டாம்" என்று சொல்லி விட்டேன்.

தியாகராஜன் இனி அப்பாவுடன் பேசிப் பிரயோஜனம் இல்லை என்று நேராக என்னிடம் வந்துவிட்டான். அவனுக்கு நான் வேண்டுமாம்.

எனக்கு அவன் வேண்டவே வேண்டாம். அப்பாவிடம் இதை யெல்லாம் சொன்னால் ஏற்கனவே உடல்நலம் சரியாக இல்லாதவர். ஏதாவது வேண்டாத காரியம் செய்து கொண்டாலும் ஆச்சரியப்பட வேண்டியதில்லை. அப்பாவுக்கு இந்த விஷயம் தெரியக்கூடாது. இந்தத் தியாகராஜனுக்கு நானே பாடம் கற்பிக்க வேண்டும் என்று நினைத்துக் கொண்டேன்.

தியாகராஜன் அப்பா தன் இளமையில் செய்த ஒரு பலவீனத்தை ஆதாரமாகக் கொண்டு என்னை பிளாக்மெயில் செய்யப் பார்க்கிறான். இந்த ஜென்மத்தில் அவனால் என்னை எதுவும் செய்ய முடியாது என்று நினைத்துக் கொண்டேன்.

அப்பா இருக்கும் அந்த போட்டோக்கள் நான் அறியாதவை இல்லை. அப்பா மைசூரில் வங்கியில் வேலை பார்த்துக் கொண்டிருந்தபோது ரங்கராஜன் என்ற வியாபாரப் புள்ளி ஒருவர் இருந்தார். அவர் வங்கிக்கு வந்து போய்க் கொண்டிருந்ததால் அப்பாவுடன் நட்பு ஏற்பட்டது. அவ்வப்பொழுது பணத்தை வீட்டிற்கே கொண்டு தரச்சொல்லி அப்பாவிடம் சொல்லுவார். ஆயிரம், லட்சக்கணக்கான பணம் அப்பாவின் கையாலேயே டிபாசிட் செய்வதும், தேவைப்பட்டால் வீட்டுக்குக் கொண்டு தருவதும் நடந்து கொண்டிருந்தது. அம்மா என்றால் ரங்கராஜனின் மனைவிக்கு ரொம்பப் பிரியம். அவர்களுக்கு ஒரே மகன். அவன் என்றால் அவர்களுக்கு உயிர்.

அப்பாவுக்கு வாசு என்று ஒருவன் அறிமுகம் ஆனான். தனக்கு வேலையில்லை என்றும், எங்கேயாவது வேலை வாங்கித் தந்து உதவி செய்யும்படியும் கேட்டுக் கொண்டான். அவன் சில சமயம் ஊருக்குப் போய் விடுவான். இருவருக்கும் நடுவில் கடிதப் போக்குவரத்து இருந்து வந்தது. அப்பா அவனைத் தன்னுடைய சித்தப்பாவின் மகள் சுசீலாவை மணம் செய்து கொள்ளும்படியும், வேலை வாங்கித் தருவதாகவும் சொன்னாராம். அவன் வேலை விஷயமாக "நான் கேட்டதைப் பற்றி என்ன முடிவு செய்திருக்கீங்க?" என்று எழுதியபோது "நான் கேட்டதற்கு ஒப்புக்கொண்டால் கட்டாயம் ஒத்துழைக்கிறேன்" என்று அப்பா பதில் போட்டிருக்கிறார்.

ஒருதடவை தந்தையின் பிறந்தநாள் அன்று அவன் வீட்டிற்கு வந்தான். அப்பொழுது போட்டோக்கள் எடுத்தார்கள். பிறகு அவர்கள் வீட்டில் ஏதோ பண்டிகை அன்று சாப்பிடுவதற்கு அப்பா போயிருந்தார். அப்பொழுது அவனுடைய தங்கையுடன் சேர்ந்து போட்டோக்கள் எடுத்தார்கள்.

ஒரு முறை வாசுவை அறிமுகப்படுத்தி வைப்பதற்காக அப்பா ரங்கராஜன் முதலியார் வீட்டிற்கு அழைத்துச் சென்றார். ஆனால் அப்பொழுது அவர் வீட்டில் இருக்கவில்லை. வீடு ரொம்ப நன்றாக இருக்கிறது என்று வாசு வீட்டை நன்றாகச் சுற்றிப் பார்த்திருக்கிறான். அப்பாவுடன் வந்திருப்பதால் வேலைக்காரர்களும் எதுவும் சொல்லவில்லை.

பத்து நாட்கள் கழித்து அப்பா லீவுக்கு எங்களை எல்லாம் அழைத்துக் கொண்டு பம்பாய்க்குப் போனார். அங்கே இருந்த போது ரங்கராஜனையும், அவர் மனைவியையும் யாரோ இரவில் பாத்ரூமில் ஒளிந்து கொண்டு கொலை செய்து விட்டதாகவும், குழந்தையையும் கழுத்தை நெறித்துக் கொல்ல முயன்றபோது சத்தம் கேட்டு ஓடிவிட்டதாகவும் தெரியவந்தது.

இரண்டாவது ஆட்டம் சினிமா பார்த்துவிட்டு வந்த சமையல்காரன் குழந்தையின் அழுகையைக் கேட்டு கதவைத் தட்டிய போது யாருமே திறக்கவில்லை என்றும், அக்கம் பக்கத்தாரை கூட்டிக் கொண்டு கதவை உடைத்துக் கொண்டு உள்ளே போய்ப் பார்த்தபோது, ரங்கராஜனும், அவர் மனைவியும் ரத்த வெள்ளத்தில் கிடந்ததாகவும், முதல்நாள் மாலையில் கல்யாணத்திற்காகக் கொண்டு வந்த வைர நகைகளும் வீட்டில் இருந்த பணமும் களவு போய்விட்டதாகவும், போலீசார் குற்றவாளிக்காகத் தேடிக் கொண்டிருப்பதாகவும் தெரிந்தது. அப்பா உடனே மைசூருக்கு வந்து விட்டார். ஊரே அல்லோலகல்லோலப் பட்டுக் கொண்டிருந்தது. கொலையாளி இன்னும் பிடிபடவில்லை. முதல் நாள் மாலை வாசு வந்து அரைமணி நேரம் பேசிக் கொண்டிருந்தானாம்.

அங்கே கிடைத்த விரல் ரேகை அடையாளங்கள் மூலமாக வாசு தான் அந்தக் கொலைகளை பண்ணியிருக்கிறான் என்று உறுதியாகி விட்டது. ஆனால் அவன் இருக்கும் இடம் தெரியவில்லை.

வாசுவின் வீடு பூட்டியிருந்தது, போலீசார் கதவை உடைத்துப் பார்த்த போது வீட்டில் சாமான் எதுவும் இருக்கவில்லை. தாயும், தங்கையும் முன்னாடியே இது தெரிந்து கொண்டு வீட்டைக் காலி செய்து விட்டு ஓடிவிட்டிருந்தார்கள். பின்னால் அவ்விருவரையும் போலீசார் பிடித்துவிட்டார்கள். அவர்கள் வாசுவின் தாய், தங்கை இல்லையாம். அப்படி நடிக்கச் சொல்லி அவர்களை அழைத்து வந்தானாம். அவர்களிடம் வாசுவுக்குச் சம்பந்தப்பட்ட கடிதங்களோ, போட்டோக்களோ இல்லை.

போலீசார் அப்பாவையும் விசாரித்தார்கள். வாசுவைத் தனக்கு ரொம்ப நெருக்கமாகத் தெரியாது என்றும், வேலைக்காகத் தேடிக் கொண்டிருந்த போது ரங்கராஜனை அறிமுகம் செய்து வைத்ததாகவும் தெரிவித்தார்.

அப்பாவிடம் இருந்த கடிதங்களை, போட்டோக்களை அம்மா எரித்துவிட்டாள். அப்பாவுக்கு இருந்த நல்ல பெயர் காரணமாக

போலீசார் அப்பாவை அதிகமாகத் தொந்தரவு செய்யவில்லை. ஆனால் அந்தச் சம்பவத்திலிருந்து மீளுவதற்கு அப்பாவுக்கு ரொம்ப நாளாயிற்று.

இரண்டு வருடங்களுக்கு முன்னால் அப்பாவிடம் காரில் ஒரு இளைஞன் வந்தான். ரங்கராஜனின் மகன் என்று தன்னை அறிமுகப் படுத்திக் கொண்டான். தந்தையின் பிசினெஸ்ஸைத் தான் பார்த்துக் கொள்வதாகச் சொன்னான். அப்பா ரொம்ப சந்தோஷப்பட்டார்.

தன் பெற்றோரைக் கொலை செய்தவன் கிடைக்கவில்லை என்றும், அவனிடம் தொடர்பு கொண்ட ஆள் யாராவது கிடைத்தால் கூடப் போதும், தான் துப்புத்துலக்கி உண்மையைக் கண்டு பிடித்து விடுவதாகவும் சொன்னான். அப்பாவும் தன்னால் முடிந்த உதவி யைச் செய்வதாகச் சொன்னார்.

ஒரு வருடத்திற்கு முன்னால் திடீரென்று அப்பாவுக்கு ஒரு கடிதம் வந்தது. அதை வாசு எழுதியிருந்தான். ''ரங்கராஜன் தம்பதியரைக் கொலை செய்த பிறகு தான் வெளிநாட்டிற்குப் போய்விட்டதாகவும், கடந்த வருடம்தான் இந்தியாவுக்குத் திரும்பி வந்ததாகவும், தன் எதிர்காலத்திற்கு அஸ்திவாரம் போட்ட அந்த வைர நகைகள் கிடைத்தது உன் புண்ணியத்தால்தான். அந்த நன்றிக்கடனுக்காக ஒரு ஆளிடம் இரண்டு லட்ச ரூபாயை கொடுத்தனுப்புவதாகவும் எழுதியிருந்தான்.

மகள் கல்யாணத்திற்குத் தயாராக இருப்பதாகத் தனக்குத் தெரியும் என்றும், குறிப்பிட்ட நம்பருக்கு போன் செய்து வாசு இருக்கிறானா என்று கேட்டால் அவர்களுக்குப் புரிந்து விடும். உனக்குப் பணம் கிடைத்து விடும் என்றும் எழுதியிருந்தான்.

அந்தக் கடிதத்தைப் பார்த்ததும் அப்பா மிரண்டு போய்விட்டார். அதற்குள் இந்தத் தியாகராஜன் எதிர்ப்பட்டுவிட்டான். நாங்கள் இனி ஜாக்கிரதையாக இருக்க வேண்டும் என்று நினைத்துக் கொண்டோம். நான் பொழுது சாய்ந்த பிறகு களைப்புடன் வீடு திரும்பினேன். அப்பா அம்மா ஜவுளிக்கடைக்குப் போய் மணப்பெண்ணிற்காக புடவைகள் வாங்கியிருந்தார்களாம். கொண்டு வந்து காண்பித் தார்கள்.

லக்ஷ்மி என் கைக்கு மருதாணி இடப்போவதாக அடம் பிடித்துக் கொண்டிருந்தாள். நான் உட்கார்ந்து கொண்டு அவர்களுடன் பேசிக் கொண்டிருந்தேன்.

''லக்ஷ்மி! அண்ணாவுக்குக் காபி கொண்டு வா'' என்று அம்மா சொன்னாள்.

"அழைப்பிதழை இன்னும் யாருக்கு அனுப்பணும்?" என்று அப்பா கேட்டார்.

எனக்கு அவர்களைப் பார்க்கும் போது சந்தோஷமாக இருந்தது. அவர்களின் முகத்தில்தான் எவ்வளவு சந்தோஷம்! எங்களிடம் சொத்து சுகம் அதிகம் இல்லை. சந்தோஷம், நிம்மதிதான் எங்கள் சொத்து. தியாகராஜன் ஆயிரம் ஜன்மங்கள் எடுத்தாலும் என் வாயால் அப்பா என்று அழைப்பைப் பெறமுடியாது.

யாருக்கு வேண்டும் அவனுடைய சொத்து? அவனுடைய பெயரைக் கேட்டாலே எனக்கு அருவருப்பாக இருந்தது.

"நாளையிலிருந்து லீவு போட்டு விட்டாயா?" அப்பா கேட்டார்.

நான் தலையை அசைத்தேன். எங்கள் வீட்டில் நடக்கப் போகும் முதல் சுபகாரியம் அது. எல்லோரும் ரொம்ப உற்சாகத்துடன் இருந் தார்கள்.

என் திருமண நாள் நெருங்கிவிட்டது. மாப்பிள்ளை அழைப்பிற்குத் தயாராகிக் கொண்டிருந்த பொழுதுதான் அந்தப் போன்கால் வந்தது. நான் உங்க வீட்டிற்கு வந்தேன். "நீ இந்த நிமிஷம் என்னிடம் வந்து ஒரு முறை என்னை அப்பா என்று அழைத்தால் அந்த பொட்டோக் களையும், கடிதங்களையும் கொடுத்துவிடுகிறேன்" என்றான்.

நான் எரிச்சலடைந்தேன். நான் போகவில்லை என்றால் அவன் சொன்னதை செய்து விடுவான். வேறு வழியில்லாமல் போனேன்.

அதற்குப் பிறகு நான் அங்கே கைதியைப் போல் ஆகிவிட்டேன். தியாகராஜன் சொல்லிவிட்டான். "நீ என்னை விட்டுவிட்டுப் போனாய் என்றால் அந்த லெட்டர்களையும், போட்டோக்களையும் ரங்கராஜனின் மகனுக்கு அனுப்பி விடுவேன்" என்றான்.

எப்பொழுதோ எழுதிய கடிதங்கள், போட்டோக்கள் அவை. நான் திகைத்துவிட்டேன். என்னால் அங்கிருந்து வெளியேற முடிய வில்லை. ஹோட்டலில் நான் சிறைவாசம் அனுபவித்துக் கொண் டிருந்தேன். பார்ப்பவர்களுக்கு நான் சுதந்திரமாக இருப்பது போல் தோன்றும். ஆனால் என் விருப்பம் போல் எங்கும் போக முடியாது. என் தந்தையின் எதிர்காலம் எனக்கு முக்கியம். இந்த விஷயம் தெரிந்தால் அப்பா இறந்து போவது நிச்சயம். ரங்கராஜனின் மகனை தியாகராஜனுக்குத் தெரியும்.

போகப் போக எனக்கு அவனுடைய நோக்கம் புரிந்தது. தன்னு டைய தங்கையின் மகள் சுபாவை எனக்குக் கல்யாணம் செய்து வைக்க வேண்டும் என்று. நாளடைவில் நான் அந்த சொத்து சுகத்

திற்குப் பழக்கப்பட்டு விடுவேன் என்றும், சுபாவின் மேல் மோகம் ஏற்பட்டுவிடும் என்றும் நினைத்தான்.

நான் அவன் விரலாலேயே அவன் கண்ணைக் குத்த வேண்டும் என்று நினைத்தேன். நேராகப் போய் போலீசாரிடம் என் நிலைமையைச் சொல்லிவிட்டேன். தியாகராஜன் மீது ஏற்கனவே அவர்களுக்குச் சந்தேகம் இருந்து வந்தது. அவர்கள் எனக்கு உதவி செய்வதாகச் சொன்னார்கள்.

இதற்கு இடையில் பாலசரஸ்வதி என் கண்ணில் பட்டாள். அவள் என்னைப் பெற்றதாய் என்று தெரிய வந்தது. ஒரு நிமிஷம் சொல்ல முடியாத இரக்கம் பிறந்தது.

என் வாழ்க்கையில் முதல் முதலாக ஒரு நபரின் மேல் இரக்கம் ஏற்பட்டது அதுதான் முதல் தடவை. உன்னை அவளிடம் அனுப்பிவைத்தேன். பாலசரஸ்வதி பற்றி எனக்குத் தெரிந்து விட்டது என்றால் தியாகராஜனுக்கு பைத்தியம் பிடித்துவிட்டது. சமீரா! அதற்குப் பிறகு நடந்தது எல்லாம் உனக்குத் தெரியும்.

தியாகராஜனை போலீசார் அரெஸ்ட் செய்து விட்டார்கள். அவன் மீது நிறைய கேசுகள் இருந்தன. வாசுவும் அவனும் நண்பர்கள் என்பதால் வாசுவும் பிடிபட்டு விட்டான்.

யாராக இருந்தாலும் சரி நியாயத்தின் பிடியிலிருந்து தப்பித்துக் கொள்ள முடியாது. அவன் வாழ்க்கையில் செய்த தவறுகளிலேயே மிகப்பெரிய தவறு நான் உருவாவதற்குக் காரணமாக இருந்தது.

என்னால்தான் அவனுடைய தவறுகளுக்குப் பிராயச்சித்தம் கிடைக்கப் போகிறது. இது வாழ்க்கையில் அவன் சந்திக்கும் முதல் தோல்வி. என் ஜோலிக்கு வராமல் இருந்தால் அவன் வாழ்க்கையில் இப்படி ஒரு வீழ்ச்சி ஏற்பட்டிருக்காதோ என்னவோ.

அவன் பல பேர் வாழ்க்கையில் பலவீனத்தைக் கண்டுபிடித்து, அவற்றை ஆயுதமாகக் கொண்டு அந்த நபர்களுக்கு தொல்லைக் கொடுத்து வந்தான். இந்த வயதில் என்னை மகனாகத் திரும்பப் பெறவேண்டும் என்ற பலவீனம்தான் அவனுக்குச் சாபமாக மாறி விட்டது. அவன் சிலரைக் கொலை செய்து, மேலும் சிலரை தற்கொலை செய்து கொள்ளும் விதமாகத் தூண்டிவிட்டு, ஏமாற்றி, பிளாக்மெயில் செய்து நிறைய சொத்து சம்பாதித்தான். ஸ்விஸ் வங்கியில் அவன் பெயரில் ஏகப்பட்ட பணம் இருக்கிறதாம். சுபா விடம் இருக்கும் வைர நகைகள் பல லட்சங்கள் மதிப்பு பெறும். ஆனால் அவை எதுவும் அவனைக் காப்பாற்றப் போவதில்லை. வாசு தனக்கு நண்பன் ஆனதுமே என் தந்தை தன் கையில் சிக்கிவிட்

டதாக நினைத்து சந்தோஷப்பட்டான். அந்த போட்டோக்கள், கடிதங்கள் மூலமாக எங்களை வாயைத் திறக்க முடியாமல் செய்து தன் நினைத் ததை சாதித்துக் கொண்டு விடலாம் என்று நினைத் தான். பால சரஸ்வதி சுபாவின் மூலமாக எங்க தந்தை எங்கே இருக்கிறார் என்று துப்பு துலக்குவதாக அறிந்ததுமே, அவளை ஊட்டிக்கு அழைத்துப் போய் இறந்து போய்விட்டதாகச் சொல்லி விட்டான்.

பால சரஸ்வதியை அவன் கொல்லாமல் இருந்ததற்குக் காரணம் ஒன்றுதான். அவள் மூலமாக என்னை சென்டிமென்டாக கட்டிப் போட வேண்டும் என்று. ஆனால் அவன் நினைத்தது எதுவும் நடக்கவில்லை.

சமீரா! எங்க தந்தை எப்போதும் சொல்லிக் கொண்டிருப்பார். ஒவ்வொரு மனிதனுக்கும் வாழ்க்கையில் இளமைப் பருவம் நீர்வீழ்ச்சியைப் போல் வேகமாக இருக்கும். அந்த வேகம், தெம்பு, ஓட்டம் சாசுவதம் என்று நினைத்து விடக்கூடாது. பருவத்தில் இருக்கும் போதே, நல்ல நடத்தையுடன், ஒழுக்கத்துடன் அதைக் கட்டுக்குள் கொண்டு வரவேண்டும். இல்லாவிட்டால் வயது ஏற ஏற அதன் வேகம் குறைந்து மலைகளில், கற்களுக்கு நடுவில், தனிமைக் காடுகளுக்கு நடுவில் உபயோகமற்றதாகிவிடும்.

எதிராளிக்குக் கெடுதல் நினைப்பது என்றால் அது தனக்குத்தானே தீங்கு செய்து கொள்வது என்று பலபேர் புரிந்து கொள்ள மாட்டேங் கிறார்கள்.

இந்த உலகத்தில் மனிதநேயத்திடம் நம்பிக்கையில்லாத நபர் நமக்கு எதிர்ப்பட்டால் அவனைப் பார்த்துப் பயப்பட வேண்டும். ஏன் என்றால் அந்த ஆள் குரூர மிருகத்தைவிட அதிகமாக சகமனித னுக்கும், சமுதாயத்திற்கும் தீங்கு செய்வான். இந்த உலகத்தில் இருக்கும் ஒவ்வொருவரும் சாமர்த்தியம் நிறைந்தவனாகவோ, பணம் சம்பாதிப்பவனாகவோ, புகழ் பெற்றவனாகவோ இருக்க வேண்டிய அவசியம் இல்லை. எதிராளிக்குத் தீங்கு நினைக்காதவனாக இருக்க வேண்டும். அப்பொழுதுதான் சமுதாயத்தில் அமைதியும் பாதுகாப்பும் நிலவியிருக்கும். தியாகராஜன் போன்ற சுயநலக்காரர்கள் யாருடைய வாழ்க்கையில் நுழைகிறார்களோ அவர்களின் வாழ்க்கை இனி சர்வநாசம். பாலசரஸ்வதி, நான், சுபா, நீ, எங்க தந்தை இன்னும் எத்தனை பேர்?''

அனிருத் சொல்லி முடிக்கும் போது அவன் கை சமீராவின் இரு கைகளுக்கு இடையில் சிக்கியிருந்தது.

சமீராவின் கண்கள் குளமாகியிருந்தன. ''அனிருத்! அவர் உன்னைப் பெற்ற தந்தை. அவருக்கு இப்படி ஆகிவிட்டதே என்று உனக்கு வருத்தமாக இல்லையா?''

''ஊஹூம்.'' அவன் திடமாக மறுத்தான். சமீரா! இந்த உலகத்தில் பெற்றதால் மட்டும் குழந்தைகளுடன் பந்தம் ஏற்பட்டு விடாது. அவர்களைக் காப்பாற்றி வளர்க்க வேண்டும். சிறகுகள் முளைக்காத சின்னஞ்சிறு குழந்தையாக இருக்கும் போது அவர்களுக்குப் பாதுகாப்புக் கொடுக்க வேண்டும். பேச்சு கற்றுத் தருவது.

சாப்பாடு ஊட்டுவது, கையைப் பிடித்து நடக்கப் பழகுவது என்று செய்ய வேண்டும். அப்பொழுதுதான் அவர்களுக்கு நடுவில் பந்தம் வளரும். எனக்கு அப்பா என்றால் நாராயணன் என்ற பெயர்தான் நினைவுக்கு வரும். அவரும், அவர் மனைவியும்தான் எனக்குத் தாய் தந்தையர். நான் அவர்களைச் சேர்ந்தவன். எங்களுக்கு நடுவில் ரத்த சம்பந்தம் இருக்கா இல்லையா என்ற கேள்வி அனாவசியம்.

எங்களுக்கு நடுவில் இருக்கும் பாசப் பிணைப்பு எந்தத் தாய் தந்தையருக்கும் குழந்தைகளுக்கும் நடுவில் இருக்காது என்று தோன்றுகிறது. அது எங்களுடைய அதிர்ஷ்டம்தான்.'' அவன் சமீராவின் கையைப் பற்றிக் கொண்டான்.

''சமீரா! சூறாவளிப் போன்ற இந்தப் பிரச்னையால் தத்தளித்துக் கொண்டிருந்த போது நீ என் பக்கத்தில் துணையாக நின்றாய். நான் பட்ட இந்தக் கஷ்டத்திற்கெல்லாம் ஆறுதல் தரும் விலைமதிப்பற்ற ரத்தினம் ஒன்று எனக்குக் கிடைத்துவிட்டது.''

''என்ன அது?''

''சமீரா என்ற பெண் எனக்குக் கிடைத்துவிட்டாள். எனக்கு ரொம்பச் சந்தோஷமாக இருக்கிறது. நீ மட்டும் என் பக்கத்தில் இல்லை என்றால் இவ்வளவு சுலபமாக இதில் எனக்கு வெற்றி கிடைத்திருக்காதோ என்னவோ. இதற்கு நான் கொடுக்கப் போகும் பரிசு என்ன தெரியுமா?''

''என்ன?''

''உன்னை எனக்குச் சொந்தமாக்கிக் கொள்வதுதான். உன்னை மனைவியாக அடைந்து நான் உன்னுடையவனாக வேண்டும்.''

சமீராவின் கை தன்னையறியாமலேயே அவன் கையை இறுக்கியது. பதில் சொல்ல முடியாதவள் போல் அவனைப் பார்த்தாள்.

இருவரும் ஒருநிமிடம் ஒருவரை ஒருவர் பார்த்துக் கொண்டே மௌனமாக உட்கார்ந்திருந்தார்கள். அந்த மௌனமே ஒருவர்

மனதில் இருக்கும் சந்தோஷத்தை மற்றொருவருக்கு ஆயிரம் மொழிகளில் உணர்த்துவது போல் இருந்தது.

தொலைவில் சத்தம் கேட்டது. அனிருத் திரும்பிப் பார்த்தான். பேரர் ஜன்னல்களை மூடிக் கொண்டிருந்தான்.

"அட! எல்லோரும் போய் விட்டார்களே? நாம் மட்டும்தான் உட்கார்ந்திருக்கிறோம். வா போகலாம்" என்றான் எழுந்து கொண்டே.

சமீராவும் எழுந்து கொண்டாள். "இப்போ எங்கே போவது?" என்றாள்.

"நான் அழைத்துக் கொண்டு போகிறேன். வா" என்றான்.

இருவரும் வெளியில் நடந்தார்கள். அனிருத் ஆட்டோவில் தூங்கிக் கொண்டிருந்த டிரைவரை எழுப்பினான். அதில் ஏறிக் கொண்டு பார்க்கில் இறங்கிக் கொண்டார்கள்.

"இங்கே என்ன செய்யப் போகிறோம். ஏற்கனவே ரொம்பக் குளிராக இருக்கு" என்றாள்.

"இப்படி வா" என்றான் சமீராவின் கையைப் பிடித்து அழைத்துச் சென்றுகொண்டே. "இந்த நிமிடம் முதல் நான் எங்கே இருக் கிறேனோ அங்கேதான் நீயும் இருக்கணும்" பெஞ்சியில் உட்கார்ந்து கொண்டான். சமீராவும் பக்கத்தில் உட்கார்ந்து கொண்டாள்.

"விடிந்ததும் அப்பாவிடம் பேசுகிறேன். பிரதிபாவை கல்யாணம் செய்து கொள்ளாததற்கு அவர் என்னை மன்னித்து வீட்டுக்கு வர அனுமதிப்பாரா என்று தெரிந்து கொள்ள வேண்டும்" என்றான்.

சமீரா கேட்டுக் கொண்டிருந்தாள். கொஞ்ச நேரம் கழித்து "எனக்குத் தூக்கம் வருகிறது" என்றாள்.

அவன் சமீராவின் தோளைச் சுற்றிக் கைகளைப் போட்டு அருகில் இழுத்துக் கொண்டான். சமீராவின் தலையைத் தோளில் சாய்த்துக் கொண்டு "இப்படியே தூங்கு" என்றான்.

"இங்கேயா? யாராவது பார்த்தால்?" சமீரா எழுந்து கொள்ளப் போனாள்.

"வேண்டாம். எழுந்து கொள்ளாதே. இப்படி உன் தலை என்மேல் சாய்ந்திருந்தால் ரொம்ப நிம்மதியாக இருக்கு. கொஞ்ச நேரம் பேசாதே. எனக்கும் தூக்கம் வருகிறது."

அவன் சொன்ன வார்த்தைகளில் என்ன மகிமை இருந்ததோ தெரியாது. சமீராவால் மறுக்க முடியவில்லை. தலையை அவன்

தோளில் சாய்த்த இரண்டு நிமிடங்களுக்குள் சமீராவை தூக்கம் தழுவிக் கொண்டது. அவள் தலை தோளிலிருந்து நழுவி மார்பில் சாய்ந்தது. பிறகு அப்படியே அவன் மடியில் சரிந்தது. அவன் தலை அப்படியே சமீராவின் முதுகில் சாய்ந்தது. குளிர்ந்த காற்று வீசிக் கொண்டிருந்த விடியற்காலை வேளையில் ஒருவர் உடலின் வெப்பம் மற்றவருக்கு இதமாக இருந்தது. இந்த உலகமே நினைவிலில்லை அவர்களுக்கு.

பிரச்னைகள் தீர்ந்து மனம் லேசாகிவிட்ட வேளை அது. ஒருவருக்கு ஒருவர் துணையாகப் பிரச்னையிலிருந்து விடுபட்டு சுதந்திரம் அடைந்து விட்டோம் என்று நிம்மதியை உணரும் நேரம் அது. சகலத்தையும் மறந்து ஆழ்ந்த உறக்கத்தில் களைப்பாறும் தருணம் அது.

"சமீரா! அனிருத்!" யாரோ அழைத்துக் கொண்டிருந்தார்கள். முதலில் அனிருத் விழித்துக் கொண்டான். அவன் கண்கள் ஆழ்ந்த உறக்கத்திலிருந்து பாரமாக விடுபட்டன. விடிந்து விட்டது. வெயில் மெல்ல மெல்ல படர்ந்து வந்து கொண்டிருந்தது.

எதிரே தாய், தந்தை, லக்ஷ்மி, தம்பி, சமீராவின் தாய், போலீஸ் அதிகாரி எல்லோரும் நின்று கொண்டிருந்தார்கள்.

அனிருத்திற்கு ஒரு வினாடி தான் எங்கே இருக்கிறோம், என்ன செய்து கொண்டிருக்கிறோம் என்று புரியவில்லை.

"சமீரா! சமீரா!" சமீராவின் தாய் அழைத்தாள். சமீரா திடுக்கிட்டு எழுந்து கொண்டாள்.

அதற்குள் அனிருத் எழுந்து கொண்டான். தந்தை அவனைத் தழுவிக் கொண்டார். "உங்களை இரவு முழுவதும் தேடிக் கொண்டி ருந்தோம்.

கடைசியில் போலீசாரின் உதவியை நாடினோம். நீங்க இங்கே இருப்பதாக வந்து சொன்னார்கள்."

அவருடைய குரல் தழு தழுத்தது.

"அனிருத்!" தாயும் அவனைக் கட்டிக் கொண்டாள்.

லக்ஷ்மி "சமீரா!" என்றபடி அணைத்துக் கொண்டாள்.

"என்னிடம் ஒரு வார்த்தை சொல்லாமல் போனாயே? அனாவசி யமாக உன்னை என்ன வார்த்தைகளைச் சொல்லிவிட்டேன்? நான் ஒரு பாவி." மகளை அணைத்துக் கொண்டு நெற்றில் முத்தம் பதித்தாள் சரஸ்வதி.

அனிருத்திற்கு ரொம்ப சந்தோஷமாக இருந்தது. தன் வீட்டாரிடம் சென்று எந்த விளக்கமும் சொல்லத் தேவையில்லாமல் அவர்களே சுயமாகத் தன்னைத் தேடி வந்து விட்டார்கள்.

"வீட்டுக்குப் போகலாம் வா" என்றார் நாராயணன்.

எல்லோரும் அங்கே இருந்த காரில் ஏறிக் கொண்டார்கள். காரில் வரும் போது நாராயணன் சொன்னார்.

"அனிருத்! உனக்குத் தெரியுமா? தியாகராஜனை நேற்று இரவு போலீஸார் அரெஸ்ட் செய்ததும் விஷ மாத்திரையைச் சாப்பிட்டு அங்கேயே இறந்து விட்டான்."

அனிருத் கேட்டுவிட்டு சும்மாயிருந்தான். ஆனால் அவன் உடல் மட்டும் ஒரு முறை சிலிர்த்தது. அவர் மேலும் சொல்லிக் கொண்டிருந்தார். "இரவு சுபாவும் பாலசரஸ்வதியும் என்னிடம் வந்தார்கள்.

பாலசரஸ்வதியைப் பார்த்ததும் எனக்கு தலையைச் சுற்றிக் கொண்டு வந்தது. அவள் சொன்ன பிறகுதான் எனக்கு எல்லாமே புரிந்தது. சுபா ஆஸ்பத்திரியில் தியாகராஜனின் பிணத்திற்காகக் காத்திருக்கிறாள்."

"பாலசரஸ்வதி எங்கே இருக்கிறாள்?" அனிருத் கேட்டான்.

"நம் வீட்டில்தான் இருக்கிறாள். உனக்காகக் காத்துக் கொண்டிருக் கிறாள்."

அதைக் கேட்டதுமே அனிருத்திற்குத் தொண்டையில் ஏதோ அடைத்தாற்போல் இருந்தது. அவன் கை சமீராவின் கையை இறுக்கியது.

சமீராவுக்கு அதன் அர்த்தம் புரிந்து விட்டது.

கார் வீட்டை நெருங்கிக் கொண்டிருக்கும் போது அனிருத்திற்கும், சமீராவுக்கும் ஆனந்த சாகரத்தில் மிதந்து கொண்டிருப்பது போல் இருந்தது.

தன் வீடு! தன் மனிதர்கள்!

இந்த இரண்டு சொத்துக்களைக் கொண்ட மனிதன் அதிர்ஷ்டசாலி. இவற்றின் மதிப்பு கோடிக்கணக்கான சொத்தைக் காட்டிலும் அதிகம்.

நிறைவடைந்தது